தாமரை இலைமீது ததும்பும் சொற்கள்

தாமரை இலைமீது ததும்பும் சொற்கள்
அரவிந்தன் (பி. 1964)

இதழாளர், எழுத்தாளர், மொழிபெயர்ப்பாளர்.

இதழியல் துறையில் 32 ஆண்டுக் கால அனுபவம் கொண்டவர். இந்தியா டுடே, காலச்சுவடு, சென்னை நம்ம சென்னை, நம் தோழி, தி இந்து தமிழ், டைம்ஸ் ஆஃப் இந்தியா ஆகிய இதழ்களில் பணியாற்றியுள்ளார். தற்போது காலச்சுவடு பதிப்பகத்தின் பதிப்பாசிரியராகப் பணியாற்றி வருகிறார்.

இலக்கியம், தத்துவம், பெண் உரிமை, அரசியல், மொழி, திரைப்படம், கிரிக்கெட் ஆகியவை குறித்த கட்டுரைகளை எழுதி வருகிறார்.

சிறுகதைகள், நாவல், இலக்கிய விமர்சனக் கட்டுரைகள், அரசியல் விமர்சனம், மொழிபெயர்ப்பு, மகாபாரதச் சுருக்கம், திரைப்படம், கிரிக்கெட் குறித்த கட்டுரைகள் என இதுவரை 24 நூல்கள் வெளியாகியுள்ளன.

பால சரஸ்வதி மொழியாக்க நூலுக்கு 'கனடா இலக்கியத் தோட்டம்' வழங்கும் சிறந்த மொழிபெயர்ப்பு நூலுக்கான விருதைப் (2017) பெற்றிருக்கிறார்.

ஆசிரியரின் பிற நூல்கள்

- வானப்பிரஸ்தம் – சிறுகதைகள் (2001)
- குளியலறைக்கு வெளியே சத்தம் கேட்டுக்கொண்டிருக்கிறது – சிறுகதைகள் (2006)
- சுட்டி மகாபாரதம் (2006)
- ராணியுடன் ஒரு தேநீர் விருந்து – மொழிபெயர்ப்பு (வெல்ஷ் மொழிச் சிறுகதைகள், 2011)
- கனவின் யதார்த்தப் புத்தகம் – கட்டுரைகள் (2011)
- கேளிக்கை மனிதர்கள் – திரை, நிகழ்த்துகலை குறித்த கட்டுரைகள் (2013)
- பயணம் – நாவல் (2014)
- பொன்னகரம் – நாவல் (2015)
- கடைசியாக ஒருமுறை – சிறுகதைகள் (2016)
- இதுதான் உங்கள் அடையாளமா? – திரைக் கட்டுரைகள் (2018)
- நெகிழும் வரையறைகள் விரியும் எல்லைகள் – படைப்புகள், படைப்பாளிகள், போக்குகள் (2019)
- ஒரு சொல் கேளீர் ! – தமிழைப் பிழையின்றி எழுதுவதற்கான தேடல் (2019)
- உயிர்பெறும் புனைவுச் சித்திரங்கள் (2022)

அரவிந்தன்

தாமரை இலைமீது ததும்பும் சொற்கள்

காலச்சுவடு பதிப்பகம்

அன்பார்ந்த வாசகருக்கு,

வணக்கம்.

காலச்சுவடு நூலை வாங்கியமைக்கு நன்றி.

நூலின் உள்ளடக்கம், உருவாக்கம், அட்டைப்படம் இன்ன பிற அம்சங்கள் பற்றிய உங்கள் கருத்துகளையும் ஆலோசனைகளையும் காலச்சுவடு வரவேற்கிறது. தகவல், எழுத்து, வாக்கியப் பிழைகள் தென்பட்டால் கட்டாயம் தெரிவித்து உதவுங்கள். நூல் தயாரிப்பில் கடும் குறைபாடு இருப்பின் மாற்றுப் பிரதி உங்களுக்குக் கிடைக்கக் காலச்சுவடு ஏற்பாடு செய்யும்.

மின்னஞ்சல்: *publisher@kalachuvadu.com*

காலச்சுவடு நாகர்கோவில் தலைமையகத்துக்கும் கடிதம் அனுப்பலாம்.

தங்கள்
எஸ்.ஆர். சுந்தரம் (கண்ணன்)
பதிப்பாளர் — நிர்வாக இயக்குநர்

தாமரை இலைமீது ததும்பும் சொற்கள் ♦ கட்டுரைகள் ♦ ஆசிரியர்: அரவிந்தன் ♦ © அரவிந்தன் ♦ முதல் பதிப்பு: டிசம்பர் 2006, மூன்றாம் பதிப்பு: ஜூலை 2023 ♦ வெளியீடு: காலச்சுவடு பப்ளிகேஷன்ஸ் (பி) லிட்., 669, கே.பி. சாலை, நாகர்கோவில் 629001

taamarai ilaimiitu tatumpum coRkaL ♦ Articles ♦ Author: Aravindan ♦ © D.I. Aravindan ♦ Language: Tamil ♦ First Edition: December 2006, Third Edition: July 2023 ♦ Size: Demy 1 x 8 ♦ Paper: 18.6 kg maplitho ♦ Pages: 152

Published by Kalachuvadu Publications Pvt. Ltd., 669, K.P. Road, Nagercoil 629001, India ♦ Phone: 91-4652-278525 ♦ e-mail: publications @kalachuvadu.com ♦ CoverDesign:Santhosh ♦ BackCoverphoto:Puduvai Ilavenil ♦ Printed at Adyar Students xerox Pvt. Ltd., No. 275 Habibullah Road, Triplicane high Road, Opp Triplicane Post Office, Triplicane, Chennai 600005

ISBN 978-81-89359-54-6

07/2023/S.No.194, kcp 4580, 18.6 (3) 1k

சுந்தர ராமசாமியின் நினைவுக்கு

உள்ளடக்கம்

முன்னுரை	11
1. க.நா.சு.வின் பொய்த் தேவு பகுதிகளினூடே துலங்கும் முழுமையின் தரிசனம்	15
2. பசித்த மானிடம் - நினைவுக் கிடங்கிலிருந்து வெளிச்சத்திற்கு	24
3. தாமரை இலைமீது ததும்பும் சொற்கள் - அசோகமித்திரன் சிறுகதைகளினூடே ஒரு பயணம்	28
4. படைப்பு வெளியில் சு.ரா.வின் பயணம் - சிறுகதைகள் காட்டும் சுவடுகள்	54
5. ஜே.ஜே: சில பதிவுகள்	76
6. இலக்கியப் பரப்பில் ஜெயகாந்தனின் இடம் எது? - ஜெயகாந்தனின் சிறுகதைகளை முன்வைத்து	88
7. ஜெயகாந்தன் கதைகள்: தொடரும் விவாதம் - மறுபரிசீலனைக்கு முட்டுக்கட்டையாகும் ஆராதனை	105
8. அ. முத்துலிங்கத்தின் 'வம்ச விருத்தி' சிறுகதைத் தொகுப்புக்கான விமர்சனம் - படைப்பாளியின் அனுபவமும் படைப்பு தரும் அனுபவமும்	110
9. எட்டுத் திக்கும் மதயானை - சுவையான கதையும் சாரமற்ற நாவலும்	115

10. விழி. பா. இதயவேந்தன் கதைகள்
    - பதைக்க வைக்கும் பதிவுகள்   119
11. ஜெயமோகனின் இரு நாவல்கள் - ஒரு மதிப்பீடு   122
12. வெக்கையைத் தணிக்கும் மழைத்துளிகள்
    - இளம் படைப்பாளிகள் பற்றிய குறிப்புகள்   133
13. புதுமைப்பித்தன் சிறுகதைகள்
    - முன்னோடியின் சுவடுகள்   137
14. இளம் படைப்பாளிகள்:
    - சலனங்களும் சவால்களும்   146

முன்னுரை

கதைகள் எழுத ஆரம்பித்த காலத்திலிருந்தே நான் படிக்கும் கதைகளைப் பற்றிய அபிப்ராயங்களைப் பதிவு செய்யும் பழக்கம் இருந்துவந்திருக்கிறது. ஜெயமோகன் இக்காரியத்தில் என்னை மிகவும் தூண்டிவந்தார். அசோகமித்திரனின் விடுதலை, (குறுநாவல்கள்) நூலுக்கு எழுதிய மதிப்புரைதான் நான் முதன் முதலில் எழுதிய மதிப்புரை. பிறகு 'கனவு', 'நிஜம்' இதழ்கள் பற்றிய அறிமுகக் குறிப்புகள். இந்தப் பதிவுகளுக்கு ஜெயமோகனிடமிருந்து கிடைத்த எதிர்வினைகள் மிகவும் ஊக்கமூட்டி, தொடர்ந்து மதிப்புரை, விமர்சனம் ஆகியவற்றில் இயங்கவைத்தன.

o

விமர்சனம் என்பதன் ஆதர்சமான பொருளில் என்னை விமர்சகன் என்று சொல்ல முடியாது என்பதை அறிவேன். இலக்கிய விமர்சனம் என்பது படைப்பை முன்வைத்து, சமூகம், காலம், வாழ்வு ஆகியவை குறித்து நிகழ்த்தப்படும் விசாரணை என்று சொல்லலாம். படைப்பு வெளியாகும் காலம், படைப்பில் வெளிப்படும் காலம், சமூகக் கூறுகள், கருத்தியல், அழகியல், கலையம்சம் முதலான பல விஷயங்களைத் தழுவி, விமர்சகரின் பிரத்யேகமான பார்வையுடன் மேற்கொள்ளப்படும் ஆய்வில் வெளிப்படும் கண்டறிதல்களின் பதிவு. படைப்பை முன்வைத்து வாழ்வை ஆராயும் முயற்சி.

இத்தகைய விமர்சனத்தை நான் இன்னமும் எழுதிவிடவில்லை என்றாலும் அதற்கான முயற்சிகளில் ஈடுபட்டு வருகிறேன் என்பதற்கான சாட்சியமாக இதிலுள்ள கட்டுரைகள் இருக்கின்றன என்று நம்புகிறேன். இந்த நம்பிக்கையே இந்தத் தொகுப்பை வெளியிடுவதற்கான நியாயத்தை வழங்குகிறது.

விமர்சனம் என்பது தீவிரமானதொரு படைப்புச் செயல்பாடு. கடும் உழைப்பைக் கோருவது. படைப்பின் எல்லைகளைத் தாண்டிச் செல்லக்கூடியது என்பதால் இயல்பாகவே விரிவு கொண்டது. என்றாலும் இதழியல் தேவைகளுக்காகவும் வாசகத் தேவைகளுக்காகவும் சில படைப்புகளைப் பற்றிச் சில சமயங்களில் மிகவும் சுருக்கமாகப் பேச வேண்டியிருக்கிறது. நாம் வாழும் காலத்தின் தேவைகளில் ஒன்று என்பதால் இச்சூழலில் இயங்கும் ஒருவர் இதைப் புறக்கணிக்க முடியாது. அத்தகைய தேவைகளுக்காக எழுதப்பட்ட கட்டுரைகளும் இத்தொகுப்பில் உள்ளன. ஆனால் அவையும் தீவிரமான அணுகுமுறையுடன் எழுதப்பட்டவை என்பதால் இத்தொகுப்பில் சேர்க்கப்பட்டுள்ளன.

O

தங்களது திரை நாயகர்கள் பற்றிய விமர்சனங்களைத் திறந்த மனத்துடன் அணுகும் பக்குவம் விசிறிகளுக்கு இருப்பதில்லை என்பதைப் பார்த்துவருகிறோம். இதே மனப்பான்மை இலக்கியச் சூழலிலும் சிலரிடத்தில் இருப்பதை நேரடியாக உணரும் வாய்ப்பு எனக்குக் கிடைத்தது. ஜெயகாந்தனின் சிறுகதைகள் பற்றி நான் எழுதிய விமர்சனக் கட்டுரைக்கு அவருடைய தீவிர வாசகர்கள் சிலர் எதிர்வினை ஆற்றிய விதம் எம்.ஜி.ஆர்., ரஜினி ரசிகர்களின் மனப்பான்மையை நினைவுபடுத்தின.

விசிறிகளின் எதிர்வினை இப்படி இருக்க, இலக்கிய அரசியல் காரணங்களுக்காகச் சிலர் ஆவேசம் கொண்டு தரக்குறைவாக நடந்துகொண்டதையும் பார்க்க முடிந்தது. வாதங்களை எதிர்கொள்வதற்குப் பதில் முத்திரை குத்திக் கொச்சைப்படுத்தும் போக்கு தென்பட்டது. என்ன எழுதப்பட்டது என்பதைவிட, யாரைப் பற்றி யாரால் எழுதப்பட்டது என்பதே பிரதானமான பிரச்சினையாகப் பார்க்கப்பட்டது. யாரோ சொல்லிக்கொடுத்து எழுதிவிட்டான் என்பது போன்ற அற்பத்தனமான கூற்றுகளும் உதிர்க்கப்பட்டன. கட்டுரை எழுதப்படுவதற்குப் பத்து ஆண்டுகளுக்கு முன்பே ஜெயகாந்தன் கதைகள் குறித்த விமர்சனத்தை எனக்குள் தூண்டிவிட்ட ஜெயமோகனே இக்கட்டுரை வெளியானபோது இதுபோன்ற குற்றச்சாட்டை ஒரு துண்டுப் பிரசுரத்தில் முன்வைத்த வினோதமும் நடந்தது. இலக்கிய அரசியல்வாதிகளையும் தனது சிஷ்யர்களையும் போல அல்லாது ஜெயகாந்தன் எனது விமர்சனத்தைக் கண்ணியத்துடனும் தன்னம்பிக்கையுடனும் எதிர்கொண்டார்.

ஆனால் இளம் வாசகர்கள் மற்றும் முதிர்ந்த எழுத்தாளர்கள் சிலரிடமிருந்து வந்த எதிர்வினைகள் ஊக்கமும் நம்பிக்கையும் ஊட்டுவதாக இருந்தன. தன் வாசிப்புத் தன்மையையே

புரட்டிப் போடும் கட்டுரையாக இருந்தது என்று இளம் வாசகர் ஒருவர் கூறியது மிகவும் நிறைவளித்தது.

௦

விமர்சனக் கட்டுரைகள் எழுதுவதற்கான தூண்டுதலை அளித்தவர்கள் பலர். ஜெயமோகன் அளித்த ஊக்கத்தைப் பற்றி முதலிலேயே குறிப்பிட்டேன். மனுஷ்ய புத்திரனும் கண்ணனும் அளித்த ஊக்கமும் தூண்டுதலும் இல்லாமல் பல கட்டுரைகள் எழுதப்பட்டிருக்காது. மொழியைச் செப்பம் செய்யவும் கருத்துக் கோவைகளைச் சீராக்கவும் சலபதி, நஞ்சுண்டன் ஆகியோர் உதவினர். இவர்கள் அனைவருக்கும் என் நன்றி.

௦

என் உரைநடை என்று வரும்போது முதலில் நினைவுக்கு வருபவர் சுந்தர ராமசாமி. அவருடைய கட்டுரைகளில் பெரிதும் ஈர்க்கப்பட்டவர்களில் நானும் ஒருவன். அந்த பாதிப்பிலேயே விமர்சனக் கட்டுரைகள் எழுதத் தொடங்கினேன் என்று சொன்னாலும் மிகையில்லை. 'காலச்சுவடு' இரண்டாம் இதழில் எம்.என். ராய் பற்றிய சிறப்புப் பகுதி இடம்பெற்றிருந்தது. இளைஞர்கள் ராயின் கருத்துக்கு எதிர்வினையாற்ற வேண்டும் என்று இதழின் ஆசிரியர் சுந்தர ராமசாமி கோரிக்கை விடுத்திருந்தார். இந்திய மரபு சார்ந்த ராயின் கருத்து களுக்கு விரிவான எதிர்வினையை எழுதி அனுப்பியிருந்தேன். அது பிரசுரிக்கப்படவில்லை. சு.ரா.வை நேரில் சந்தித்தபோது, ஒருவரது கருத்தைப் பிறர் ஏற்கலாம் அல்லது மறுக்கலாம். ஆனால் தன் கருத்தை முன்வைப்பதற்கான மொழி அவரிடம் இருக்க வேண்டும். அது உங்களிடம் இருக்கிறது என்றார். உங்கள் உரைநடையிலிருந்து ஊக்கம் பெற்ற மொழிதான் அது என்றேன் நான். இருக்கலாம்; ஆனால் அப்படித் தெரிய வில்லை என்றார் அவர்.

மொழி சார்ந்த தாக்கம் மட்டுமன்றி, பொதுவாக எழுத்து சார்ந்த, குறிப்பாக விமர்சனம் சார்ந்த, சில அடிப்படை மதிப்பீடுகளையும் சு.ரா.விடமிருந்தே நான் பெற்றுக்கொண் டேன். என் கட்டுரைகள் குறித்த அவருடைய - நட்பின் சலுகையைத் தராத - எதிர்வினைகள் என் மொழியையும் வெளிப்பாட்டு முறையையும் கூர்மைப்படுத்திக்கொள்ள எனக்கு உதவியிருக்கின்றன. இந்த நன்றியறிதலின் வெளிப்பாடாகவும் 16 ஆண்டுக்கால நட்பின் நினைவாகவும் இந்த நூலை அவருக்குக் காணிக்கையாக்குகிறேன்.

ஜனவரி 4, 2007   அரவிந்தன்

க.நா.சு.வின் பொய்த் தேவு

பகுதிகளினூடே துலங்கும் முழுமையின் தரிசனம்

தமிழ் இலக்கியத்தைப் பொறுத்தவரை ஒரு முக்கிய மான திருப்புமுனை என்று சொல்லத்தக்க காலகட்டம் அது. கதை சிறுகதையாக மாறிவிட்டது. மரபுவழிப்பட்ட கதைகளிலிருந்தும் கதை கூறல் முறைகளிலிருந்தும் விடு பட்டு மேற்கத்தியக் கலை உலகின் தாக்கத்தில் அறிமுக மாகியிருந்த சிறுகதை வடிவம் புதுமைப்பித்தன் முதலா னோரின் கைங்கரியத்தால் தமிழுக்கு வசப்பட்டுவிட்ட காலம். ஆனால் மரபு வழிப்பட்ட கவிதை வடிவமும் பெருங்கதை அல்லது நீள்கதை வடிவமும் புதுக்கவிதை யாகவும் நாவலாகவும் முற்றிலுமாக மாறிவிடவில்லை. இலக்கிய வடிவத்தின் நவீனமயமாக்கத்தின் வளர்சிதை மாற்றம் முழுமையடையவில்லை. புதிய வடிவங்களை உள்வாங்கிக்கொள்வதில் ஆயாசம் அடைந்தவர்களிடம் அவ்வடிவங்களின் தன்மைகள், சாத்தியங்கள் ஆகிய வற்றைப் பற்றி நிறையவே சொல்ல வேண்டியிருந்தது. பதரிலிருந்து நெல்லைப் பிரிப்பதற்கான வழிமுறைகளைச் சொல்லித்தர வேண்டியிருந்தது. மாற்றத்தை எதிர்க்கும் நேர்மையான பழைமைவாதிகளுடனும் மாற்றத்தை மலினப்படுத்தி லாபமடிக்கும் போலி நவீனத்துவவாதி களுடனும் போராடித் தர அளவுகோல்களை நிலை நாட்ட வேண்டியிருந்தது. கருத்தளவில் மட்டுமின்றிப் படைப்புத் தளத்திலும் இத்தகைய சவால்களை ஏற்று

அயராமல் செயல்பட வேண்டியிருந்தது. சுருக்கமாகச் சொல்வ தானால் குழப்பமும் கொந்தளிப்பும் நிறைந்த சூழலில் படைப் பின் ஆன்மாவைக் காப்பாற்றி, அதை நவீனப்படுத்திப் பரவலான தளத்திற்குக் கொண்டு செல்ல வேண்டிய சிக்கலான பணியைத் தூய இலக்கியவாதிகளிடம் காலம் கேட்டு நின்ற தருணம் அது. படைப்பு சார்ந்தும் படைப்புக்கு வெளியிலும் பலர் இச்சவாலை எதிர்கொண்டு செயல்பட்டனர். இந்த இரு தளங்களிலும் தீவிரமாக இயங்கிவந்த ஒரு சில இலக்கியவாதிகளில் ஒருவர் க.நா.சு. என்று அறியப்படும் க.நா. சுப்பிரமணியன்.

விமர்சகராகவே பெரிதும் அறியப்பட்டுவரும் க.நா.சு. ஒரு முக்கியமான படைப்பாளி என்பது ஒன்றும் ரகசியச் செய்தி அல்ல. நல்ல எழுத்து என்பது எது, எதை, ஏன் படிக்க வேண்டும், பலராலும் நல்ல எழுத்து எனப் போற்றப் படும் எழுத்துகளை ஆழமான பொருளில் ஏன் நல்ல இலக்கிய மாகக் கொள்ள முடியாது என்பன போன்ற கேள்விகளைத் தனது விமர்சன எழுத்துகளின் மூலம் எதிர்கொண்டு தமிழ்ச் சமுதாயத்தைப் பார்த்துப் பேசிக்கொண்டிருந்தவர் அவர். பண்டைய தமிழ் இலக்கியங்களிலும் உலக இலக்கியங்களிலும் அவருக்கு இருந்த ஆழமான அறிமுகமும் துல்லியமான ரசனையும் அழகுணர்ச்சியும் இந்தப் பணிக்குத் தேவையான வலிமையை அவருக்கு அளித்துத் தமிழின் முன்னோடி விமர்சக ராக அவரை ஆக்கிவிட்டிருந்தன. ஒரு படைப்பாளியாகவும் செயல்பட்டுவந்த க.நா.சு., கவிதை, சிறுகதை, நாவல் என எல்லா இலக்கிய வடிவங்களிலும் தனது படைப்பு வெளிப் பாட்டிற்கான முயற்சிகளை மேற்கொண்டிருக்கிறார். கணிசமாக எழுதியிருக்கும் அவரது ஆக்கங்களில் ஒன்றான பொய்த்தேவு தமிழின் முக்கியமான முன்னோடி நாவல்களில் ஒன்றாக அமைந்திருப்பது தற்செயலானதல்ல. படைப்பூக்கத்தையும் படைப்பு சார்ந்த விசாலமான பார்வையையும் ஆழமான அறிவையும் பின்பலமாகக் கொண்ட ஒரு படைப்பாளியின் குறிப்பிடத்தக்க சாதனை இந்த நாவல்.

○

நாவல் 1946இல் எழுதப்பட்டுள்ளது. கிட்டத்தட்ட அறுபது ஆண்டுகள் – இரண்டு தலைமுறைக் காலம் – கடந்து இன்று இந்நாவலைப் படிக்கும்போதும் ஆர்வத்துடன் மனம் ஊன்றிப் படிக்க முடிவதே இந்நாவலின் இலக்கியப் பெறுமானத்தை உறுதிசெய்யப் போதுமான காரணம் என்று சொல்லலாம். சமூகத்தின் கடைமட்டத்தில் உழலும் ஒரு ரவுடியின் மகனான சோமுப் பயல் கிட்டத்தட்ட அறுபது ஆண்டுகள் கழித்து சோமுப் பண்டாரமாக மாறி உயிர் துறக்கிறான். சோமுப் பயல் சோமு

முதலியாராகவும் பிறகு சோமுப் பண்டாரமாகவும் மாறும் பரிணாம வளர்ச்சியை நம்பகத்தன்மையோடு முன்வைக்கும் இந்நாவல், வாழ்க்கை என்னும் மாபெரும் இயக்கத்தின் சிக்கலான புதிர்களை ஆர்ப்பாட்டமின்றி அடையாளப்படுத்துகிறது.

நாவலின் மையமான பார்வையையே நாவலின் தலைப்பாக வைத்திருக்கும் க.நா.சு., அந்தப் பார்வையின் தத்துவ விளக் கத்தையும் முன்னுரையில் தெளிவாகவே சொல்லிவிடுகிறார். பொருள் சார்ந்த உலகின் மீது மனிதன் வைக்கும் பற்று, அதன் இன்பங்களை அடைய அவன் மேற்கொள்ளும் போராட் டங்கள் ஆகியவற்றைக் கடவுளை அடைவதில் ஒரு உண்மை யான பக்தனுக்கு இருக்கும் வேட்கைக்கு இணையானதாகச் சொல்ல முடியும். பரம பக்தனுக்குத் தெய்வம் எப்படியோ அப்படித்தான் ஆசாபாசங்களில் உழலும் மனிதனுக்குப் பணம், காமம், அதிகாரம் முதலான லட்சியங்கள். இந்தத் தெய்வங்கள் மாறியபடி இருக்கும். பழைய தெய்வங்கள் பொய்யாகிப் புதிய தெய்வங்கள் அவதரித்தபடி இருக்கும். சோமு முதலியா ரின் வாழ்க்கையைப் பிரதானமாகவும் பிறரது வாழ்க்கையை உதிரிகளாகவும் வைத்து இந்தப் பொய்த் தெய்வங்களின் தரிசனங் கள் நாவலில் சாத்தியப்படுத்தப்படுகின்றன. இந்தத் தரிசனங்களின் வெளிச்சத்தில் ஒவ்வொரு வாசகரும் அவ்வப்போது மாறிவரும் தத்தமது தெய்வங்களை இனங்கண்டுகொள்ள முடிகிறது.

நமது வாழ்வில் நாம் ஆராதிக்கும் பொய்த் தெய்வங்களை இனம்காட்டும் இந்நாவல் அத்துடன் நின்றுவிடுவதில்லை. கலை சார்ந்த அணுகுமுறையின் அடிப்படை, எளிய முடிவு களைத் தாண்டிச் செல்வது. *என்ன* என்பதைக் காட்டிலும் *ஏன்* என்பதற்கு அழுத்தம் கொடுப்பது. அதையும் தத்துவ விளக்கமாகவோ உபதேசச் சொற்பொழிவாகவோ முன்வைக் காமல் நுட்பமான தளத்தில் நிகழ்த்துவது. சிக்கல்களும் குழப்பங் களும் நிரம்பிய வாழ்வின் புதிர்களுக்கு எளிமையான, திட்ட வட்டமான பதில்களை முன்வைப்பதில் கூச்சமடைவது. பொய்த்தேவு நாவல், அதில் வெளிப்படையாக முன்வைக்கப் படும் தரிசனங்கள், தத்துவங்கள் ஆகியவற்றைத் தாண்டி இயல் பாகப் பயணம் செய்கிறது. சோமுப் பயலின் பரிணாம வளர்ச்சியைச் சில இடங்களில் விரிவாகவும் சில இடங்களில் சுருக்கமாகவும் கூறியபடி செல்லும் க.நா.சு., அவனது பொருள் சார்ந்த வளர்ச்சி, அவனது ஆளுமையில் ஏற்படும் மாற்றங்கள், அந்த மாற்றங்களில் காணப்படும் சாதகமான மற்றும் எதிர் மறையான அம்சங்கள் ஆகியவற்றையும் கதையின் போக்கில் உணர்த்திவிடுகிறார். குருட்டு அதிருஷ்டம், திட்டமிட்ட முயற்சி, புத்திக் கூர்மை, தீவிர முயற்சி எனப் பல்வேறு கூறுகள் அவனது பொருளாதார வளர்ச்சியைத் தீர்மானிக்கின்றன. இவை எல்லாமே

ஒரு மனிதனின் வளர்ச்சியில் சாத்தியம்தான். சில திருப்பங்கள் நம்ப முடியாத அளவிற்கு இருப்பதும் வாழ்வில் நடக்கக்கூடியதுதான்.

இத்தகைய கூறுகளால் வளர்ச்சி காணும் சோமுவின் தனிப்பட்ட வாழ்க்கை எப்படி இருக்கிறது? அவனுக்கும் அவனது மனைவிக்கும், அவனுக்கும் அவனது ஆசை நாயகிகளுக்கும், அவனுக்கும் அவனது மகனுக்கும், இடையிலான உறவுகள் எப்படி இருக்கின்றன? நண்பர்களுடனும் ஊர்ப் பிரமுகர் களுடனும் வியாபாரப் புள்ளிகளுடனும் சிறப்பான உறவைப் பேணும் சோமுவால் தனிப்பட்ட உறவுகளில் அதைச் சாதிக்க முடியவில்லை. பெண்கள் அவனுக்கு வெறும் சதைப் பிண்டங் கள். வயிற்றுப் பசிக்குச் சோறு; உடற்பசிக்குப் பெண்கள். அதற்கு மேல் அவர்களுடன் எந்த ஒட்டுதலும் அவனுக்கு இல்லை. பெண்டாட்டியைப் பக்கத்தில் வைத்துக்கொண்டே ஆசை நாயகிகளுடன் குலவுவதில் அவனுக்கு எந்தப் பிரச்சினை யும் இல்லை. தன்னோடு உறவு கொள்பவர்களின் உணர்வு களைப் பற்றி அவன் எப்போதுமே யோசித்ததாகத் தெரிய வில்லை. எனில், வெளி உலகில் மட்டும் சீரான, பரஸ்பர நன்மை பயக்கும் உறவு எப்படிச் சாத்தியமாகிறது என்று பார்த்தால் அங்கு அவனை வழி நடத்துவது வெற்றிக்கான வேட்கை. பணம் என்ற தெய்வம் அவனுக்கு அளிக்கும் உத்வேகத்தின் விளைவே இந்த உறவுகளில் அவன் காட்டும் அக்கறை. மற்றபடி – ஓரிரு விதிவிலக்குகள் நீங்கலாக – யார் மீதும் அவனுக்கு அன்போ ஈரமோ இல்லை.

பொருள் மீது, சமூக அந்தஸ்தின் மீது அவனுக்கு இருக்கும் வெறித்தனமான ஈடுபாடு அவனது பையனின் நடத்தை அவனுக்கு அளிக்கும் அதிர்ச்சியினாலும் சாமா என்ற இளைஞ னின் ஆளுமையாலும் நிலைகுலைந்துபோகிறது. பணம், வசதி வாய்ப்புகள், வெற்றி ஆகியவற்றின் பொருளின்மை புரிகிறது. எல்லாவற்றையும் உதறிவிட்டு ஓட வேண்டும் என்ற எண்ணம் வருகிறது. பொருள் சார்ந்த வேட்கை துறவாக மாறுகிறது. இந்த மாற்றம் பண முதலையைப் பண்டாரமாக மாற்றி அனாதைப் பிணமாகச் சாலையோரத்தில் போடுகிறது.

சோமுவின் ஒவ்வொரு செயலும், ஒவ்வொரு மாற்றமும் விளங்கிக்கொள்ள முடியாத வாழ்வின் சித்திரங்களாய் மனத் தில் பதிகின்றன. அடுத்த நொடியில் என்ன நடக்கும் என்பதை அறிய முடியாத வசீகரப் புதிர் போன்ற வாழ்வின் சித்திரங்கள். இவை வாழ்வு குறித்த நமது பார்வையையும் புரிதலையும் கூர்மையாக்கக்கூடியவை. நமக்கும் வாழ்வுக்குமிடையிலான உறவை முன்முடிவுகளற்ற விசாரணையின் மூலம் செழுமைப் படுத்திக்கொள்ள உதவக்கூடியவை.

ஆனால் இந்தச் சித்திரங்கள் நாவலின் மேற்பரப்பில் இருப்பவை. நம் கண்ணுக்குத் தெரிந்து சலனம் கொள்பவை. இந்தச் சலனங்களைப் பதிவு செய்வது ஒரு தளம். இவற்றின் ஊற்றுக் கண்களைத் தேடிச் செல்வது வேறொரு தளம். மேலான படைப்புகளுக்கான முயற்சிகள் இந்தத் தளத்தை எட்டும் பயணத்தைத் தம்முள் கொண்டிருக்கின்றன. சோமுப் பயலின் வாழ்வின் தொடக்க ஆண்டுகள் குறித்த பதிவுகள் நாவலின் முன் பகுதியில் காட்சிகளாக முன்வைக்கப்படுகின்றன. இந்தக் காட்சிகளை நாம் உற்றுக் கவனித்தால் சோமுவின் பிற்கால வாழ்க்கையின் பல்வேறு புதிர்களுக்கு விடை கிடைக்கும். இரண்டும் இரண்டும் நான்கு என்பது போன்ற எளிய விடை அல்ல. புதிர் போலவே தோற்றமளிக்கும் விடை. ஒரு குறிப்பிட்ட விதைக்குள் ஒளிந்திருக்கும் மரம் எது என்பது சாதாரண அறிவுக்கு எட்டாதது போலவே இந்த விடைகளும் சாதாரணப் பார்வைக்குத் தென்படாமல்போகலாம். மாக்ரித் வரைந்த ஓர் ஓவியத்தை இணையத்தில் பார்க்கக் கிடைத்தது. முட்டையைப் பார்த்துப் பறவையை வரையும் ஓர் ஓவியனின் சித்திரம் அது. கலை உணர்வு கூடிய நுட்பமான நாவல்களின் புதிர் களை விடுவிக்க இது போன்ற முயற்சி தேவைப்படுகிறது. இந்தப் புதிர்களின் தீர்வுகள் நாம் எதிர்கொள்ளும் வாழ்க்கை யின் சில புதிர்களையேனும் புரிந்துகொள்ள நமக்கு உதவக்கூடும்.

நாவலின் தொடக்கத்தில் வரும் பகுதிகளைத் திரும்பத் திரும்பப் படித்து இதில் வரும் காட்சிகளை மனத்திரையில் மீண்டும் மீண்டும் ஓட்டிப் பார்த்துக்கொண்டிருந்தால் சோமு வின் வாழ்க்கைப் பயணத்தின் புதிர்களை ஓரளவேனும் அவிழ்க்க முடியலாம்.

கோவில் மணியோடும் சூரிய ஒளியோடும் குழந்தை சோமு கொள்ளும் உறவு, குழந்தைப் பருவத்தில் அப்பாவும் அம்மாவும் வெறித்தனமாகச் சண்டை போட்டுக்கொள்வதைப் பார்க்கும் அனுபவம், மூன்று வயதில் பார்க்க நேரிடும் அக்கா வின் சடலம், 'ஐயமாரு வூட்டுத் துணி' மேல் படுத்துறங்கியதற் காக வாங்கிய அடி, அப்பாவின் எதிரி ஒருவனிடம் ஐந்து வயதில் வாங்கிய மரண அடி, கோவில் திருவிழாவில் சூரன் தலை விழுந்து விழுந்து முளைப்பதுபோல் தன் தகப்பனின் தலையும் மாற வேண்டும் என்று பையன் கதறும் சம்பவம், அப்பா தூங்கிக்கொண்டிருக்கும்போது அவரது எதிரிகள் அவரைக் கட்டித் தூக்கிக்கொண்டுபோகும் காட்சி, "நீயாவது யோக்கியமாகப் பிழையடா பயலே" என்ற வார்த்தைகளுடன் வாங்கிய அறை என்று பல அனுபவங்கள் காட்சிப்படுத்தும் உத்தியில் சொல்லப்பட்டிருக்கின்றன. ஒவ்வொரு அனுபவமும் ஒரு சிறிய கதைபோல விளக்கமாகவே சொல்லப்படுகின்றன.

சோமு என்னும் சிறுவனுக்கு நேர்ந்த அனுபவங்களை விவரிக்கும் இந்தக் காட்சிகளை நாம் நுட்பமாக ஆராய்ந்தால் சோமு முதலியாரின் வாழ்வை நம்மால் புரிந்துகொள்ள முடியலாம்.

உலகில் பணத்துக்கு மிஞ்சிய தெய்வம் எதுவும் இல்லை என்று சோமு முதலியார் ஏன் நினைக்கிறார்? பெண்களைக் கட்டில் துணை என்பதற்கு மேல் மனிதப் பிறவிகளாக ஏன் அவரால் பார்க்க முடியவில்லை? பணம் மட்டும் இருந்தால் போதாது; ஊரில் பெரிய மனிதன் என்ற அந்தஸ்தும் வேண்டும் என்பதில் அவர் அவ்வளவு கவனமாக இருப்பது ஏன்? எவ்வளவு தான் பேராசை இருந்தாலும் கூடியவரை நேர்மையான வழிகளிலேயே சம்பாதிக்கும் அணுகுமுறை அவருக்கு எப்படி வந்தது? சுய முன்னேற்றத்தில் வெறி இருந்தாலும் நன்றி மறவாத தன்மை அவரை விட்டு அகலாமல் இருந்தது எப்படி? எதற்கும் அசராதவர் தன் பையன் தறிகெட்டுப்போவதை அறிந்ததும் நிலைகுலைந்துபோவது ஏன்? தனக்குத் தெய்வமாக இருக்கும் பணம் சாமா என்ற இளைஞனுக்கு ஒரு பொருட்டாகவே இல்லாதது அவரை எப்படிப் பாதிக்கிறது? மகன் தந்த பேரிடியின் பின்னணியில் சாமாவின் சொற்களும் கோவில் மணியோசையும் அவர் வாழ்க்கையைத் தலைகீழாகப் புரட்டிப் போடுவது எவ்வாறு சாத்தியமாயிற்று?

சிறு வயதில் கேட்டு லயித்த கோவில் மணியோசை, மேட்டுத் தெருவில் பார்த்த வெள்ளம், அப்பாவின் காரணமாக வாங்கிய அடி, அயோக்கியனின் பையன் என்று பெயரெடுத்த அனுபவம், கண்ணெதிரில் கடத்திக்கொண்டு செல்லப்பட்டு நிரந்தரமாக மறைந்துவிடும் அப்பா என்று குவிந்திருக்கும் சிறு வயது அனுபவங்களில் இந்தக் கேள்விகளுக்கான விடைகள் மறைந்திருக்கலாம். உதாரணமாக, "நீயாவது யோக்கியமாகப் பிழை" என்ற சொற்களும் 'அயோக்கியன்' என்று பெயரெடுத்தவனுக்கு மகனாகப் பிறந்ததால் விழுந்த அடியும் அவரது மனத்தில் ஆழப் பதிந்ததால் அயோக்கியன் என்ற பெயரெடுக்கக் கூடாது என்ற உறுதி சோமு முதலியாருக்கு ஏற்பட்டிருக்கலாம். அப்பா, அம்மா, அத்தை, மாமா, மாமி, தாத்தா, பாட்டி என்று யாருடைய அன்பும் அரவணைப்பும் இல்லாமல் வளர்ந்தது மனிதர்கள்மீது, குறிப்பாகப் பெண்கள்மீது அன்பில்லாத நிலையை ஏற்படுத்தியிருக்கலாம்.

எப்படியாவது பணக்காரனாகிவிட வேண்டும்; முடிந்தவரை பணத்தை அதிகமதிகமாகச் சம்பாதித்துக்கொண்டே இருக்க வேண்டும் என்ற வெறி, பணமே பிரதானம்; வெற்றியே இறுதி மதிப்பீடு என்ற பார்வை. பெண்களுடனான உறவு, ஊரில் பெரிய மனிதனாவதற்கான வேட்கை, கேளிக்கையின் மீதுள்ள ஈர்ப்பு, நன்றி விசுவாசம், சாமா போன்ற பிழைக்கத்

தெரியாத இளைஞனிடம் ஏற்படும் இனம் புரியாத ஈடுபாடு, மகனுடைய வாழ்வைத் தன் சொந்த அவமானமாக நினைக்கும் அணுகுமுறை, கோவில் மணியோசையின் ஈர்ப்பு ... இவை எல்லாவற்றுக்குமான ஊற்றுக்கண்களை நாவலின் முதல் சில பக்கங்களில் காண முடியும்.

சில சம்பவங்கள் விரிவாகவும் சில சுருக்கமாகவும் சொல்லப்படுவதும் சற்று யோசித்துப் பார்க்கும்போது அர்த்தம் நிறைந்ததாகவே படுகிறது. உதாரணமாக, இன்னாருடைய பையன் என்பதற்காக அடி வாங்கும் காட்சி விரிவாகக் காட்டப் படுகிறது. பெற்றோர் மூலம் நம் மீது வந்து விழும் சுமைகள், எவ்வளவுதான் பலசாலியாக இருந்தாலும் பணமோ அந்தஸ்தோ இல்லாதவனுக்குச் சமூகத்தில் கிடைக்கும் மரியாதை ஆகிய வற்றைத் தெளிவற்ற முறையிலிலும் சோமு என்ற சிறுவன் உணர்ந்துகொண்டிருக்க முடியும் என்பது இந்தச் சித்தரிப்பின் மூலம் உணர்த்தப்படுவதாகக் கொள்ளலாம். பின்னாளில் பணம், அந்தஸ்தின் மீது அவருக்கு ஏற்படும் வெறியும் தன் மகனின் போக்கை அறியும்போது சோமு முதலியாருக்கு ஏற்படும் அதிர்ச்சியும் இந்தச் சம்பவத்தில் வேர் கொண்டிருப் பதற்கான சாத்தியக்கூறுகள் உள்ளன.

இப்படியெல்லாம் யோசிப்பதற்கான வாய்ப்புகளுடன் முடிவுகளற்றுத் திறந்து கிடக்கின்றன நாவலின் பாதைகள். இந்தப் பாதைகளினூடே நாம் செய்யும் பயணம் நமது வாழ்க்கைப் பாதையினூடே நிகழ்த்தும் பயணமாகவும் ஒரு கட்டத்தில் மாறிவிடக்கூடும். சுய விசாரணைகளையும் சுய அறிதலையும் தூண்டும் இத்தகைய பிரதிகளைத்தான் சிறந்த கலைப் படைப்புகள் என்று சொல்லத் துணிய முடியும்.

○

புறத் தோற்றங்களை வைத்து நாம் எதையும் புரிந்து கொண்டுவிட முடியாது; எதைப் பற்றியும் முடிவுக்கு வந்துவிட முடியாது என்பதை இப்படிப்பட்ட சித்தரிப்பின் மூலம் நாவல் உணர்த்துகிறது. எளிய தீர்வுகள், எளிய விடைகள், கிளுகிளுப் பூட்டும் அற்ப தரிசனங்கள், உள்ளீடற்ற மனக் கொந்தளிப்புகள், ஆத்மார்த்தமற்ற ஆவேசங்கள் முதலானவற்றைத் தவிர்த்து விட்டுத் தீவிரமானதும் ஆழமானதுமான விசாரணையை நாவல் இதன் மூலம் தூண்டிவிடுகிறது. இதன் மூலம் வாசக மனத்தின் பொதுப்புத்தி சார்ந்த தளத்தைத் தாண்டிச் சில அடுக்குகளேனும் உள்ளே சென்று அழுத்தமான சலனங்களை ஏற்படுத்துகிறது. இந்தச் சலனங்கள் சமரசப் பூச்சுக்கள் அற்ற, மேலோட்டமான அலங்காரங்களைத் துறந்த உண்மையை நோக்கிப் பயணம் செய்யத் தூண்டுகின்றன. நடத்தைக்குப்

பின் உள்ள குணங்கள், குணங்களுக்குப் பின்னால் உள்ள உணர்வுகள், உணர்வுகளை எழுப்பும் அனுபவங்கள, அனுபவங் களைச் சாத்தியப்படுத்தும் வாழ்நிலை, அனுபவங்களை எதிர் கொள்ளும் முறையைத் தீர்மானிக்கும் பிறப்பு மற்றும் வளர்ப்புச் சூழல், அந்தச் சூழலைத் தீர்மானிக்கும் சமூக, பொருளாதார, வரலாற்றுக் காரணிகள் என்று முடிவுறாமல் செல்லும் இந்தக் கண்ணியின் மீது நமது பார்வையைப் பதித்துவிடுகிறது. காலம், இடம், சமூகச் சூழல் ஆகியவற்றினூடே விரிந்து பரந்து செல்லும் இத்தகைய விசாரணையைச் சாத்தியப்படுத்துவது நாவல் கலையின் பிரத்யேக குணங்களில் ஒன்று. பகுதிகளில் பிரதி பலிக்கும் முழுமையின் சாரத்தை ஸ்பரிசிக்க வைப்பது சிறு கதைக் கலை என்றால் பல்வேறு பகுதிகளினூடே மேற்கொள் ளும் பயணத்தின் மூலம் முழுமையின் சித்திரத்தைத் தரிசிக்க வைப்பது நாவல் கலை. இத்தகைய தன்மைகளைக் கொண்டி ருக்கும் பொய்த்தேவு தமிழின் சிறந்த நாவல்களில் ஒன்றாக மதிக்கப்படுவதில் ஆச்சரியம் ஏதும் இல்லை.

○

நாவலின் மேற்பரப்பிலும் ஆழமான தளங்களிலும் வெளிப் படும் விசாரணைகள், தரிசனங்கள் ஒருபுறம் இருக்க, வேறு சில கோணங்களிலும் பொய்த்தேவு நாவலை முக்கியமான பிரதியாக அடையாளம் காண முடிகிறது. சென்ற நூற்றாண்டின் முற்பகுதியில் நடைபெறும் இக்கதை சாத்தனூரின் சமூக நிலையையும் அதில் ஏற்படும் மாற்றங்களையும் காட்டுகிறது. நவீன நாகரிகத்தின் வரவு பழமையில் ஊறிய சமூகத்தில் ஏற்படுத்தும் சலனங்கள் சந்தடியில்லாமல் பதிவாகின்றன. சமூக அந்தஸ்தில் அந்தணர் முதல் தீண்டாதார்வரை, நாசூக்கு நாராயணர்கள் முதல் ரவுடிகள்வரை, நிலச்சுவான்தார்கள் முதல் பிச்சைக்காரர்கள், விபச்சாரிகள்வரை வெவ்வேறு தளங் களில் பிரிந்தும் இணைந்தும் உருவாகும் சமூக உறவுக் கண்ணி களைச் சுருக்கமாகவும் நுட்பமாகவும் கோடிகாட்டுகிறது நாவல். சமூக அமைப்பின் அதிகார அடுக்குகள் பற்றிய துல்லிய மான படப்பிடிப்பும் இதில் உள்ளது. இரண்டு மூன்று தலை முறைக்குச் சொத்து சேர்த்து வைத்திருப்பவர்களும், ஆண்டவனே கதி என்று கிடப்பவர்களும் நாவலில் உதிரிகளாக வந்து போகையில் ரவுடிகளும் கீழ்த்தட்டு மக்களும் கூடுதலான கவனம் பெறுகிறார்கள். நாவலின் மையமான கதா மாந்தர்களும் அவர் கள் பேணும் ஒழுக்கமும் சமூகத்தின் மையத்தை அல்லாமல் விளிம்பு நிலைகளைப் பிரதிபலிப்பது தற்செயலானதாக இருக்க முடியாது. சமூகத்தின் கீழ்த்தட்டுகள் குறித்த நாவலாசிரியரின் அக்கறையின் வெளிப்பாடாகவே இருக்க முடியும். தவிர, ஒரு

22 ❧ அரவிந்தன்

ஊரின் வரலாறு என்பது அவ்வூரின் 'சிறந்த' மனிதர்கள் வரலாறு மட்டும் அல்ல என்ற பார்வையையும் இது வெளிப்படுத்துகிறது.

க.நா.சு.வின் கதை கூறும் முறையில் காணப்படும் எளிமை யும் பக்குவமும் உணர்ச்சிவசப்படாத தன்மையும் குறிப்பிட்டுச் சொல்லப்பட வேண்டியவை. மிகையாக எதையும் சொல்வதில் அவருக்குச் சுத்தமாக நம்பிக்கையில்லை. அலங்காரம் என்பது அவருக்குக் கட்டோடு பிடிக்கவில்லை. சம்பவங்களின் தன்மை யிலும் பாத்திரங்களின் போக்கிலும் ஏற்படும் நல்லது கெட்டது களில் பட்டுக்கொள்ளாமல் அவற்றைப் பேசுவது தனது எல்லை களை நன்குணர்ந்தவரின் பக்குவத்தின் விளைவாகவே தெரிகிறது. ஓரளவு கதாசிரியரின் ஆளுமையை நினைவுபடுத்தும் சாமா வின் பாத்திரத்தில் மட்டும் ஆசிரியர் சற்று ஒன்றிப்போய் விடுவதுபோல் தெரிகிறது.

தத்துவம், அனுபவம் ஆகிய இரு தளங்களிலும் தீர்க்கமாக சஞ்சரிக்கும் இந்நாவலின் வாழ்வு குறித்த அணுகுமுறை, கதை கூறலில் உள்ள பக்குவம் ஆகியவற்றைத் தாண்டிக் குறைகள் தலைகாட்டாமல் இல்லை. நிகழ்வுகள் சார்ந்த வெளிப்படை யான தத்துவ விசாரங்களும் ஆளுமைகள் சார்ந்த விளக்க உரைகளும் கதைகூறலில் ஆங்காங்கே நெருடுகின்றன. நாவல் ஒரு சில இடங்களில் தேக்க நிலையின் விளிம்புக்குச் சென்று வருவதும் சம்பவ விவரிப்புகள் சில சமயம் காலட்சேபத் தொனியில் அமைந்திருப்பதும் சற்றே அலுப்பூட்டுகின்றன. அறுபது ஆண்டுக் கால இலக்கிய வளர்ச்சியின் வெளிச்சத்தில் மேலும் பல குறைகளைக் கண்டு சொல்லலாம். ஆனால் தமிழில் நாவல் வடிவம் அதிகம் அறிமுகமாகியிராத காலகட்டத் தில் உருவான நாவல் என்பதை மனத்தில் கொண்டு பார்க்கை யில் அக்குறைகள் பெரிதாகத் தெரியவில்லை. வேறு விதமாகச் சொல்வதானால் முன்னோடிப் படைப்புகளுக்குரிய சாதகங் களும் பாதகங்களும் இந்நாவலில் பிரதிபலிக்கின்றன.

வாழ்வனுபவத்தை வாசிப்பனுவத்தின் மூலம் சாத்தியப் படுத்தும் ஒரு படைப்பு, கால மாற்றத்தின் பின்னணியில் வாழ்வைப் பதிவுசெய்யும் ஒரு பிரதி, அனுபவம் சார்ந்த விசாரணையைத் தூண்டி விசாரணைகளின் விளைவான தரிசனங்களை நிகழ்த்தும் எழுத்து, நிச்சயம் சிறந்த கலைப் படைப்பின் தன்மைகளைக் கொண்டிருக்கிறது என்று சொல்ல லாம். அந்த வகையில் பொய்த்தேவு இன்றளவிலும் நிறைவைத் தரும் ஒரு சிறந்த கலைப் படைப்பு என்பதில் சந்தேகமில்லை.

(2005 ஆகஸ்ட் மாதம் சேலத்தில் காலச்சுவடு அறக்கட்டளையும் சேலம் தமிழ்ச் சங்கமும் இணைந்து நடத்திய கருத்தரங்கில் சமர்ப்பிக்கப்பட்ட கட்டுரை.)

●

பசித்த மானிடம்

நினைவுக் கிடங்கிலிருந்து வெளிச்சத்திற்கு

ஓரிரு பாத்திரங்கள், ஓரிரு குடும்பங்கள் – இவற்றை மையமாகக் கொண்டு, இவர்களது வாழ்க்கையைச் சுற்றிப் பின்னப்பட்ட நாவல்களே தமிழில் அதிகம். சமூக, அரசியல் கூறுகளும் மாற்றங்களும் தீவிரமாகக் கையாளப்பட்டாலும் அவை மையமான பாத்திரங்கள் / குடும்பங்களின் பின்னணியில்தான் கையாளப்படுகின்றன. முக்கியமான விதிவிலக்குகள் சில இருந்தாலும் தமிழ் நாவல்களின் பொதுவான போக்கு இதுதான். மறைந்த எழுத்தாளர் கரிச்சான் குஞ்சுவின் 'பசித்த மானிடம்' நாவலும் இந்தப் பொதுப் போக்கை அடி யொற்றி அமைந்தாலும் அது வேறுபடும் இடங்கள் முக்கியமானவை.

கணேசன், கிட்டா ஆகிய இரு நபர்களின் வாழ்க்கை அவர்களது சிறு வயது முதல் நடுத்தர வயது வரையிலும் சொல்லப்படுகிறது. நேர்க்கோட்டில் அமையும் பயண மாக அல்லாமல் முன்னும் பின்னும் நகரும் இயக்கமாக விவரிக்கப்படுகின்றன இவர்களது வாழ்வின் போக்குகள். முரண்பட்ட இயல்புள்ள இருவரது வாழ்வின் பயணங் களும் வெவ்வேறு திசைகளில் கிளை பிரிந்து வளர்கின்றன. அக்ரஹாரத்து வாழ்க்கை, தஞ்சாவூர், கும்பகோணத்தில்

ஏற்படும் சமூக, பொருளாதார மாற்றங்கள், மனித ஆசாபாசங் கள், உன்னதங்கள் ஆகியவை இவர்களது பயணத்தினூடே பதிவுபெறுகின்றன.

இதே போன்ற இயல்பு கொண்ட பல நாவல்கள் தமிழில் வந்துள்ளன என்றாலும் பசித்த மானிடத்தில் அலாதியான சில அம்சங்கள் உள்ளன. வாழ்க்கை யதார்த்தங்களை கரிச்சான் குஞ்சுவின் கலைப் பார்வை அணுகும் விதமே இந்நாவலை வேறுபடுத்திக் காட்டுகிறது. யதார்த்தத்தை ஒப்பனைகளற்ற அடையாளங்களுடன் முன்வைப்பதே அவருக்கு உவப்பானதாக இருக்கிறது. தழுதழுப்பு, லட்சியவாதம், தத்துவம், அரசியல் ரீதியான திட்டங்கள் ஆகியவற்றின் குறுக்கீடு இன்றிக் கூடியவரையிலும் எதையும் நேரடியாக, நிர்வாணமாகக் காட்டிவிடுவதே இவரது இயல்பாக இருக்கிறது. நாவலில் இவர் காட்டும் யதார்த்தம் என்பது புறவுலகைச் சார்ந்ததாக அல்லாமல் புறவுலகைப் பின்னணியாகக் கொண்டதாக இருக்கிறது. மனித மனத்தின் இயல்பை, தன்னிச்சையான அதன் வெளிப்பாடுகளைப் புறவுலகப் பின்னணியில் கூறுகிறார் கரிச்சான் குஞ்சு. மனித நடத்தையின் விசித்திரப் பரிமாணங் களை, அவை வேர் கொண்ட ஆழ்மன இயக்கத்துடன் காட்டு வதற்கான பின்னணியாக மட்டுமே இவருக்குக் கும்பகோணத்துச் சத்திரங்களும் தெருக்களும் அக்கிரஹாரங்களும் தேவைப்படு கின்றன. இவரது கவனம் முழுவதும் இந்தத் தோற்றங்களைத் தாண்டியதாக, மனித இயல்பின் வகைப்படுத்த முடியாத கூறுகளைப் பற்றியதாக இருக்கிறது.

இந்தக் கவனத்தில் இவர் காட்டும் அக்கறையும் அழுத்தமும் மனித இயல்பு சார்ந்த சில உண்மைகளைக் கூறுகின்றன. குறிப்பாகக் காமம், பணம், அந்தஸ்து ஆகியவை தொடர்பான மனித இச்சைகள். தண்ணீரில் சொட்டச் சொட்ட நனைந்த படி நிற்கும் ஒரு பெண்ணை ஓர் ஆணின் கண்கள் எப்படிப் பார்க்கும் என்பதிலிருந்து, வாளிப்பான உடல் கொண்ட சிறுவனைத் தமது காம இச்சைக்குப் பயன்படுத்திக்கொள்ளும் பெரிய மனிதர்கள்வரை, உடல் சார்ந்த இச்சைகள் அப்பட்ட மாகவே முன்வைக் கப்படுகின்றன. பணம், அந்தஸ்து, காமம், தன் முனைப்பு, அச்சம் ஆகிய உணர்வுகள் – மானுட வாழ்வின் ஆதாரமான பசிகள் – அழகியல் பூச்சுக்கள், 'நாகரிகம்' சார்ந்த நாசூக்குகள், அரசியல் ரீதியான திட்டங்கள், சுய படிமங்களைக் காப்பாற்றிக்கொள்ளும் தந்திரங்கள் ஆகிய திரைகள் இல்லாமல் காட்டப்படுகின்றன. கரிச்சான் குஞ்சுவைப் பல தமிழ் எழுத்தாளர்களிடமிருந்து பிரித்துக் காட்டும் அம்சங்களில் ஒன்று இது.

இந்தத் தன்மையால்தான், தன்னிடம் பல பெரியவர்கள் அன்பாக நடந்துகொள்வதற்கான காரணம் நன்கு தெரிந்தும் அதனால் கிடைக்கும் லாபங்களுக்காக அதை ஏற்றுக்கொள்ளும் வாலிபனின் நடத்தை, அக்கிரஹாரத்துப் போலித்தனங்கள் போன்றவற்றைக் கரிச்சான் குஞ்சுவால் அலட்டிக்கொள்ளா மலும் அப்பட்டமாகவும் கூற முடிகிறது. முப்பது – நாற்பது ஆண்டுகளுக்கு முன்புவரையிலும் அருவருப்புடன் வெறுத்து ஒதுக்கப்பட்ட, விளிம்பு நிலை வாழ்வில் அவதியுற்ற தொழு நோயாளி ஒருவரை மையக் கதாபாத்திரமாக்க முடிகிறது.

வயிற்றுப் பசி, அதிகாரப் பசி, காமப் பசி எனப் பல விதமான பசிகளின் உந்துதலால் செலுத்தப்படும் மானிட வாழ்வு கடைசியில் எதில் நிறைவு அடைகிறது என்ற கேள்வியை நோக்கிச் செல்வது இந்த நாவலின் சிறப்புகளில் ஒன்று. பரபரப் பான ஓட்டத்தின் உள்ளீடற்ற தன்மையை மனம் உணரத் தலைப்படும்போது காலம் கடந்துவிடுகிறது. சாப்பிட்டுச் சாப்பிட்டு வயிறும் மனமும் நிறைவதற்குப் பதில் ஜீரண உறுப்புகள் பழுதாகிப் பசி மங்கிவிடுகிறது. அடைய வேண்டியது என ஒன்று இல்லை என்றாகிவிடுகிறது. எதையும் அடைந்து எதையும் சாதிக்க வேண்டியதில்லை எனத் தோன்றிவிடுகிறது. இத்தகைய பக்குவம் எய்திய பிறகு வாழ்க்கையைத் திரும்ப வாழ இயலவில்லை. நேற்றை அசைபோட்டபடி முடிவை எதிர் நோக்கிக் காத்திருப்பது தவிர வேறு வழியில்லை. வாழ்வின் அர்த்தமின்மையைத் தத்துவத்தின் வெளிச்சத்தில் அல்லாது வாழ்வனுபவங்களினூடேயான பயணத்தின் மூலம் ஸ்பரிசிக்க முயல்கிறது 'பசித்த மானிடம்'. தனது சுய அனுபவம் சார்ந்த விசாரணையில் வாசகரை ஈடுபடுத்தும் சாத்தியக்கூறைக் கொண்டிருப்பது இந்நாவலை முக்கியமான நாவல்களில் ஒன்றாக ஆக்குகிறது.

ஒப்பனைகள் துறந்த அனுபவங்கள், திரை விலகிய உண்மை கள் ஆகியவை ஒருபுறம் இருக்க, கரிச்சான் குஞ்சு காட்டும் அக்கிரஹாரமும் கும்பகோணமும் தம்மளவிலேயே முக்கியத் துவம் வாய்ந்தவை. எள்ளலும் துல்லியமும் கொண்ட இந்தச் சித்தரிப்புகள் கால மாற்றத்தின் அடையாளங்களை நமக்கு உணர்த்தக்கூடியவை. பார்வையில் மாற்றம் பெறாமல் புறச் சூழலில் ஏற்பட்ட மாற்றங்களால் நவீனமயமாகிவரும் ஒரு சமூகத்தின் தடுமாற்றங்களைத் தாட்சண்யமின்றிப் பதிவுசெய்யும் பிரதிகளில் ஒன்றாகவும் இந்நாவலைக் காணலாம். முன்முடிவு கள், திட்டங்கள் இன்றி யதார்த்தத்தைக் கறாராக அணுகும் கரிச்சான் குஞ்சு, போலித்தனத்தைப் பரிகசித்தாலும் மெய்யான புலமையையும் அர்ப்பணிப்பு உணர்வையும் பாராட்டுணர் வுடனேயே அணுகுகிறார். மனித நேயம், ஆன்மீக நாட்டம்,

ஒழுக்கம் ஆகிய சொற்களின் நடைமுறை அர்த்தங்களை ஈவிரக்கமின்றிக் கேள்விக்குட்படுத்தும் இவர் அரிதாகத் தென்படும் சத்தியத்தின் அடையாளங்களையும் இயல்பாகப் பதிவு செய்கிறார்.

நாவலின் ஓட்டத்திலுள்ள சமச்சீரற்ற போக்கு ஒரு குறையாகப்படுகிறது. தேவைப்படாத சில இடங்களில் அதிகமாகவும் தேவைப்படும் சில இடங்களில் குறைவாகவும் தொழிற்படும் நிதானம் வாசக அனுபவத்தைச் சோதிக்கிறது. கூர்மையான விசாரணையுடன் கூடிய யதார்த்தச் சித்தரிப்பும் வாழ்க்கைப் பயணமும் இக்குறையை ஈடுகட்டுகின்றன.

தமிழின் முக்கியமான நாவல்களில் ஒன்று எனப் பலரால் பல சந்தர்ப்பங்களில் சொல்லப்பட்டாலும் இன்றைய தலைமுறையினருக்குப் படிக்கக் கிடைக்காமல் தமிழ் வாசக மனத்தின் நினைவுக் குறிப்பாக மாறிவிடும் நிலையிலிருந்த இந்நாவல் பல ஆண்டுகளுக்குப் பிறகு இப்போது மறுபதிப்புக் காண்கிறது. முன்னோடிகளின் முக்கியமான ஆக்கங்களைப் படித்துச் சமகாலப் பின்னணியில் அவற்றை மறுவாசிப்புச் செய்யவும் மதிப்பிடவும் இது போன்ற முயற்சிகள் உதவும் என்ற நம்பிக்கையுடன் காலச்சுவடு இந்நாவலை மறுபிரசுரம் செய்கிறது.

(காலச்சுவடு பதிப்பக வெளியீடாக வெளிவந்திருக்கும்
'பசித்த மானிடம்' நூலின் பதிப்புரை; 2005.)

•

தாமரை இலைமீது ததும்பும் சொற்கள்

அசோகமித்திரன் சிறுகதைகளினூடே ஒரு பயணம்

1956 முதல் 2000 வரையிலான 44 ஆண்டுகள். 187 சிறுகதைகள். 7 நாவல்கள். சுமார் 10 குறுநாவல்கள். 300க்கும் மேற்பட்ட கட்டுரைகள். சாகித்ய அக்காதெமி விருது. மத நல்லிணக்க விருது. இரு தொகுப்பு நூல்கள். நான்கு மொழிபெயர்ப்பு நூல்கள். ஆங்கிலத்திலும் மலையாளத்திலும் மொழிபெயர்க்கப்பட்டதில் கிடைத்த பரவலான அங்கீகாரம்.

இந்தப் புள்ளிவிவரங்கள் அசோகமித்திரன் என்னும் புனைபெயரில் எழுதிவரும் ஜ. தியாகராஜன் என்பவரின் எழுத்துலகப் பயணத்தின் வீச்சை உணர்த்தக்கூடியவை யாக இருக்கலாம். ஆனால் அந்தப் பயணத்தின் தடங் களைச் சொல்லும் திறன் இவற்றுக்கு இல்லை. ஆனால் அசோகமித்திரனின் படைப்புகளில் அங்குமிங்குமாகச் சுமார் 100 பக்கங்களையேனும் படிக்கும் ஒரு வாசகருக்கு அவரது படைப்புலகின் சில முக்கியமான தடங்களை இனம்காண முடியும். அவற்றைப் பின்பற்றிச் சென்று வேறு பல தடங்களையும் கண்டுணர முடியும். தமிழின் முக்கியமான கலைஞர் ஒருவரது படைப்புக் களத்தில் தான் நடமாடுவதையும் இதன் மூலம் உணர்ந்துகொள்ள முடியும்.

அசோகமித்திரன் (அசோகரின் நண்பன்) என்ற பெயர்ச் சொல்லின் ஒலி ஏற்படுத்தும் படிமம் மன்னர் காலத்து மிடுக்குகளுடன் தொடர்புகொண்டது. இது அசோகமித்திரன் படைப்புகளின் எளிமைக்குச் சற்றும் தொடர்பில்லாதது. ஆனால் அசோகர் ஒரு மன்னர் என்றாலும் போருக்குப் பிறகு அவர் மனத்தில் ஏற்பட்ட மாற்றத்திற்காகவே அவர் மிகுதியும் அறியப்படுகிறார். அதாவது அவர் மனத்தில் சுரந்த அளவற்ற கருணை மற்றும் அதையொட்டி நடந்த மாற்றங்கள். கருணையின் பரிமாணங்களான அக்கறை, எளிமை ஆகிய பண்புகளுக்கும் அசோகமித்திரன் கதைகளுக்கும் இடையே உள்ள தொடர்பை உணரும்போது அவரது புனைபெயர் எவ்வளவு பொருத்தமானது என்பது புரியும்.

மேற்பார்வைக்கு ராஜ கம்பீரம் தொனிக்கும் இந்தப் புனைபெயர் அதன் சாரத்தில் எளிமையின் சின்னமாக இருப்பது போலவே, பார்க்க எளிமையாகத் தோற்றமளிக்கும் அசோகமித்திரன் படைப்புகள் உண்மையில் மிகவும் கனமானவை; உள்முரண்பாடுகளும் சிக்கல்களும் கொண்டவை. இவற்றைக் காண வேண்டுமென்றால் அசோகமித்திரனின் படைப்புகளுக்குள் நீண்ட பயணத்தை மேற்கொள்ள வேண்டும்.

○

அசோகமித்திரனின் கதையுலகம் நகர்ப்புற நடுத்தர மற்றும் கீழ் நடுத்தர வர்க்கத்து மனிதர்களை மையமாகக் கொண்டது எனப் பலராலும் சொல்லப்படுகிறது. அவரது அனைத்துச் சிறுகதைகளையும் படித்து முடித்த பிறகு இந்தக் கட்டுரை எழுதுவதற்காக அவரது கதைகளைப் பொருள் சார்ந்தும் களம் சார்ந்தும் சமூகப் பிரிவுகள் சார்ந்தும் வகைப்படுத்த முயன்றேன். நடுத்தர வர்க்கத்து இயலாமை, குழந்தைகள், உளவியல், தத்துவம், அமானுஷ்யம், நகைமுரண், வெறுமை, செகந்திராபாத், சினிமா, மாறுதல், பெண்கள், அங்கதம், உறவுகள் எனக் கிட்டத்தட்ட 15 பிரிவுகளை அடையாளப்படுத்த முடிந்தது.

தனது சூழலின்மீது அசோகமித்திரனுக்கு இருக்கும் கரிசனம் வாழ்வின் பல்வேறு அம்சங்களையும் தழுவியதாகப் பரிணமிக்கிறது. பல இடங்களில் கதை மாந்தர்கள் வெறும் பின்னணியாக மாறிவிடுகின்றனர். 'நூலகத்துக்குப் போகும் வழியில் ஒரு கிரிக்கெட் மேட்சைப் பார்க்க நின்றபோது' கதையில் கிரிக்கெட் ஆடுபவர்களையும் அவர்களது உணர்ச்சிகளின் ஏற்ற இறக்கங்களையும் பற்றித் துல்லியமாகச் சொல்லப்படுகிறது. ஆனால் கதையின் மையம் ஆட்டத்தை வேடிக்கை பார்த்துக்கொண்டிருக்கும் இளைஞனின் உணர்வுகள். மைதா

னத்தில் எழும் உணர்ச்சிகளை ஆர்வத்துடனும் பரிவுடனும் பார்த்துக்கொண்டிருக்கும் அந்த இளைஞன் அந்த உணர்ச்சி களோடு ஒட்டாமல் விலகியும் நிற்கிறான். இந்தக் கதை கிரிக்கெட்டைப் பற்றியது என்று சொல்வது போன்றதுதான் நடுத்தர வர்க்கத்தினர் வரும் கதைகள் அவர்களைப் பற்றியவை என்று சொல்வதும்.

அசோகமித்திரன் பல கதைகளில் நடுத்தர வர்க்கத்தினரைக் கதைப்பொருளாக அல்லாமல் கதைக் களனாக மட்டுமே பயன்படுத்தியிருக்கிறார். நடுத்தர வர்க்கப் பின்னணி கொண்ட 'வாழ்விலே ஒரு முறை' கதை முழுக்க முழுக்கக் குழந்தைகள் உலகம் சார்ந்தது. படுக்கையில் சிறுநீர் கழித்துவிடும் நடுத்தர வர்க்கச் சிறுவனைப் பற்றிய 'மறுபடியும்' கதை உளவியல் தன்மை கொண்டது.

ஆக, அசோகமித்திரனின் கதைகளை வர்க்கம் சார்ந்தும் நிலவியல் சார்ந்தும் பொதுமைப்படுத்த முடியாது. அவருக்கு வாழ்க்கைதான் முக்கியமானதாக இருக்கிறது. தான் வாழும் காலத்தில் தனக்கு அனுபவிக்கவும் பார்க்கவும் கிடைக்கும் வாழ்வின் இயக்கத்தை, அதன் சூழ்நிலையை, வெளிச்சங்களை, இருட்டுகளை, நிழல்களைப் பதிவுசெய்கிறார். இந்த இயக்கத் தில் சினிமாக்காரர்கள், ஆங்கிலோ இந்தியர்கள், நிஜாம் காலத்து செகந்திராபாத் முஸ்லிம்கள், குழந்தைகள், பெண்கள், முதியவர்கள் என்று பலரும் முகம் காட்டுகிறார்கள். இவர் களில் ஒரு பிரிவாகத்தான் நடுத்தர வர்க்கத்தினரும் வந்து போகிறார்கள்.

இவர்கள் எல்லாம் அடங்கிய அசோகமித்திரனின் கதை யுலகைச் சற்று நெருங்கிப் பார்த்தால் தமிழ்ப் புனைவுலகில் பதிவுபெறாத சில பிரிவினரின் வாழ்க்கையும் சில இடங்களும் இருப்பது தெரியவரும். சிறு வயதில் செகந்திராபாதில் இருந்த இவர் செகந்திராபாத் வாழ்க்கையை அதன் மதம், அரசியல், சமூக உறவுகள் ஆகிய கூறுகளுடன் பதிவுசெய்திருக்கிறார். குறிப்பாக நிஜாம் காலத்திலும் அதற்குப் பிறகும் அங்கு நிலவிய முஸ்லிம்களின் வாழ்க்கை. இந்தியா சுதந்திரம் பெற்ற நேரத்தில் ஹைதராபாதில் நடந்த நிகழ்வுகளை மையமாகக் கொண்டு '18ஆவது அட்சக்கோடு' என்ற நாவலை எழுதியுள்ள அசோகமித்திரன், நிஜாமின் ஆட்சி முடிவுக்கு வந்த பிறகு அங்கிருந்த முஸ்லிம்களின் வாழ்க்கையில் ஏற்பட்ட மாற்றங் களைப் பல சிறுகதைகளில் காட்டுகிறார். நிஜாமுக்கும் இந்திய அரசுக்கும் இடையே நிகழ்ந்த மோதலில் அறிந்தும் அறியாமலும் மாட்டிக்கொண்டு சாமானிய முஸ்லிம்கள் பட்ட அவதிகளை இவரது வரிகளினூடே உணர முடிகிறது.

அதிகாரப் பீடங்கள் தம் நோக்கங்களுக்கேற்பப் பாமர மக்களைப் பயன்படுத்திக்கொள்ளும் திறமையும் அவர்களது உயிர்ப் பலியைத் தியாகமாக உணரவைக்கும் தந்திரமும் கொண்டவை. அவர்களது கல்லறையின் மேல் அமைக்கப்படும் அரண்மனையில் எந்தக் குற்றவுணர்வும் இன்றிக் கம்பீரமாகக் கோலோச்சும் இயல்பு கொண்டவை. இத்தகைய அதிகார சக்திகளுக்குள் நடைபெறும் மோதலில் ஈடுபடாமலேயே அதனால் பாதிக்கப்பட்டவர்கள் மட்டுமல்ல; ஈடுபட்டுப் பாதிக்கப்பட்டவர்களையும் அப்பாவிப் பலியாடுகளாகவே பார்க்க வேண்டும். காலம், இடம், இனம், மதம் ஆகியவற்றைக் கடந்த இந்த உண்மையை உணர்த்தும் சாட்சியங்கள் அசோக மித்திரன் கதைகளில் உள்ளன. 'ஐந்நூறு கோப்பைத் தட்டுகள்' கதையின் சையதுபோலப் பல பலியாடுகளை அசோகமித்திரன் அடையாளப்படுத்துகிறார். அவர்களது செயல்களை ஒற்றைப் பரிமாண அளவுகோல்களுக்குள் சுருக்காமல் அவர்களது நிலையைப் புரியவைக்கிறார். தர்க்கங்கள், உரத்த சிந்தனைகள், கோஷங்கள் ஆகியவற்றின் மூலம் அல்லாமல் நிகழ்வுகளையும் உணர்வுகளையும் தனக்கே உரிய கோணத்திலும் மொழியிலும் முன்வைப்பதன் மூலம் இதைச் செய்வது அசோகமித்திரனின் கலை ஆளுமையின் சாதனை.

மதம் சார்ந்த அரசியல் போராட்டங்கள் நிகழும் இடங் களில் இரு வேறு மதங்களைச் சேர்ந்தவர்களுக்கிடையேயான உறவு பாதிப்புக்குள்ளாவது இயல்பு. பரஸ்பர சந்தேகமும் எதிர்ப்புணர்வும் அவர்களது உறவின் தவிர்க்க முடியாத அம்சங் களாகிவிடுகின்றன. பிரச்சினை தொடங்குவதற்கு முன்பு ஆரோக்கியமான உறவைப் பேணிவந்தவர்களுக்கு மத்தியிலும் பிரச்சினை ஓய்ந்த பிறகும் அழிய மறுக்கும் இந்த ஐயத்தின் நிழல் சமூகங்களுக்கிடையேயான உறவின் வரையறைகளை மாற்றி எழுதிவிடுகிறது. செகந்திராபாத் / ஹைதராபாதைக் களனாகக் கொண்ட அசோகமித்திரனின் கதைகள் இந்த மாற்றத்தைக் காட்டுகின்றன. இந்த மாற்றத்திற்குப் பிறகும் எஞ்சியிருக்கும் நல்லுணர்வுகள் இந்த உறவு முற்றாகச் சீர்குலைந்து விடாமல் பாதுகாப்பதையும் காட்டுகின்றன. பல கதைகளில் திரும்பத் திரும்ப வரும் பாலு குடும்பத்தினருக்கும் முஸ்லிம் களுக்கும் இடையே உள்ள உறவில் ஏற்படும் மாற்றங்கள் மதம் கடந்த சமூக உறவின் பொதுவான போக்குகளையும் உயிரோட்டம் கொண்ட அவற்றின் அம்சங்களையும் பிரதி பலிக்கின்றன.

அசோகமித்திரன் கதைகளில் பெண்கள், குழந்தைகள், நடுத்தர வர்க்கத்து ஆண்கள் ஆகியோர் பிரதான இடம் வகிக்

கிறார்கள். சாமியார்கள், கடைநிலை ஊழியர்கள், சினிமாக்காரர்கள், சமூகப் போராளிகள் ஆகியோரும். நம்மவர் – அயலர், நல்லவர் – கெட்டவர், மகான் – அஞ்ஞானி என்பன போன்ற இருமைகளை அசோகமித்திரன் அங்கீகரிப்பதில்லை. சூழல், இயல்பு, பழக்கம், நிர்பந்தம் ஆகியவற்றைப் பொறுத்து அமையும் நடத்தையைத் தனது அளவுகோல்களுக்குள் போட்டு அளந்து, கைத்தராசில் நிறுத்து, தரவரிசை எண் கொடுத்து அடுக்கிவைக்கும் வேலையில் அசோகமித்திரன் இறங்குவதே இல்லை. 'காப்பியடித்துப் பரீட்சை எழுதுவது தவறாக இருக்கலாம்; ஆனால் காப்பியடிப்பதே யுகதர்மமாகிவிட்ட சூழலில் காப்பியடிப்பது பற்றி என்ன சொல்ல!' (யுகதர்மம்) என்பது போலத்தான் அவரது பார்வைக் கோணம் அமைகிறது. இந்நிலையில் ஹைதராபாதில் தேசியக் கொடி ஏற்றுபவன் விதந்தோதப்படுவதில்லை. ரஜாக்கர் படையில் இருப்பவன் வில்லனாகிவிடுவதில்லை. அசோகமித்திரனின் சித்தரிப்பில் ஏமாற்றப்படுபவன் மீது அனுதாபம் வருகிறது; ஏமாற்றுபவன்மீது கோபம் வருவதில்லை. அவரது கதையுலகில் கதாநாயகர்களோ வில்லன்களோ இல்லை. எல்லோரும் அவரவருக்குச் சாத்தியப்பட்ட வாழ்க்கையை வாழ்ந்துகொண்டிருக்கும் மனிதர்கள். சிலர் மையப்படுத்தப்பட்டாலும் யாரும் மகிமைப்படுத்தப்படுவதில்லை; சிறுமைப்படுத்தப்படுவது இல்லவே இல்லை.

○

அசோகமித்திரனின் முக்கியக் கதாபாத்திரங்களுக்குள் ஒரு ஒற்றுமை இருக்கிறது. அனேகமாக எல்லோருமே ஏதோ ஒரு வகையில் பாதிக்கப்பட்டவர்களாக, அனுதாபத்திற்குரியவர்களாக இருக்கிறார்கள். தெருவில் நடந்து செல்லும் ஒருவன் சும்மா நடந்து போகாமல் ஒரு கல்லைக் காலால் தட்டிவிடுகிறான் என்று வைத்துக்கொள்வோம். அசோகமித்திரனின் கதை இவனைப் பற்றியதாக இருக்காது. அந்தக் கல் யார்மீது படுகிறதோ அந்த அப்பாவியைப் பற்றியதாக இருக்கும். ஒரு வேளை உதைப்பவன் இசகுபிசகாக உதைத்துக் காலைச் சுளுக்கிக் கொண்டானானால், அப்போது அவனுக்கு அசோகமித்திரன் கதையில் முக்கிய இடம் கிடைத்துவிடும். இப்படி ஏதோ ஒரு காரணத்தால் பாதிப்புக்கு ஆளாகிறவர்கள்தாம் அசோகமித்திரனின் கவனத்திற்கு உரியவர்கள் ஆகிறார்கள். அதிகாரப் பீடத்தில் இருப்பவர்கள் அல்ல; அத்தகைய பீடங்களின் அதிபதிகளால் துன்பத்திற்கு ஆளாகிறவர்கள் கவனப்படுத்தப்படுகிறார்கள். நெருக்கடியும் அவசரமும் போட்டியும் அழுத்தமான சார்புகளும் நிரம்பிய உலகில் பொதுவாக யார் கண்ணிலும் படாமல்போகிறவர்கள் இவர்கள்.

கணவனால் வஞ்சிக்கப்பட்டு நீதிமன்றத்தாலும் அலைக் கழிக்கப்படும் ஒரு பெண்ணின் குடும்பம் (அடுத்த மாதம்), மனநிலை பிறழ்ந்த ஒரு பெண்ணின் அவல வாழ்வு (சிரிப்பு), வறுமையாலும் புறக்கணிப்பாலும் அடிபட்டு நொந்து நடைப் பிணமாய் வாழும் நிலையில் தட்டுப்படும் சிறு நம்பிக்கைப் பொறியும் அவிந்துபோய் இருளின் அடர்த்தி கூடிப்போகும் சையதுவின் வாழ்க்கை (ஐந்நூறு கோப்பைத் தட்டுகள்), காதலித்த வனையே திருமணம் செய்துகொள்ளும் ஒரு பெண் தன் காதலின் உள்ளீடற்ற தன்மையைத் திருமணத்தன்றே உணர்ந்து கொள்ளும் சோகம் (கல்யாணம் முடிந்தவுடன்), வீணை கற்றுக் கொள்ள முடியாத இந்திரா இந்திராவுக்கு வீணை கற்றுக்கொள்ள வேண்டும்) எனப் பலரது துயரங்கள் அசோகமித்திரனின் கதைகளில் விரவிக் கிடக்கின்றன. வாழ்க்கையிடம் அடி வாங்கி அன்றாடம் செத்துச் செத்துப் பிழைப்பதையே வாழ்க்கை யாகக் கொண்ட அப்பாவி ஜீவன்கள் இந்த அளவுக்குப் பிறரது கதைகளில் கவனப்படுத்தப்படுவதில்லை. சொற்களை முறுக்கிப் பிழியாமலேயே இவர்களது துயரங்களை வாசகர் உணரச் செய்கிறார் அசோகமித்திரன். இந்தத் துயரங்கள் உணர்ச்சிப் பிசுக்கு ஏற்றப்பட்டோ மலினப்படுத்தப்பட்டோ கையாளப்படுவதில்லை. அரசியல் கோஷங்களுக்கான கச்சாப் பொருள்களாக மாற்றப்படுவதில்லை. மிக மிக அடங்கிய தொனியில் யதார்த்தமாக இவை சொல்லப்படுகின்றன.

பொதுவாக நடுத்தர வர்க்கத்தினரோடு இணைத்துப் பேசப்படும் அசோகமித்திரனின் கதையுலகில் பொருளாதார ரீதியாகப் பின்தங்கியவர்களின் வறுமையையும் துயரத்தையும் கணிசமான அளவில் பார்க்க முடிகிறது. துரோகம், நெறி, கையெழுத்து, இருவருக்குப் போதும், வழி முதலான பல கதைகள் வெவ்வேறு சமூகப் பின்னணிகளில் வறுமையின் அவலத்தைச் சித்தரிக்கின்றன. இந்த வறுமையும் உணர்ச்சிகர மான சொற்களில் உருப்பெறாமல் தேர்ந்த ஓவியரின் எளிய கோடுகளில் உருவாகும் தத்ரூபமான காட்சிப் படிமமாய் உருக்கொள்கிறது. இந்தச் சித்திரங்கள் உயிர்பெற்று நடமாடத் தொடங்குகையில் வறுமை நமது கழிவிரக்கத்தைத் தூண்டு வதற்குப் பதில் நம் சுய அனுபவமாக மாறி மனத்தில் கனத்தை ஏற்றுகிறது. அசோகமித்திரனின் ஏழைகள் புலம்பல், புரட்சி ஆவேசம் ஆகியவற்றிலிருந்து விலகி நின்று வாழ்வை யதார்த்த மாக எதிர்கொள்கிறார்கள். பொருள் சார்ந்த நெருக்கடியே இயல்பான வாழ்க்கை முறையாக அமையப்பெற்ற இந்திய ஏழைகளின் இயல்பைக் கச்சிதமாகக் காட்டும் உதாரணங்கள் இவரது புனைவுலகில் சகஜமாகப் புழங்குகின்றன.

வாழ்வின் துயரங்களை மட்டுமன்றி அதன் ஒளிமயமான பகுதிகளையும் அசோகமித்திரன் காட்டுகிறார். எத்தனையோ கஷ்டங்களுக்கு மத்தியிலும் பிறருக்கு உதவுபவர்களைக் காட்டு கிறார். தான் மிகவும் மதிக்கும் ஒரு ஆளுமையைக் கேவலமாகத் திட்டுபவன் மீதுகூடக் கோபம் கொள்ளாமல் நிதானமாக யோசிப்பவனை அறிமுகப்படுத்துகிறார் (காந்தி). ஜாதி, மதம், சமூக அந்தஸ்து ஆகியவற்றைத் தாண்டிய அன்பையும் நட்பை யும் பல கதைகளில் அடையாளம் காட்டுகிறார். நாணயத்தின் இரு பக்கங்கள் போல் துயரமும் மகிழ்ச்சியும் போற்றுதலும் தூற்றுதலும் வாழ்வில் இயல்பாக இணைந்திருப்பதை இவரது எழுத்தின் மூலம் காண முடிகிறது.

O

அசோகமித்திரனின் கதையுலகுக்குள் நுழைந்ததும் நம் கவனத்தைக் கவருவது அவரது எளிமை. புரியாத சொற்களோ சொற்றொடர்களோ வாக்கியங்களோ அனேகமாக அவர் கதைகளில் இல்லை. மிகச் சாதாரணமான நிகழ்வுகளை முன் வைத்து அன்றாடப் புழக்கத்தில் இருக்கும் எளிய சொற்கள், சிறிய வாக்கியங்கள், அவற்றில் இருக்கும் சின்னச் சின்னப் பிழைகள் என எளிமையுடனும் சகஜத்தன்மையுடனும் மிக நெருங்கிய தொடர்புகொண்ட மொழி அசோகமித்திரனுடை யது. இத்தகைய ஒரு மொழியைக் கையாள்வது பெரிய விஷய மல்ல. ஆனால் இந்த மொழியை வைத்துக்கொண்டு கனமான தும் ஆழமானதுமான விஷயங்களைக் கையாள்வதுதான் பெரிய விஷயம். இது அசோகமித்திரனுக்கு இயல்பாகக் கைவரப்பெற்றி ருக்கிறது. அதிர்ச்சிகரமான தகவல்கள், உலுக்கி எடுக்கும் நிகழ்வுகள், கொந்தளிப்பான உணர்ச்சிகள் ஆகியவற்றையும் அவர் மிக எளிய சொற்கள், சொற்றொடர்கள் வழியாக அவற்றின் வீரியம் குன்றாமல் கவனப்படுத்துகிறார். அதிராத சொற்களின் மூலம் வாசகரை அதிரவைக்கிறார்.

இதை அவர் எப்படிச் சாதிக்கிறார் என்பதை ஆராய்வது எழுத்துக் கலையுடன் தொடர்பு கொண்டவன் என்னும் முறை யில் எனக்கு மிகவும் முக்கியமானதாக இருக்கிறது. அசோக மித்திரன் நிகழ்வுகளையும் உணர்வுகளையும் ஒளிப்பதிவுக்கருவி படமெடுப்பதுபோல இயல்பான ஒளியில் யதார்த்தமான காட்சிப் படிமங்களாக மாற்றிவிடுகிறார். வெட்டுண்ட கையிலிருந்து கொட்டும் ரத்தத்தைப் பார்த்து அதிர்ச்சியடையச் சொற்களின் துணை தேவையில்லை. பார்க்காதவர்களுக்கு அதன் வீரியத்தை உணர்த்துவதற்கான கருவிகளில் ஒன்றாக மொழி இருக்கிறது. சொற்களின் வழியே இத்தகைய அனுபவத்தைக் கூறும் அசோக மித்திரன், காட்சியைச் சொல்லி உணர்த்துவதற்குப் பதில்

காட்டி உணர்த்துகிறார். அதாவது, காட்சியை விவரிக்க அவர் மெனக்கெடுவதில்லை. நிகழ்வைக் காட்சிப் படிமங்களாக மாற்றி வாசகர் முன் வைத்துவிடுகிறார். வெட்டுண்ட கையிலிருந்து கொட்டும் ரத்தம் அசோகமித்திரனின் சொற்களின் வழியே வாசகரின் கண்ணுக்குத் தெரிகிறது. அதற்கான அதிர்வு வாசகருக்குள் தன்னிச்சையாக எழுகிறது.

உணர்ச்சிகளை வெளிப்படுத்துவதிலும் கிட்டத்தட்ட இதே அணுகுமுறையையே கொண்டிருக்கிறார். உணர்வுகள், எண்ணங்கள் ஆகியவற்றை அவை உருவாகிவரும் விதத்திலேயே கூற முனைகிறார். இப்படி இவன் நினைத்தான்; இதனால் இப்படித் தோன்றியது; இப்படி நினைப்பதில் இன்ன நோக்கம் உள்ளது என்பன போன்ற எடைபோடல்களின் குறுக்கீடுகள் இன்றி அலங்காரமற்ற நேர்முக வர்ணனைப் பாங்கில் உணர்வுகளை மொழிவழிப்படுத்துகிறார். உணர்வுகள் / எண்ணங்களை மறைக்கும் திரைகளை அகற்றி அவற்றை நிர்வாணமாகத் தோற்றமளிக்க வைக்கிறார். பாத்திரங்களின் மன உணர்வுகளை வாசகர் நேரடியாகக் காண்பது – அறிந்துகொள்வது அல்ல – இதன் மூலம் சாத்தியமாகிறது. உணர்வுகள் வாசகருடன் நேரடியாக – ஆசிரியரின் குறுக்கீடு, மதிப்பீடு ஏதும் இன்றி – உறவாடுகின்றன. 'மஞ்சள் கயிறு' கதையில் யோசித்துக்கொண்டிருக்கும் சுப்பு சாஸ்திரிகள் பாத்திரத்தின் மன ஓட்டத்தைப் படிக்கையில் உணர்வுகள் காட்சிப் படிமங்களாக மாறும் ரசவாதம் புரியவரும்:

> சுப்பு கைராட்டினத்தை வேகமாகச் சுற்றினார். கயிறு அறுந்து போயிருந்தாலும்கூட ராட்டினம் வேகமாகச் சுற்றிற்று. முதலில் நூல் வந்தது. பிறகு சிறிது பருமனான கயிறு வந்தது. மஞ்சள் நிறம் பூசப்பட்டே வந்தது. மஞ்சள் கயிறாகவே வந்தது. அவள் இருந்தால் அவள் கழுத்தில் அதைக் கட்டலாம். ஏற்கனவே ஒருமுறை கட்டியாயிற்று. மூன்று முடிகள் போட்டாயிற்று. அவள் இருந்தால் இன்னொரு முறை அந்த மஞ்சள் கயிறை அவள் கழுத்தில் கட்டலாம். மூன்று முடிகள் போடலாம். எவ்வளவு அழகான கழுத்து! பட்டுப் போன்ற கழுத்து. அந்த கழுத்தின் மீது தங்கத்தினால் செய்யப்பட்டது போன்ற முகம். மிகவும் அழகான முகம். தலையில் பட்டுப்போன்ற கேசம். நீண்டு அடர்ந்து கறுத்த கேசம். ஐயோ, எவ்வளவு அழகு! ஆனால் அந்தத் தலையினுள் என்ன இருந்தது? எந்தப் பிசாசு இருந்தது, ஒரு வருடம் கூட சேர்ந்து வாழவில்லை. பிறந்தகம் போனவள் திரும்பி வரவே மாட்டேன் என்று மறுத்து விட்டாளே. எத்தனை வருடங்கள் ஆகிவிட்டன! எவ்வளவு பேர்கள் புத்திமதி சொல்லி, பிறகு பயமுறுத்தவும் செய்தார்கள்? தானும்

ஒருமுறை வெட்கத்தைவிட்டு அவளைக் கெஞ்சிக் கூப்பிட்டுமல்லவா வர முடியாது, வரமாட்டேன் என்று சாதித்து விட்டாள். திடீரென்று அந்த முகம் தோன்றிற்று. விழுந்து விழுந்து சிரித்தது. "உன்னோடு சேர்ந்து எவளால் குடும்பம் நடத்த முடியும்?" என்று கூறிற்று. மேலும் மேலும் சிரித்தது. சிரித்துச் சிரித்துக் காற்றோடு மறைந்து போயிற்று.

நிகழ்வுகளையும் உணர்வுகளையும் காட்சிகளாக முன் வைப்பது வெறும் உத்தி சார்ந்த ஒன்றல்ல. எதையும் மிகைப் படுத்தியோ அழுத்தம் கொடுத்தோ சொல்வதில் அசோக மித்திரனுக்குள்ள அவநம்பிக்கையின் விளைவு இது. வெட்டுண்டு ரத்தம் வழியும் கையைப் பார்த்து ஒருவர் பாதிப்பு அடைவார் என்றால், 'வெட்டப்பட்ட அவன் கைகளிலிருந்து ரத்தம் வழிந்துகொண்டிருந்தது' என்னும் வாக்கியமே அவருக்குள் பாதிப்பை ஏற்படுத்தப் போதுமானது என்பதே அசோகமித்திரனின் அணுகுமுறை. 'வாழைக்குலையைப் போலச் சீவி எறியப் பட்ட அவன் கையிலிருந்து குபுகுபுவென ரத்தம் பீய்ச்சி அடித்தது. அவன் உடலும் சுற்றியிருந்த தரையும் கருஞ்சிவப்பாக மாறிப் பார்ப்பவர்களின் இதயத்தைக் கலங்கச் செய்தது' என்னும் ரீதியில் எழுதுவதன் மூலம் ஏற்படும் பாதிப்பு மிகைப்படுத்தல் மூலம் ஏற்படுவது. முகமூடி போட்டுக்கொண்டு குழந்தையை மிரட்டுவது போன்ற உத்தி இது.

வாசகரைப் பாதிக்க வைப்பது பற்றி அசோகமித்திரன் அலட்டிக்கொள்வதே இல்லை என்பதால் இத்தகைய உத்தி அவரை அண்டுவதில்லை. ஆக, அசோகமித்திரனின் எளிமை என்பது ஓர் உத்தி அல்ல. புற உலகிலும் அக உலகிலும் தான் கண்டறிந்தவற்றை வாசகரும் அறிந்துகொள்ளும்படி காட்டிவிடுவதே போதும் என்னும் நம்பிக்கையின் வெளிப்பாடு. இதுவே அவரது கலைப் பார்வையின் அடிப்படை.

பாதிப்பு அல்லது மாற்றத்தை ஏற்படுத்தியே தீருவது என்னும் உறுதியுடன் செயல்படுவது அரசியல், மதம், சமூகம் போன்றவை சார்ந்த கொள்கைகளின் மீது பற்று வைத்துப் பணிபுரிகிறவர்களின் இயல்பு. மனித மனத்தின் நுட்பங்களையும் வாழ்வின் வகைமைகளையும் உணரவும் மதிக்கவும் தெரிந்த ஒரு படைப்பாளி வாசகரைத் தன் திட்டம் அல்லது விருப்பம் சார்ந்து மாற்ற முயல்வதில்லை. அதே சமயம் படைப்பாளி பெற்ற பாதிப்பிலிருந்து உருவாகும் தன் படைப்பு அதைப் படிப்பவரையும் ஏதோ ஒரு விதத்தில் பாதிக்கும். வாசகப் பாதிப்பு பற்றி அசோகமித்திரன் அலட்டிக்கொள்வதில்லை என்றாலும் அவரது கதைகள் பாதிப்பை ஏற்படுத்தவே செய்கின்றன.

அசோகமித்திரனின் 'கோலம்' என்னும் கதையைச் சற்றேனும் கவனமாக வாசித்தவர்களால் அதன் பிறகு எந்தக் கோலத்தையும் எளிதில் கடந்து சென்றுவிட முடியாது. கோலத்தைக் குற்ற உணர்வின்றி மிதித்து நடக்க முடியவே முடியாது. 'முறைப்பெண்' கதையைப் படித்தவர்களால் அதன் பிறகு யாரையும் அளவுக்கதிகமாக உபசரிக்க முடியாது. 'அம்மாவுக்கு ஒரு நாள்' கதையைப் படித்த பிறகு பெற்றோரின் சில அற்ப ஆசைகளை எளிதாக எடுத்துக் கொள்ள முடியாது. 'வரவேற்பு அறையில்' கதையைப் படித்தவர்களால் வரவேற்பறை களிலும் வீட்டு வாசல்களிலும் காத்திருக்கும் கவலை தோய்ந்த முகங்களை எளிதாகக் கடந்து சென்றுவிட முடியாது. 'சினிமா வுக்குப் போன சென்சாரு' கதையைப் படித்தவர்களுக்குப் பிறரது 'பொன்னான வாய்ப்புகள்' குறித்த வியப்புணர்வு மட்டுப்பட்டுவிடும். 'விடிவதற்குள்' கதையின் மூலம் தாறு மாறான வரிசைகளில் அணிதிரண்டிருக்கும் காலிக் குடங் களுக்குப் பின் உள்ள மனித சோகத்தை உணர்ந்துகொள்ள முடியும். மிகையோ அழுத்தமோ இன்றி முன்வைக்கப்படுவதா லேயே இந்தக் கதைகள் அதிகபட்ச நம்பகத்தன்மையைப் பெற்று வலுவான பாதிப்பை ஏற்படுத்துகின்றன.

மிகையற்ற காட்சிப் படிமங்களூடே விருப்பு வெறுப்பற்ற முறையில் எளிமையாகக் கதை சொல்லும் அசோகமித்திர னின் மொழியில் குறிப்பிடத்தக்க இன்னொரு அம்சமும் உள்ளது. பாத்திரங்களின் உணர்ச்சிகளில் பட்டுக்கொள்ளாமல், அவற்றில் தோயாமல், அவற்றை யதார்த்தமான சொற்சித்திரங் களாக மாற்றி முன்வைக்கிறார். இந்தப் 'பட்டுக்கொள்ளாத' தன்மை, வாசகரிடத்தில் பாதிப்பை ஏற்படுத்தும், மாற்றத்தைத் திணிக்கும் நோக்கம் அற்ற அசோகமித்திரனின் பார்வையுடன் ஒத்துப்போவதுடன் எழுத்தின் வழியே வெளிப்படும் அவரது தத்துவ நோக்கையும் வெளிப்படுத்துகிறது.

உணர்ச்சியில் பட்டுக்கொள்வது என்பது நல்லது – கெட்டது, வருத்தம் – மகிழ்ச்சி, வாழ்க – ஒழிக, நம்மவர் – அயலவர் என்பன போன்ற இருமைகளில் ஏதேனும் ஒன்றில் மனச் சாய்வு கொள்வதன் விளைவு. சிக்கலான மனித இயல்பின் விசித்திரமான வெளிப்பாடுகளை எடை போட்டுத் தீர்ப்பு வழங்குவதில் உள்ள அபத்தத்தை உணர்ந்த மனம் இத்தகைய வெளிப்பாடுகளை மகிழ்ச்சியோ கசப்போ இன்றி முன்தீர் மானங்களின்றி அணுகும். இந்த அணுகுமுறை வெற்றி – தோல்வி, நன்மை – தீமை என்று எந்தக் கட்சியிலும் சேராமல் பற்றற்ற மனநிலையுடன் விலகி நிற்கவைக்கும். பக்குவமான மனநிலையின் இயல்பாக இந்தியத் தத்துவ மரபின் பல்வேறு

சிந்தனைகள் கூறும் 'பற்றற்ற நிலை' அசோகமித்திரனின் கலைப் பார்வையின் அடிப்படையாக இருப்பதே அவரது நடையில் காணப்படும் பட்டுக்கொள்ளாத தன்மைக்குக் காரணம் என்று சொல்லலாம். எளிமையான நடை, நேரடியான கூறல் முறை, நிகழ்வுகள் / மனிதர்கள்மீது தீர்ப்பை முன் வைக்காத பணிவு ஆகியவை அவரது உத்தி அல்ல. அவரது படைப்புப் பார்வையின் ஆழ்ந்த நம்பிக்கையின் வெளிப்பாடு. நல்லது – கெட்டது என்னும் இருமைகளைத் துறந்த, எதையும் எடை போடும் கர்வத்தைத் துறந்த, தம்பட்டங்களையும் பீடங்களை யும் பற்றிய பிரக்ஞை அற்ற இவரது பார்வையே இவரது நடையை, மொழியைத் தீர்மானிக்கிறது.

கதைக் களன், கரு, கதை மாந்தர், கதையில் வெளிப்படும் பார்வைகள் ஆகியவற்றையெல்லாம்விட, கதையின் நடையே படைப்பாளியின் கலை ஆளுமையைத் துல்லியமாகவும் உண்மை யாகவும் வெளிப்படுத்தக்கூடியது. ஓயாத இரைச்சல், மிகையான அழுத்தம், உணர்ச்சிகரமான வெளிப்பாடுகள், தத்துவப் பீறிடல் கள், கொள்கைப் பிரகடனங்கள், வாசக மூளைகளைப் பிரமிப்புக் குள்ளாக்கும் ஆசைகள் போன்றவற்றை முற்றாகத் தவிர்த்து விட்டு, வேண்டுதல் – வேண்டாமை என்னும் சார்புகள் இன்றி, உவத்தல் இன்றி, உணர்ச்சிப் பிசுக்கு இன்றி வாழ்க்கையைச் சித்தரிக்கும் அசோகமித்திரனின் கலை, மிகவும் பக்குவமான ஒரு நிலையிலிருந்து பிறக்கிறது. 'பெரியோரை வியத்தலும் இலமே; சிறியோரை இகழ்தல் அதனினும் இலமே' என்று சொன்ன சங்க காலப் புலவரின் மரபில் தன்னை இயல்பாகப் பொருத்திக்கொள்கிறது.

○

ஓர் எழுத்தாளரின் படைப்பில் சமகாலப் பிரதிபலிப்பு இருந்தாக வேண்டும் என்னும் நிபந்தனை எதையும் விதிக்க முடியாது என்றாலும் அந்தப் பிரதிபலிப்பின் தன்மையைப் பொறுத்து சமகாலத்திற்கும் அந்தப் படைப்பாளிக்கும் இடையே யான உறவை நாம் மதிப்பிடலாம். கதைக்களன், கதை மாந்தர், கதை நடக்கும் காலம் ஆகியவற்றை அசோகமித்திரன் வெளிப் படையாகவே முன்வைப்பதால் அவரது சமகாலப் பிரக்ஞை குறித்து எந்தக் குழப்பமும் ஏற்பட வழியில்லை. ஆனால் தண்ணீர்ப் பிரச்சினை, ரேஷன் கடைப் பிரச்சினை, ரஜாக்கர்கள் பிரச்சினை முதலானவை தவிர்த்து வேறு எந்தப் பிரச்சினையை யும் அவர் நேரடியாகத் தன் கதைகளில் கையாள்வதில்லை. நெருக்கடி நிலை உள்ளிட்ட பல சமகாலப் பிரச்சினைகள் அவர் கதைகளில் நுட்பமாகவே வெளிப்படுகின்றன.

பிரச்சினைகளைத் துல்லியமாகச் சித்தரிப்பதன் மூலம் அவற்றின் அவலத்தை வாசகருக்கு உணர்த்தும் அசோகமித்திரன், வாசக உணர்ச்சிகளை எதற்கு அல்லது யாருக்கு எதிராகவும் திருப்பும் முயற்சியில் இறங்குவதில்லை. கதை மாந்தரை நல்லவர் – கெட்டவர் எனப் பாகுபடுத்தாத அசோகமித்திரனின் சித்தரிப்பு அழுத்தமான சார்பு நிலைகள் கொண்ட சித்தரிப்பினூடே பொதுப் பிரச்சினைகளை முன்வைப்பதைத் தவிர்த்துவிடுகிறது. இது அவரது கலைப் பார்வையின் ஆதார சுருதியோடு இசைவு கொண்டதாகவே உள்ளது.

நிகழ்வு – பாதிப்பு – பிரதிபலிப்பு ஆகியவை நுட்பமான, முதிர்ந்த தளத்தில் நிகழ்வதால் அதன் தாக்கமும் வலுவானதாக, ஆழமானதாக இருக்கிறது. தண்ணீர்ப் பிரச்சினையைப் பின் புலமாகக் கொண்ட அவரது நாவலும் சிறுகதைகளும் தண்ணீர் எப்படி மனித உறவுகளைத் தீர்மானிக்கும் காரணியாக உருமாறு கிறது என்பதை நுட்பமாக உணர்த்துகின்றன. இந்தக் கதைகளைப் படித்த பிறகு தண்ணீருக்கும் நமக்குமான உறவே மாறிவிடு கிறது. ரஜாக்கர்கள், வறுமை, குடும்பத்தில் பெண்கள் படும் வேதனைகள் என எதை எடுத்துக்கொண்டாலும் அசோக மித்திரனின் எழுத்து அப்பிரச்சினைக்கும் நமக்கும் இடையி லான உறவை மாற்றிவிடுகிறது. பிரச்சினைகளின் தற்காலிகத் தன்மைகளைத் தாண்டி, கோபம், ஆற்றாமை ஆகியவற்றைத் தாண்டி, மானுட வாழ்க்கை என்னும் விரிவான தளத்தில் வைத்துப் பிரச்சினைகளைப் பார்க்கவைக்கிறது. தெளிவாக இனம்காணக்கூடிய தண்ணீர் முதலான விஷயங்கள் தவிர, மதிப்பீடுகளிலும் உறவு நிலைகளிலும் ஏற்பட்டுவரும் மாற்றம், தலைமுறை இடைவெளியின் சிக்கல்கள், நவீன வாழ்வு ஏற்படுத் தும் வசதிகளும் நெருக்கடிகளும், போட்டிமயமாகிவிட்ட பணிச் சூழல் எனப் பல்வேறு சமகால நிகழ்வுகளும் ஆரவார மின்றிப் பிரதிபலிக்கப்படுகின்றன. தான் வாழும் காலத்துடன் ஒரு கலைஞன் கொண்டிருக்க வேண்டிய நியாயமான உறவை இவை வெளிப்படுத்துகின்றன.

யதார்த்த வாழ்வின் மீது வலுவாக நிலை கொண்ட அசோக மித்திரனின் கதைகள் யதார்த்தத்தை மீறிய அமானுஷ்யத் தளத்திலும் சில சமயம் பயணிக்கின்றன. 'குதூகலம்', 'அது', 'குறி', 'இன்னொருவன்' போன்ற கதைகள் இத்தகைய தன்மை கொண்டவை. வாசகருக்கு வியப்பூட்டும் நோக்கமோ புதிர் போட்டுக் குழப்பி அசத்தியடிக்கும் நோக்கமோ இல்லாததால் அசோகமித்திரன் மாய உலகத்தை யதார்த்தமாகவே பார்க்கிறார். சென்னைத் தெருக்களை வர்ணிப்பதுபோலவே கனவுகளில் மட்டுமே நாம் பார்க்கக்கூடிய உலகையும் வர்ணிக்கிறார்.

மாய யதார்த்தத்தைத் தனது புனைவு யதார்த்தத்தின் ஒரு பகுதியாக மாற்றிவிடுகிறார். புலன்களின் கிரகிப்பிற்கு அப்பாற் பட்ட உலகம் பற்றி எழுதும்போது அவற்றை உண்மை என்றோ பொய் என்றோ கூறத் தலைப்படுவதில்லை. இந்த எல்லைகளில் சஞ்சரிக்கும் மனித வாழ்வையும் நம்பிக்கைகளையும் மதிப் பிடவோ விமர்சிக்கவோ செய்யாமல் விருப்பு வெறுப்பற்றுச் சித்தரிக்கிறார். அந்தச் சித்தரிப்பே அந்த உண்மைகள் அல்லது தோற்றங்கள் குறித்த தேடலாகவும் அமைந்துவிடுகின்றன. இவரது கதைகளில் வரும் சாமியார்களோ பேய் – பிசாசுகளை நம்புகிறவர்களோ மதிப்புக்கோ ஏளனத்துக்கோ ஆளாவதில்லை. மற்ற பாத்திரங்களைப் போலவே இவர்களும் ஆசிரியரின் பார்வை வழியே புகுந்து வரும் பிம்பங்களாக இல்லாமல் தம்மை நேரடியாக வெளிப்படுத்திக்கொள்கிறார்கள். இவர்கள் எப்படி, என்ன செய்கிறார்கள் என்பதை ஒளிப்பதிவுக் கருவி யின் துல்லியத்துடன் சித்தரிக்கும் இவர், அவர்களைப் பற்றி முடிவுக்கு வரும் பொறுப்பை வாசகருக்கே விட்டுவிடுகிறார்.

'வண்ணங்கள்' என்னும் கதை அமானுஷ்யம் சார்ந்த நம்பிக்கைகள், போக்குகள் ஆகியவை குறித்த அசோகமித்திரன் கதைகளின் அணுகுமுறையைத் துல்லியமாக உணர்த்தக்கூடியது. "இந்த எடத்திலே நிறைய பிசாசுங்க இருக்கு சார்" என்று சொல்லும் அந்தோணி குறித்துக் கதை சொல்லிக்குப் பரிகசிப்போ இளக்காரமோ அலட்சியமோ துளிக்கூட இல்லை. அதே சமயத் தில் அவன் சொல்வதை நம்பவும் கதைசொல்லி தலைப்படு வதில்லை. பேய்கள் குறித்த நம்பிக்கையை மதிப்பிடுவது அல்ல; அந்த நம்பிக்கை கொண்டவர், கொள்ளாதவர் ஆகிய இருவரது வாழ்க்கைப் போக்கை அந்த நம்பிக்கை அல்லது அவநம்பிக்கை எப்படிப் பாதிக்கிறது என்பதைக் காட்டுவதே அசோகமித்திர னின் வேலையாக இருக்கிறது.

○

அசோகமித்திரனின் யதார்த்தப் பார்வையைப் புரிந்து கொள்ள அவரைப் பிற எழுத்தாளர்களுடன் ஒப்பிட்டுப் பார்ப்பது பலனளிக்கக்கூடும். யதார்த்தப் பார்வையை அழுத்தத் துடன் முன்வைத்த முன்னோடிகளில் முதல்வரான புதுமைப் பித்தன் யதார்த்தத்தைக் கடுமையான விமர்சனக் கண்ணோட் டத்துடன் அணுகுகிறார். எழுத்தின் மூலம் உலகை மாற்றி விடும் புரட்சிக் கனல் எதுவும் அவர் எழுத்தில் பொறி பறக்கவில்லை. என்றாலும் இந்த யதார்த்தம் மனித வாழ்வின் முன்னேற்றத்திற்கு அர்த்தபூர்வமான பங்களிப்பைச் செய்ய வில்லை என்னும் விமர்சனம் அவர் எழுத்தில் கூர்மையாக

உள்ளது. மானுட விடுதலைக்கு உதவும் சூழலில் நாம் வாழ வில்லை என்னும் விரக்தி அதில் பொதிந்திருக்கிறது. நம்மைப் பற்றியும் நம்மைச் சுற்றியுள்ள உலகத்தைப் பற்றியும் விமர்சன பூர்வமான கண்ணோட்டத்தை வளர்க்க உதவும் சித்தரிப்பு புதுமைப்பித்தனுடையது.

இவருக்குப் பிறகு எழுத வந்த கு. அழகிரிசாமி, சுந்தர ராமசாமி, ஜி. நாகராஜன், ஜெயகாந்தன் ஆகியோரும் யதார்த் தத்தை விமர்சனக் கண்ணோட்டத்துடன் பார்க்கிறார்கள். இருண்ட உலகங்கள் குறித்த சித்தரிப்பில் நாகராஜனின் யதார்த் தப் பார்வை குவிமையம் கொள்கிறது. அழகிரிசாமியின் விமர் சனப் பார்வை யதார்த்தத்தைக் கூர்மையான கண்டனத்திற்கு உட்படுத்துகிறது. ஜெயகாந்தனோ முன்முடிவுகள், தீர்வுகள் சார்ந்து யதார்த்தத்தைச் சிதைக்கிறார். யதார்த்தம் குறித்த விமர்சனமும் கரிசனமும் பிரதிபலிக்கும் சுந்தர ராமசாமியின் எழுத்து, யதார்த்தத்தின் ஊற்றுக்கண்ணைத் தேடும் பயணமாக விரிகிறது.

சார்பு நிலைகள், முன்முடிவுகள், தீர்வுகள் ஆகியவை இன்றி யதார்த்தத்தைக் கூறும் அசோகமித்திரனின் விமர்சன நோக்கு சொற்களில் வெளிப்படாமல் சித்தரிப்பின் பாங்கிலும் மௌனத்தின் மூலமாகவும் வெளிப்படுகிறது. விமர்சனமோ கண்டனமோ துருத்தி நிற்காமல் 'இப்படி இருக்கிறது வாழ்க்கை' என்னும் தொனியாக வெளிப்படுகிறது. இது கசப்புணர்ச் சியுடனோ வெறுப்புடனோ வெளிப்படாமல் 'இப்படித்தான் இருக்கிறது, என்ன செய்ய?' என்னும் ரீதியில் வெளிப்படுகிறது. கசப்பும் வெறுப்பும் எதிர்பார்ப்பு, விருப்பம் ஆகியவற்றின் விளைவுகள். 'என்ன செய்ய' என்னும் பெருமூச்சு, ஆற்றாமை யின் வெளிப்பாடு. இங்கு அவலமும் சோகமும் உண்டு. ஆனால் அவை எதிர்பார்ப்பு நிறைவேறாததால் விளைபவை அல்ல. மாறாக, நிகழ்வுகளுக்கு மனம் ஆற்றும் தன்னிச்சையான எதிர்வினை. ஏதோ ஒன்று சரியில்லை எனத் தோன்றுகிறது. காரணத்தை வகைப்படுத்த முடியவில்லை. ஒவ்வொருவரது கோணத்தையும் கணக்கில் எடுத்துக்கொள்வதால் யாரையும் குற்றம்சாட்ட முடியவில்லை. ஆனாலும் பிரச்சினையின் வலியிலிருந்து தப்ப முடியவில்லை. வெறுப்போ கண்டனமோ அற்ற வலி, ஆற்றாமையாக, பெருமூச்சாக வெளிப்படுகிறது. சோகத்தைக் கோபமாக மாற்றி, யாரையேனும் அல்லது எதையேனும் அதற்குக் காரணமாக்கித் தன் கோபத்திற்கு இலக்காக்கிப் பிரச்சினையின் நிஜ முகத்தை எதிர்கொள்வதி லிருந்து தப்பிக்கும் மலினமான உத்திக்கு நேர் எதிரான பார்வை இது. இந்தப் பார்வை, நிகழ்வுகளை விருப்பு வெறுப்பு சார்ந்த புழுதியிலிருந்து விலக்கிச் சுய விமர்சனத்தைத் தூண்டி

விடும். அசோகமித்திரன் கதைகளில் நெருக்கடிகளும் அவலங் களும் சித்தரிக்கப்படும் விதம் இந்தப் பார்வையின் பிரதிபலிப் பாகவே இருக்கிறது.

O

வாழ்வின் இயல்பான போக்கில் குறுக்கிடாமல் தனது பார்வைக் கோணத்தின் வழியே அதைச் சித்தரிக்கும் அசோக மித்திரன் கதைகளில் முன்முடிவுகள் மட்டுமன்றிப் பின்முடிவு களும் இருப்பதில்லை. ஒரு குறிப்பிட்ட தருணத்தை, மன நிலையை அணுகவும் பதிவுசெய்யவும் முனையும் அசோக மித்திரனால் திட்டவட்டமான முடிவுகளை முன்வைக்க முடிய வில்லை. புறத்திலும் அகத்திலும் உள்ள நிலவரம் குறித்த முடிவுகளைவிடவும் நிலவரத்தின் வெவ்வேறு *சாத்தியக்கூறு களை* ஆராய்வதுதான் அசோகமித்திரனின் அணுகுமுறையாக உள்ளது. இந்த அணுகுமுறையும் சூழல் மீதும் மனிதர்கள்மீதும் தனது அனுமானங்களை, முடிவுகளைத் திணிக்காத அவரது பார்வையின் வெளிப்பாடுதான். ஒரு உதாரணத்தைப் பாருங்கள்:

பஸ் மீண்டும் நின்று, இருவர் இறங்கி, மூன்று பேர் ஏறி, கண்டக்டர் விசில் ஊதிக் கத்தியான பிறகு முனகிக் கொண்டு மேலும் நகர்ந்தது. இப்போது அந்த மனிதன் நன்றாக பஸ் உள்ளேயே வந்திருந்தான். மங்கல் விளக்கு கள் ஒன்றின் வெளிச்சம் அவன் முகத்தில் நேராக விழுந்தது. அவன் முகத்தில் சோகச்சாயை இருந்தது. ஏதோ ஆழ்ந்த துக்கம். பெரிய நிராசை. சமீபத்தியதாக இருக்க வேண்டும். மிகவும் சமீபத்தியதாகத்தான் இருக்க வேண்டும். அந்தப் பெண்ணைப் பற்றித்தான் இருக் குமோ? அவன் வாய் விட்டுச் சொல்லவில்லை, அவள் புரிந்துகொள்ளவில்லை. ஒருவேளை அவள் வேறு ஜாதி யாக இருந்து அவன் அம்மா சரி என்று சொல்லாமல், அவள் அப்பா ஒரு கடப்பாரையை வீசிவர அவன் அவளைத் தன் வாழ்விலிருந்து விலக்கிக்கொள்ள வேண்டியிருந்ததோ? போச்சு, முப்பது வயதில் நிராசை. இப்போது அவன் முப்பது வயதுக்காரன் மாதிரி இருந் தான். அந்த நிராசையைப் பதினாறு வயதில், இருபது வயதில், இருபத்தைந்து வயதில் கூட ஏற்று எதிர்த்துச் சமாளித்து மறந்தும் விடலாம். முப்பது வயதில் முடி யாது. அந்த வயதில் முடியாது. அதனால்தான் அவன் டயரியைக் கொண்டுபோய் எரித்து அந்தப் பெண்ணின் நினைவுகளை எரிக்கப் போகிறான் போலும். நிராசைக்கு டயரியை எரிப்பது சரியான மாற்றுதானா? இல்லை.

அது அவனுக்கும் தெரிந்திருக்கும். பின் எதற்காக அந்த டயரியை எடுத்துக்கொண்டு போகிறான்? டயரியில் வேதனை தரும் நினைவுகள் தவிர வேறு என்ன இருக்கும்? முந்நூற்றி அறுபத்தைந்து முழுப் பக்கங்கள் அல்லது அரைப் பக்கங்கள், ஒரு காலண்டர், அரசாங்க விடுமுறைப் பட்டியல், தபால் கட்டண விவரம், இரயில் வரும் கிளம்பும் நேரங்கள், தன்னைப் பற்றிய தகவல்களுக்காக ஒரு பக்கம்; பெயர், வயது, உயரம், எடை, காலர் அளவு, காலணி அளவு, வீட்டு விலாசம், காரியாலய விலாசம், டெலிபோன் எண், ஒரு வாக்குமூலம் 'எனக்கு ஏதாவது விபத்தோ மரணமோ சம்பவித்தால் தயவுசெய்து இவர்களுக்குத் தெரிவிக்கவும்...' ஆகா! அந்த மனிதன் டயரியை எடுத்துப்போவது அவன் சாவதற்கு. சாவதற்குத் தான். இரயில் முன்னால் விழுந்து உயிரைவிட. அந்த டயரி அவனை அடையாளம் கண்டுகொள்வதற்காக. அவன் இறந்துபோனதை அவன் அம்மாவுக்குத் தெரிவிப் பார்கள். அந்தப் பெண்ணுக்குக்கூடத் தெரிவிக்கக்கூடும். ஹே ஆண்டவனே, அவனைக் காப்பாற்று. அவன் சாக வேண்டாம். அவன் சாகக் கூடாது. ஆமாம், ஏன் சாகக் கூடாது? அவன் இப்போதே செத்தவன்.

விருப்பு வெறுப்பின்றி யதார்த்தத்தைக் கூறும் அசோக மித்திரன், அதை மாற்றிக் காட்டுகிறேன் என்று சவால் விடுவ தில்லை. அதே சமயம், யதார்த்தம் குறித்த தீவிரமான விசாரணை யும் அவர் எழுத்தில் காணக் கிடைப்பதில்லை. இந்த வாழ்க்கை இப்படி இருக்கிறது எனக் காட்டும் அசோகமித்திரன், இது ஏன் இப்படி இருக்கிறது என்ற கேள்வியை ஒருபோதும் எழுப்புவதில்லை. யதார்த்தத்திற்கும் இவருக்கும் இடையேயான உறவு எவ்வளவுதான் துல்லியமும் நேர்மையும் கொண்டிருந் தாலும் அது தள்ளி நின்று பார்க்கும் அணுகுமுறையையே கொண்டிருக்கிறது. தள்ளி நின்று கவலையுடன் பார்க்கும் அணுகுமுறையாகவும் இது பல சமயங்களில் வெளிப்படுகிறது. தாமரை இலை நீர்போல ஒட்டியும் ஒட்டாமலும் வாழ்க்கையை அணுகும் அசோகமித்திரனின் ஆதாரமான வலுவே அவரது பலவீனத்திற்கும் காரணமாக அமைந்திருக்கிறது. வாழ்க்கை யதார்த்தங்கள் குறித்த புரிதலைத் தேடியோ மனித வாழ்வைத் துன்பம் மிகுந்த அனுபவமாக்கும் கசப்பான யதார்த்தங்களின் ஊற்றுக் கண்களைத் தேடியோ அவரைப் பயணம் செய்ய விடாமல் தடுப்பதும் இந்த அணுகுமுறைதான். அசோகமித்திர னுக்கும் யதார்த்தத்திற்கும் உள்ள வலுவானதும் பலவீன மானதுமான கண்ணி இதுதான்.

வாழ்க்கையைத் தத்துவார்த்தமாக நோக்குபவர்கள் தனிப்பட்ட முறையில் ஒரு பக்குவ நிலையை எய்திவிடக்கூடும் (பக்குவம் அடைந்தவர்கள் வாழ்க்கையைத் தத்துவார்த்தமாகப் பார்க்கும் நிலையை அடையக்கூடும் என்றும் சொல்லலாம்). எதுவுமே பெரிதாகத் தம்மைப் பாதிக்காத நிலைக்கு அவர்கள் சென்றுவிடக்கூடும். ஆனால் இந்த நிலை, பொது அக்கறைகள் சார்ந்த அவர்களது அணுகுமுறையில் சில போதாமைகளை உருவாக்கிவிடக்கூடும். தனிப்பட்ட முறையில் ஒருவர் அடையும் பக்குவ நிலை தனிப்பட்ட பிரச்சினைகள்மீது மட்டுமல்லாமல் பொது அக்கறைகள் சார்ந்த அவரது தீவிரத் தன்மையையும் ஈடுபாட்டையும் கணிசமாகக் குறைத்துவிடுகிறது. பொதுப் பிரச்சினைகள், மானுட வாழ்வின் நெருக்கடிகள், மனித நடத்தையின் விசித்திரமான பரிமாணங்கள், சமூக அமைப்பு, சமூகமும் தனி மனிதனும் பரஸ்பரம் பாதித்துக்கொள்ளும் விதங்கள் ஆகியவை பற்றிய கூர்மையான அவதானிப்புகள் அசோக மித்திரனிடம் உள்ளன. மனித வாழ்வின் எதிர்மறையான அம்சங்கள் குறித்த கவலையும் இருக்கிறது. ஆனால் இத்தகைய நெருக்கடிகளை விரிவான தளத்தில் வைத்து ஆராயும் முனைப்பு அவரிடம் உருப்பெறவில்லை. இதற்குத் தேவையான தீவிரம் போதிய அளவு திரள்வதில்லை. விருப்பு வெறுப்பற்ற சாட்சி நிலையிலிருந்து வாழ்க்கையைப் பார்க்கும் அணுகுமுறையின் தவிர்க்க முடியாத மறுபக்கமாக இது இருக்கக்கூடும்.

○

இனி அசோகமித்திரன் கதைகளில் இடம்பெறும் வேறு சில அம்சங்கள், மனிதர்கள், குழந்தைகள் ஆகியோரைப் பற்றிச் சுருக்கமாகப் பார்க்கலாம். பலவித மனிதர்கள், பல்வேறு வாழ்நிலைகள், உணர்வுக் கோலங்கள், நெருக்கடிகள், வாழிடங்கள் எனப் பலவிதமான கூறுகளைக் கொண்ட அசோக மித்திரனின் கதைகளை வரையறைகளுக்குள் சுருக்கிவிடவோ படிமங்களாக மாற்றிப் புரிந்துகொள்ளவோ முடியாது. ஒரு தருணத்தின் பல்வேறு சாத்தியக்கூறுகளைத் தேடிச் செல்லும் இவரது கதைகளைப் பற்றிய விவரிப்புகளும் பல்வேறு அம்சங்களைத் தழுவியபடி விரிந்து செல்வதைத் தவிர்க்க முடியாது.

பக்குவம் கூடிய எந்த எழுத்தாளரையும் போலவே அசோக மித்திரனின் குழந்தைகள் குழந்தைகளாகவே இருக்கிறார்கள். 'வாழ்விலே ஒரு முறை' கதையில் தெருவில் விளையாடச் செல்லும் குழந்தைகளிலிருந்து மண்ணைத் தின்னும் (பாலாமணியின்) குழந்தைவரை பல வயதுகளில் பலவிதமான குழந்தைகள் அவர் கதைகளில் வருகிறார்கள். இவர்கள் அதிகப்பிரசங்கித்தனமாகப் பேசாமல், கதாசிரியரின் விருப்பம் சார்ந்து செயல்

படாமல் இயல்பாக வளையவருகிறார்கள். இவர்களது பிரச்சினைகளை முன்னிட்டுச் சமூகப் பிரச்சினையை அலசுவதோ குழந்தைத்தனமான தீர்வுகளை முன்வைப்பதோ குழந்தைகளைத் தெய்வங்களாகக் காட்டுவதோ நடப்பதில்லை. அசோகமித்திரனின் கதைகளில் குழந்தைகள் குழந்தைகளாகவே இருக்கிறார்கள்.

வாழ்வின் முக்கியமான பரிமாணங்களில் ஒன்றான காதல் அசோகமித்திரனின் கதைகளிலும் இருக்கிறது. கிளுகிளுப்பு, நெகிழ்ச்சி தவிர்த்த யதார்த்தக் காதலாக இது இருக்கிறது. அசோகமித்திரனின் காதலர்கள் வெகு விரைவில் மயக்கங்களிலிருந்து விடுபட்டு யதார்த்தத்தைப் புரிந்துகொள்கிறார்கள். 'நாடகத்தின் முடிவு' கதையில் வரும் காதலர்களைப் போல. மயக்கத்தில் மூழ்கிய காதலுக்குப் பழகிப்போன தமிழ் மனம் இவர்கள் இவ்வளவு யதார்த்தமாக இருந்துதான் ஆக வேண்டுமா என்று ஆதங்கப்படக்கூடும். ஆனால் அசோகமித்திரனின் காதலர்களால் வேறு எப்படியும் இருக்க முடியாது. கொஞ்ச காலம் மயக்கத்தின் பிடியில் மெய்மறந்து இருந்தாலும் அவர்களுக்கு யதார்த்தம் விரைவில் தெரிந்துவிடுகிறது. அந்த யதார்த்தத்தை எதிர்கொள்ள அவர்கள் தயாராகிவிடுகிறார்கள். வீட்டுக்குத் தெரியாமல் தாலி கட்டிக்கொண்டு வந்துவிடும் அளவுக்குக் காதலில் பிடிப்பும் காதலன்மீது நம்பிக்கையும் உள்ள பெண்கள் இவர் கதையிலும் வரத்தான் செய்கிறார்கள் (எல்லாமே சரி). காதல் தோல்வியால் தற்கொலை செய்து கொள்ளும் அளவுக்கு வாழ்க்கையை வெறுத்த இளைஞனும் வருகிறான் ('மூன்று ஜதை இருப்புப் பாதைகள்'). ஆனால் இவர்களும் விரைவில் யதார்த்தத்திற்கு முகம் கொடுக்கிறார்கள். காதல் வயப்பட்டு நிற்கும் தருணத்தைவிடவும் மயக்கத்திலிருந்து விடுபட்டு நிற்கும் தருணமே அசோகமித்திரனின் கவனத்திற்கும் அக்கறைக்கும் உரியதாக இருக்கிறது.

ஒரு குறிப்பிட்ட தருணம் வாழ்வில் எவ்வளவு முக்கியமானதாகிவிடுகிறது என்பதைத் 'திருப்பம்', 'வெளி' போன்ற கதைகள் காட்டுகின்றன. நகைமுரணின் வெவ்வேறு முகங்களையும் அவற்றின் தாக்கத்தையும் 'முறைப்பெண்', 'விருந்து', 'இப்போது நேரமில்லை' முதலான பல கதைகள் உணர்த்துகின்றன.

அசோகமித்திரன் படைப்புகள் கசப்புணர்வை ஏற்படுத்துபவையல்ல என்றபோதிலும் சில கதைகள் வாழ்வின் அர்த்தமின்மையை, பல்வேறு செயல்பாடுகளின் அர்த்தமின்மையைப் பற்றிப் பேசுகின்றன. 'அம்மாவைத் தேடி', 'பறவை வேட்டை', 'சேவை, சில்வியா', 'உத்தர ராமாயணம்' போன்ற சில கதைகள்

தாமரை இலைமீது தத்தும்பும் சொற்கள் ✤ 45

வாழ்வின் வெறுமையை, உறவுகளின் அர்த்தமின்மையை, நம்பிக்கைகளின் உள்ளீடற்ற தன்மையைப் பலவிதங்களில் உணர்த்துகின்றன. 'புலிக்கலைஞன்' போன்ற கதைகள் பெரும் சாதகத்திற்குப் பின் கைவரப்பெறும் திறமைகளின் பொருள் குறித்த கேள்விகளை எழுப்புகின்றன. வாழ்வியக்கத்தில் மனிதர்களின் முயற்சி, லட்சிய வேட்கை, தேடல், அலைதல் ஆகியவற்றின் நிகர மதிப்பு பல சமயங்களில் பெரும் பூஜ்யமாய் ஆகி விடும் சோகத்தை இவை கூறுகின்றன. ஒவ்வொரு தருணத்தையும் பிரக்ஞைபூர்வமாக, துடிப்பாக வாழ்பவர்கள்கூட மீள் பார்வையில் வாழ்க்கையை அர்த்தமுள்ளதாக உணர முடியாமல் போவதைக் காட்டுகின்றன.

இயக்கம் / கொள்கை சார்ந்த பிடிப்புகள் ஒரு தருணத்தில் பொருளிழந்துபோவதைக் காட்டும் 'காத்திருப்பு' போன்ற சில கதைகள் இந்த அர்த்தமின்மையின் ஒரு பரிமாணத்தை உணர்த்துகின்றன. இயக்கச் செயல்பாடுகளில் தோய்ந்த மனம் உலகை அந்த இயக்கத்தின் கண் கொண்டு மட்டுமே பார்க்கிறது. அந்தப் பிடியிலிருந்து விடுபட்ட பிறகு உலகமே வேறாகத் தெரிகிறது. 'காத்திருப்பு' கதையில் வரும் இளைஞனுக்கு இயக்கத்திலிருந்து வெளிவந்த மறுநாள் காலையில் டீக்கடையில் தெரியும் காட்சிகூட மாறிவிடுகிறது. இயக்கம் நமது பார்வையின் மீது செலுத்தும் அழுத்தமான தாக்கத்தை இவ்வளவு எளிமையாக, இவ்வாறு குறைவான வரிகளில் வாசக அனுபவத்திற்குச் சாத்தியமாக்குவது எழுத்துக் கலையின் பெரிய சாதனைகளில் ஒன்று என்றுதான் சொல்ல வேண்டும். இந்தச் சாதனை படைப்பாளியின் பிரக்ஞைபூர்வமான முனைப்பிலிருந்து பிறக்காமல் அவரது வாழ்க்கைப் பார்வை சார்ந்த கலை ஆளுமையின் இயல்பான வெளிப்பாடாய் அமைவதுதான் அசோகமித்திரன் எழுத்தின் அலாதியான தன்மை.

அசோகமித்திரன் கதைகளில் வரும் பெண்களைப் பற்றிச் சொல்வதற்கு நிறைய இருக்கிறது. சிறப்புரிமையோ சலுகைகளோ வரப்பிரசாதங்களோ பெற்றவர்கள் பொதுவாக அசோகமித்திரன் கதைகளில் இடம்பெறுவதில்லை. இவையெல்லாம் அமையப் பெறாதவர்களை அதிகமாகக் கொண்ட கீழ்மட்ட நடுத்தர வகுப்புக் குடும்பங்களில் பெண்களின் நிலை ஆண்களின் நிலையைவிட மோசமாகவே இருக்கிறது. இந்தப் பெண்களைத் தன் விசேஷ கவனிப்புக்கு உட்படுத்துகிறார் அசோகமித்திரன். பெண் நிலைவாதப் பிரகடனங்களின்றிப் பெண்களின் வாழ்நிலை குறித்த வாசகரின் பிரக்ஞையைக் கூர்மைப்படுத்துகிறார்.

வாழ்நிலை சார்ந்த இயல்பான துயரங்கள் போதாதென்று ஆண்களின் சுயநலம், கையாலாகாத்தனம், அற்பத்தனம்

ஆகியவற்றின் விளைவுகளையும் சேர்த்துச் சுமக்க வேண்டிய நிலையில் இப்பெண்கள் இருக்கிறார்கள். துயரத்தை மௌனமாகத் தாங்கிக்கொண்டு குடும்பத்தை நடத்தும் பொறுப்பையும் ஏற்றுக்கொள்ளும் சராசரி இந்தியப் பெண்ணின் பிரதிநிதிகள் அசோகமித்திரனின் கதைகளில் நடமாடுகிறார்கள். 'விமோசனம்' கதையில் வரும் சரஸ்வதியைப் போல எப்போதாவது இவர்களுக்குக் கோபம் வந்தாலும் பொதுவாக இவர்கள் பொறுமையின் சிகரங்கள். புலம்பலோ கழிவிரக்கமோ வெறுப்போ இல்லாமல் வாழ்க்கையை எதிர்கொள்பவர்கள். புலம்புவதற்கான பலவீனமோ வெறுப்பை உமிழ்வதற்கான சுரணையோ இல்லாதவர்கள் அல்ல இவர்கள். ஆயினும் அவற்றைச் செய்யாதவர்கள். தமக்கு வாய்த்த வாழ்க்கையின் எல்லைகளைத் தம்மளவில் புரிந்துகொண்டு அதை எதிர்கொள்பவர்கள். கோபமோ கழிவிரக்கமோ எந்த மாற்றத்தையும் கொண்டுவந்துவிடாது என்னும் பக்குவத்துடன் வாழ்க்கை இயந்திரத்தின் துருப்பிடித்த இண்டு இடுக்குகளில் தம்மால் இயன்ற அளவு எண்ணெய் வார்த்து அதன் ஓட்டத்தை ஓரளவேனும் சரளமாக்கும் முயற்சியில் பற்றற்ற துறவிபோல் ஈடுபட்டுவருபவர்கள். அசோகமித்திரனின் பெண்களைப் புரிந்துகொண்டால் பெருவாரியான இந்தியப் பெண்களைப் புரிந்துகொள்ள முடியும்.

○

அசோகமித்திரனின் கதைகளில் வன்முறை இடம் பெறுவதில்லை. அப்படியே இடம்பெற்றாலும் நேரடிப் பதிவாக இடம்பெறுவதில்லை. அடிதடி, வெட்டு, குத்து வகையிலான வன்முறையைக் கையாளாவிட்டாலும் நுட்பமான தளங்களில் செயல்படும் வன்முறையை அவர் கையாள்கிறார். குடும்பம், சமூகம், இனக் குழுக்கள், தேசம் ஆகிய மட்டங்களில் நடை பெறும் நுட்பமானதும் வலிமையானதுமான வன்முறையை அசோகமித்திரன் அடையாளம் காட்டுகிறார். கணவனால் துன்புறுத்தப்படும் மனைவி, சக ஊழியர்களால் துன்பத்திற்கு ஆளாகும் ஊழியன், பகைமை பாராட்டும் பிரிவினர் எனப் பல தளங்களில் நுட்பமான வன்முறை வெளிப்படுகிறது. நெருக்கடி நிறைந்த வாழ்வு விரும்பியும் விரும்பாமலும் மனிதர்களை வன்முறையில் ஈடுபடவைக்கும் அவலத்தை இவர் காட்டும்போது, வன்முறைக்கு ஆளாகுபவர்கள் மட்டுமன்றி வன்முறையில் ஈடுபடுபவர்களும் பலியாடுகளாகத் தோற்றமளிக்கிறார்கள். அசோகமித்திரனின் கலைப் பார்வை வாழ்க்கையை அணுகும் விதத்தில் நிகழும் ரசவாதம் இது.

வன்முறையை மிக மிகக் குறைவாகவும் நுட்பமாகவும் கையாளும் அசோகமித்திரனின் அணுகுமுறைக்கு விதிவிலக்காக அமைந்திருப்பது 'விடுவிப்பு' என்னும் கதை. சிறைச்சாலைக்குள் நடைபெறும் கொடூரமான ரத்தக் களறியை மையமிட்ட இக்கதை அவரது அனைத்துக் கதைகளிலிருந்தும் சற்று வித்தியாசப்பட்டு நிற்கிறது எனச் சொல்லலாம். வன்முறையின் குரூரமும் அதன் சகிக்க முடியாத தாக்கமும் இத்தனை வலிமையாக அசோகமித்திரனின் எந்தக் கதையிலும் பிரதிபலிக்கவில்லை. இதிலும் அவரது எழுத்தின் பொதுவான அம்சங்கள் உள்ளன – சற்று அழுத்தமாக. கதையிலிருந்து சில வரிகளைப் பாருங்கள்:

> என்னால் அந்த அலறல்களை வர்ணிக்க முடியாது. சித்திரவதையின்போது அலறல்கள் உண்டு. அங்கு வலி தாங்காமல் அலறலே தவிர வாழ்வின் இறுதிக்கு விரட்டப்பட்ட அலறல் அல்ல. ஆனால் இங்கு சாவு அலறல்கள். ஒவ்வொரு அடியிலும் வெட்டிலும் இந்த அலறல் அமானுஷ்யமாகப் பீறிடுகிறது. கசாப்புத் தொழிற்சாலையில் வெட்டப்படும் பன்றிகளும் ஆடுகளும் மாடுகளும் இப்படித்தான் அலறும். மனிதனை மிகக் கேவலமாக இழிவுபடுத்துவது அவனுடைய சாவை ஒரு விலங்கினுடையது போல அவனே உணரவைப்பது.

பெருக்கெடுக்கும் ரத்த வெள்ளத்தின் பின்னணியில் போராட்டம், லட்சியம், தாக்குதல், உயிர் பிழைத்தல் ஆகியவற்றின் பொருளின்மையை உணர்த்தி உறையவைக்கும் தரிசனத்துடன் முடியும் இக்கதை அசோகமித்திரனின் முக்கியமான – அதிகம் கவனம் பெறாத – கதைகளில் ஒன்று.

சினிமாவைப் பின்னணியாகக் கொண்டு இவர் எழுதியுள்ள கதைகள் மிக நுட்பமான தளத்தில் சினிமா உலகின் மறு பக்கத்தைக் காட்டுகின்றன. 'கரைந்த நிழல்கள்' என்னும் இவரது நாவலின் வீச்சுக்குள் அடங்கும் இக்கதைகள் சராசரி மனிதர்களால் தெய்வப் பிறவிகளாகப் பார்க்கப்படும் சினிமாக்காரர்களைத் தரையில் இறக்கி நடமாட வைக்கின்றன. மயக்கம் தவிர்த்த காதல், கழிவிரக்கம் தவிர்த்த வறுமை ஆகியவற்றைக் காட்டும் அசோகமித்திரன் பளபளப்பு நீங்கிய சினிமா உலகையும் நமக்குக் காட்டுகிறார்.

○

அசோகமித்திரனின் நகைச்சுவை அவரது படைப்புலகின் தவிர்க்க முடியாத ஒரு பரிமாணம். அவரது கதைத் தேர்வு, மொழிநடை, கலைப் பார்வை ஆகியவற்றில் வெளிப்படும்

அணுகுமுறையின் அடிப்படையான குணம் அவரது நகைச் சுவையிலும் பிசிறின்றிப் பிரதிபலிக்கிறது. யாரையும் புண்படுத் தாத அங்கதம் அசோகமித்திரனுடையது. யாருமே பரிகசிப்புக் குள்ளாக்கப்படுவதில்லை. யாரும் முட்டாளாக ஆக்கப்படுவ தில்லை. வாழ்வின் முரண்பட்ட தருணங்களின் வினோதத் தன்மையும் இயல்பான நிகழ்வுகளின் விசித்திரமான பரிமாணங் களும் இவரது அங்கதத்தினூடே திரை விலக்கிக் காட்டப்படு கின்றன. 'திருப்பம்' கதையில் கார் ஓட்டக் கற்றுத் தருபவர் தப்புத் தப்பாகத் தெலுங்கில் பேசுவதையொட்டிய சித்தரிப்பில் வெளிப்படும் அங்கதமும் 'முறைப்பெண்' கதையில் உபசரிப்பு என்கிற இயல்பான நிகழ்வினூடே நிகழும் விபரீதத்தின் வழியே வெளிப்படும் அங்கதமும் வேறு வேறு இயல்பு கொண்டவை. ஒன்று வலியினூடே எழும் சிரிப்பைச் சொல்கிறது. இன்னொன்று சிரிப்பினூடே எழும் வலியைச் சொல்கிறது. இரண்டு தருணங் களிலும் அங்கதம் என்பது தொடக்கமோ முடிவோ அல்ல. அது கண்டடைதலின் பயணத்தில் எதிர்ப்படும் ஒரு திருப்பம். கண்டடைதலை இயல்வதாக்கும் ஒரு கருவி.

அசோகமித்திரனின் அங்கதம், படிப்பவருக்குச் சில சமயம் குபீரென்று சிரிப்பை வரவழைக்கும். சில சமயம் மெல்லிய முறுவலை மட்டும் துளிர்க்க வைக்கும். சில சமயம் அந்த வரிகளை நினைவுகூர்தலினூடே சிரிப்பு வரும். ஆனால் சிரிப்பு அடங்கிய பிறகு அந்த வரிகள் வேறு வடிவம் எடுக்கும். வேறு பொருள் கொடுக்கத் தொடங்கும். அதனூடே பயணிக்கும் வாசக மனம் வேறு பல பொருள்களைக் கண்டடையும்போது சிரிப்பு முற்றாக மறைந்து மனத்தில் கனம் கூடிவிடும். குறிப்பிட்ட தருணம் குறித்த தரிசனம் ஏற்படுத்தும் கனம். சிரிப்புக்குப் பின் ஒளிந்திருக்கும் அவலம் ஏற்படுத்தும் கனம். இழப்பின் வலியை, கண்டடைதலின் பரவசத்தை, மறைத்திருக்கும் அங்கதத் திரை விலகும் கணத்தில் இந்த அங்கதம் வெறும் சிரிப்பூட்டும் வரிகள் அல்ல என்பது புரிந்துவிடும். அவை அங்கத உருவில் உள்ள தரிசனம் என்பதும் புரிந்துவிடும்.

அசோகமித்திரனின் தத்துவப் பார்வை அவரது நகைச் சுவையைப் போலவே துருத்தி நிற்காமல் இரண்டறக் கலந்து விடுகிறது. விருப்பு – வெறுப்பைத் தாண்டிய நிலையில் வாழ்க்கை யோடு உறவுகொள்ளும் முயற்சியே இவரது தத்துவக் கண்ணோட் டம் என்று சொல்லலாம். சாதாரணத் தருணங்கள், சாதாரண மனிதர்கள் ஆகியவற்றின் அசாதாரணத் தன்மையை இனம் காட்டும் கடினமான சவாலை அனாயாசமாக எதிர்கொண்டு சாதிக்கும் இவரது கதைகளின் புறத் தோற்றத்தைப் போலிசெய்ய முயன்ற பலரது முயற்சிகள் பல்லிளிப்பதற்குக் காரணம், அந்தத்

தோற்றத்திற்குப் பின்னால் உள்ள பார்வை அவர்களுக்கு இல்லாததுதான்.

வெளிப்படையான தத்துவ விசாரம் நிகழும் 'காலமும் ஐந்து குழந்தைகளும்', ஒரு நிகழ்வின் இரு தரப்புகளைத் தர்க்க பூர்வமாக விவாதிக்கும் 'காந்தி' போன்ற கதைகளின் சாரமும் கருத்தளவிலான தத்துவத்தையோ தர்க்கத்தையோ தாண்டியது. இன்பம் – துன்பம், நன்மை – தீமை ஆகியவற்றைத் தத்துவம், தர்க்கம் ஆகியவற்றைத் தாண்டிய நிலையிலிருந்தே பார்க்கிறது அசோகமித்திரனின் சம நோக்கு. இதுவே அவரது தத்துவக் கண்ணோட்டம்.

○

அசோகமித்திரனின் வரிகளை நிதானமாகப் படிக்கையில் பல்வேறு நுட்பங்களை உணர முடிகிறது. ரயிலில் வழியனுப்ப வருபவர்களுக்கு எதிர்வினையாற்றும் பயணி குறித்த சித்தரிப்பைத் தரும் ஓரிரு வரிகள்கூடப் பல செய்திகளைப் பொதிந்து வைத்திருக்கின்றன (குழந்தைகள்). ஆஸ்துமா தொந்தரவுக்கு ஆளான ஒருவன் கடுமையான பசியுடன் ஒரு டீக்கடையில் உட்கார்ந்திருக்கும் காட்சியைக் கூறும் அசோகமித்திரன் திகுதிகுவென எரியும் நெருப்பும் ஆறிப்போன வடையும் அருகருகே இருக்கும் முரணைப் படம்பிடிக்கிறார் (காட்சி). உடல் உபாதையுடன் ஒரு சுடுகாட்டுப் பக்கம் செல்பவனின் உணர்வுகள், அவனை அறியாமல் இடம், காலம் ஆகியவற்றைத் தாண்டிய மாபெரும் பயணமாக விரியும் போக்கினை மிகுந்த நம்பகத்தன்மையுடன் இக்கதையில் உருப்பெறச் செய்கிறார். மூச்சுத் திணறல், பசி, மூட்டுவலி ஆகியவற்றால் அவதிப்படும் ஒருவன் எப்படித் தன் தனிப்பட்ட உபாதைகளிலிருந்து தொடங்கி வரலாறு நெடுகிலும் உள்ள எண்ணற்ற மனிதர்களின் உபாதைகளை எண்ணிப்பார்க்க முடியும் என்பதை நுட்பமாகவும் வலுவாகவும் காட்டுகிறார்.

கச்சிதமான வடிவையும் கூர்மையான முடிவையும் அசோகமித்திரனின் பல கதைகள் கொண்டிருக்கின்றன. மேற்கத்தியக் கலை வடிவமான சிறுகதைக்கே உரிய கவித்துவமான உச்சமும் திருப்பமும் கொண்ட முடிவுகளை இவரது கதைகளில் காண முடிந்தாலும் இந்தத் திருப்பம் வாசகரை வியப்பிலோ பிரமிப்பிலோ ஆழ்த்தும் தன்மை கொண்டதாக இல்லாமல் புதிய நோக்கை, தரிசனத்தைக் கொண்டதாக இருக்கிறது. முடிவுகள் புதிய தொடக்கங்களாக, புதிய வாசல்களின் திறவுகோல்களாக அமைந்து கதைகளின் ஆழத்தைக் கூட்டுகின்றன. 'நீயும் காப்பி அடிக்கறதுதானே' என்று 'யுகதர்மம்' கதையில் வரும் கடைசி

வரி வெறுமனே வாசகப் பிரமிப்புக்காகவோ சுவாரசியத்திற் காகவோ உருவாக்கப்படும் திருப்பம் அல்ல. கதையின் ஆதார சுருதி. கால மாற்றத்தின், மதிப்பீடுகளின் மாற்றத்தின் அடை யாளம். இந்த ஒரு வரி இல்லாவிட்டால் இக்கதை அது கொடுக்கும் பொருளைக் கொடுக்காமல் போய்விடும். 'விடிவ தற்குள்' கதையில் படாதபாடுபட்டுப் பிடித்த தண்ணீரைக் கன்றுக்குட்டி குடிப்பதை அனுமதிக்கும் பங்கஜத்தின் மனநிலை சிறுகதையின் முடிவுக்கான திருப்பம் என்னும் எல்லையைத் தாண்டி அவளது கனிவும் பக்குவமும் கூடிய மனநிலையை உணர்த்துவது. தண்ணீருக்காக அவள் பட்டபாட்டின் பின்னணி யில் பார்க்கும்போதுதான் இந்தக் கனிவின் அருமை புரியும். 'ராஜாவுக்கு ஆபத்து' கதையின் முடிவில் எக்ஸ்ரே மாறிப் போவது வெறும் திருப்பம் அல்ல. சதுரங்க ஆட்டத்தின் பின்னணியில் சொல்லப்படும் இக்கதை, வாழ்க்கை என்னும் சதுரங்க ஆட்டத்தின் புதிரான திருப்பங்களை உணர்த்தும் தரிசனமாகப் பரிணாமம் பெற உதவும் திருப்பம்.

○

கணிசமான அளவில் சிறப்பான கதைகளை எழுதியிருக் கும் அசோகமித்திரன் பலவீனமான கதைகளையும் நிறைய எழுதியிருக்கிறார். 'குருவிக்கூடு', 'கல்வி', 'தைரியம்', 'குற்றம் பார்க்கில்', 'இப்போது வெடித்தது', 'நரசிம்ம புராணம்', 'யாருக்கு நன்றி', 'மீரா – தான்சேன் சந்திப்பு' எனப் பல கதைகள் மிகப் பலவீனமாக அமைந்துள்ளன. இந்தக் கதைகளின் மொழியில் அசோகமித்திரனின் ஆளுமை பிரதிபலிக்கிறது என்பதுதான் ஏமாற்றத்தை மீறி இக்கதைகளைப் படிக்கவைக்கிறது.

கதைகள் சிறப்பாக உருப்பெறாமல் தோல்வியுறுவது என்பது எந்த எழுத்தாளருக்கும் நேர்வதுதான். ஆனால் சிறந்த படைப்புக் கான ஒரு முயற்சி தோல்வியடைவதற்கும் முயற்சியே போதிய அளவு உருப்பெறாமல் கதைகள் பலவீனமடைவதற்கும் வித்தி யாசம் இருக்கிறது. அசோகமித்திரனின் பலவீனமான கதைகள் இரண்டாம் ரகத்தைச் சேர்ந்தவை. இவரது பலவீனமான கதைகளில் பெரும்பாலானவை போதிய மனத்தோய்வு இல்லா மல் ஒரு சிறு குறிப்பு எழுதும் மனநிலையுடன் படைக்கப் பட்டனவோ என்னும் ஐயம் எற்படுகிறது. கடந்த பத்துப் பதினைந்து ஆண்டுகளில் எழுதப்பட்ட பல கதைகள் இப்படி உள்ளன. இவை அவரது முந்தைய கதைகளின் பலவீனமான நிழல்களாக உள்ளன. சிறுகதைக்கான இறுக்கம், ஆழத்தைத் தேக்கிவைத்திருக்கும் கனமான வரிகள், பல தளங்களில் பொருள் தந்து விரிவு பெறும் சொற்கோவைகள், படிமங்கள் ஆகியவை அற்ற தட்டையான பிரதிகளாக உள்ளன. தோல்வியுற்ற முயற்சி

களிலும் முயற்சியின் உள்ளார்ந்த வலிமை ஊடுருவி நின்று வலு சேர்க்கும். முயற்சியே உருப்பெறாதபோது படைப்பாளியின் மொழியும் நடையும் மட்டுமே பிரதியின் பலமாக இருக்கும். இந்நிலையில் படைப்பாளியின் மேலான படைப்புகளின் நிழல்களாக அவை ஒடுங்கிவிடும். இத்தகைய கதைகளைச் சமீப காலத்தில் அதிகம் எழுதியிருப்பது அசோக மித்திரனின் ஒட்டுமொத்தச் சிறுகதைகளின் பலவீனமான பரிமாணமாகத் தெரிகிறது.

அவரது பல கதைகளுக்குப் பிரத்யேகமான ஒரு வலிமையைச் சேர்க்கும் பட்டுக்கொள்ளாத அணுகுமுறை சில கதைகளின் பலவீனத்திற்கும் காரணமாக அமைந்து விடுவது விசித்திரம்தான். 'முறைப்பெண்', 'விருந்து' முதலான கதைகளில் வெளிப்படும் நகைமுரணுக்கு ஒப்பானது இது. இந்த விசித்திரம் எப்படி நிகழ்கிறது என்பதைச் சற்று நுணுகி ஆராயும்போது சில விஷயங்கள் புலப்படுகின்றன. 'தாமரை இலை நீர்' மனநிலை தன்னளவில் பாரபட்சம் அற்றது. சில கதைகளில் கூடுதலான முனைப்பையும் சில கதைகளில் அலட்சியத்தையும் அசோக மித்திரன் காட்டியிருக்கிறார் என்று சொல்லத் திட்டவட்டமான எந்தத் தரவும் கிடைப்பதில்லை. சில கதைகளில் கூடுதலான முனைப்பு குவிந்திருக்கிறது; சில கதைகளில் அவ்விதமாக அது நிகழவில்லை என்பது மட்டும் தெளிவாகத் தெரிகிறது.

கதைக்குள் வரும் உணர்ச்சிச் சுழிப்புகள், பிரச்சினைகள் சார்ந்த நெருக்கடிகள் ஆகியவற்றோடு ஒட்டாமல் நிற்கும் அசோகமித்திரன், ஒட்டுமொத்தக் கதையுடனும் கூட ஒட்டாமல் விலகிவிடுகிறாரோ எனத் தோன்றுகிறது. இந்த விலகல் கதைகள் குறித்த சுயமதிப்பீட்டைச் சாத்தியமற்றதாக்கி, பதிவு செய்வதோடு தன் வேலை முடிந்தது என்னும் மனநிலையை ஏற்படுத்தியிருக்கலாம். இந்நிலையில் கதைகளின் பலமும் பலவீனமும், கதைகளுக்கான வேர்கள் தேர்வுபெறும் தருணத்தின் உள்ளார்ந்த வலிமை, கதைகள் எழுதப்படும் நேரத்தில் திரண்டுவரும் கலைத்திறன் போன்ற சில காரணிகளைப் பொறுத்தவையாக அமைந்திருக்கக்கூடும். இப்படிப் பார்க்கையில் அசோகமித்திரனின் பலவீனமான கதைகளை அவரது கலை ஆளுமையின் ஒரு பகுதியாகவும் காணமுடியும். 'தாமரை இலை நீர்' மனநிலை அசோகமித்திரனின் பலம், பலவீனம் ஆகிய இரண்டுக்கும் காரணமாக அமையும் முரண்பாடாகவும் இதைப் புரிந்துகொள்ளலாம்.

○

ஒட்டுமொத்தமாக அசோகமித்திரனின் 187 கதைகளையும் படிக்கையில், நமக்குக் கிடைப்பது அலாதியான வாசக அனுபவம். பல கதைகள் திரும்பப் படிக்கும்போது அலுப்போ சலிப்போ ஏற்படுத்தாமல் புதிய அனுபவங்களைத் தருகின்றன. 'கோலம்', 'மஞ்சள் கயிறு', 'புலிக்கலைஞன்', 'பிரயாணம்', 'காட்சி', 'நடனத்திற்குப் பின்', 'விமோசனம்' முதலான கதைகள் எத்தனை முறை படித்தாலும் தமது புத்துணர்வை இழக்காமல் ஒவ்வொரு முறையும் சிறந்த வாசக அனுபவத்தை இயல்வ தாக்குகின்றன. இவை மிக விரிவாகப் பேசப்படுவதற்கான சாத்தியங்களைக் கொண்டவை. 'அம்மாவின் பொய்கள்', 'வேலி', 'போட்டோ', 'விருந்து', 'முறைப்பெண்', 'மாறுதல்' முதலான பல கதைகள் ஒவ்வொரு விதத்தில் முக்கியத்துவம் வாய்ந்தவை யாக உள்ளன. இவை இரண்டாம், மூன்றாம் வாசிப்புகளிலும் தம் உயிர்ப்பைத் தக்கவைத்துக்கொண்டிருப்பதோடு புதுப்புதுப் பரிமாணங்களையும் வெளிப்படுத்துகின்றன.

சில தருணங்கள், சில மதிப்பீடுகள், சில எதிர்கொள்ளல்கள், சில மாற்றங்கள் – ஒட்டுமொத்த வாழ்வையே தீர்மானிக்கும் இது போன்ற காரணிகள்தான் அசோகமித்திரனின் கதையுல கின் ஆதாரமான கண்ணிகள். இவை முன்முடிவுகள், தீர்ப்புகள், கோட்பாடுகள் சார்ந்த சிதைவுகளுக்கு ஆளாகாமல் படைப் பாளியின் பிரத்யேகமான கோணத்தில் மறு உருவாக்கம் பெற்று நமது அனுபவ உலகைப் பாதித்து வாழ்வு குறித்த பரிசீலனைகளைத் தூண்டுகின்றன.

இத்தகைய சாத்தியங்களைக் கொண்ட கதைகளைச் சிறந்த கதைகள் என்று சொல்லலாம் என்றால் இத்தொகுப்பில் 52 கதைகளைச் சிறந்த கதைகள் என்று அடையாளம் காட்ட முடியும். இவற்றின் தரத்தில் ஏற்றத் தாழ்வுகள் இருந்தாலும் படிக்கும்போதெல்லாம் புதுப்புது வாசக அனுபவங்களையும் தரிசனங்களையும் தருவதால் இவையனைத்தும் ஏதேனும் ஒரு விதத்தில் முக்கியத்துவம் வாய்ந்தவையாக உள்ளன.

இத்தகைய தரத்தில் சுமார் 50 கதைகளை எழுதியிருப்பது ஒரு படைப்பாளியின் மாபெரும் சாதனை என்பதில் சந்தேகம் இருக்க முடியாது.

'காலச்சுவடு', ஏப்ரல் 2005

•

படைப்பு வெளியில் சு.ரா.வின் பயணம்
சிறுகதைகள் காட்டும் சுவடுகள்

நாவல், கவிதை, சிறுகதை, விமர்சனம், பத்தி, உரைகள், நேர்காணல் எனப் பல வடிவங்களில் தன் படைப்பு ஆளுமையை வெளிப்படுத்தி அரை நூற்றாண் டுக்கும் மேலாக இயங்கிவந்த சுந்தர ராமசாமியின் சிறுகதைகளை மட்டும் வைத்துக்கொண்டு அவரது படைப்பு ஆளுமையை மதிப்பிடும் முயற்சி இது. தான் செயல்பட்ட அனைத்துத் துறைகளிலும் தீவிரமும் நேர்மை யும் கொண்டு சிறப்பாக இயங்கிய மிக அரிதான தமிழ் ஆளுமைகளில் ஒருவர் சுந்தர ராமசாமி. இத்தகைய ஒரு படைப்பாளுமையின் ஒரு துறை சார்ந்த வெளிப்பாடு களை மட்டும் அடிப்படையாகக் கொண்டு பேசும் போது இதரப் பரிமாணங்கள் கணக்கில் எடுத்துக்கொள்ளப் படாமல் போய்விட வாய்ப்புள்ளது. என்றாலும் சூரியக் கதிர்களைத் தன் சின்னஞ்சிறு குவிமையத்தின்வழி வீரியத்துடன் வெளிப்படுத்தும் குவி ஆடியின் திறனை ஒத்த சிறுகதைக் கலை, ஒட்டுமொத்தப் படைப்பாளு மையின் ஜீவனைத் தன்னுள் அடக்கியிருக்கும் என்பதில் ஐயமில்லை.

வாழ்வு என்னும் மாபெரும் பரப்பின் பின்னணியில் அனுபவம், பார்வை ஆகியவை சார்ந்து மொழியின்

உதவியுடன் மேற்கொள்ளும் நீண்ட பயணமாக நாவலைக் கொள்ளலாம் என்றால் வாழ்வெனும் பரப்பினூடே மேற் கொள்ளப்படும் பயணத்தின் திருப்பங்கள், தடுமாற்றங்கள், ஏற்ற இறக்கங்கள் ஆகியவற்றின் படைப்பு சார்ந்த பதிவுகள் என்று சிறுகதைகளை வரையறுக்கலாம். வாழ்வின் முழுமையைத் தன் கரங்களுக்குள் அணைத்துக்கொள்ள நாவல் முயல்கையில், பகுதிகளினூடே தெறிக்கும் உக்கிரத்தின் வழியே முழுமையைக் கோடிகாட்ட முயல்கிறது சிறுகதை. பலவித சலனங்கள், பல்வேறு கதை மாந்தர்கள், வெவ்வேறு காலகட்டங்கள், மாறுபட்ட பக்குவ நிலைகள், மாறிவரும் தத்துவ நோக்குகள், பரிசோதனைகள் என்று படைப்புகளின் பன்முகச் சவால்களை எதிர்கொள்வதற்கான கூறுகள் பலவற்றையும் தன்னுள் கொண்டிருக்கிறது சிறுகதை வடிவம். தொடர்ந்து இயங்கிவரும் எந்த ஒரு படைப்பாளியின் பயணத்தையும் நுட்பமாக நாம் கவனித்தால் மொழி, பார்வை, எழுத்துக் கூர்மை ஆகியற்றில் அந்தப் படைப்பாளிக்குள் நிகழும் மாற்றங்களில் பெரும் பாலானவை அவரது சிறுகதைகளிலேயே வீரியத்துடன் வெளிப் படுவதைப் பார்க்க முடியும்.

அதிகம் பேசப்பட்ட நாவல்களையும் முக்கியத்துவம் பெற்ற கவிதைகளையும் எழுதியிருந்தாலும் சுந்தர ராமசாமியின் படைப்பு ஆளுமையின் முக்கியமான பல கூறுகளை அவரது சிறுகதைகளிலேயே தெளிவாக அடையாளம் காண முடிகிறது. பல வழிகளில் பயணம் செய்துவந்த சுந்தர ராமசாமியின் இலக்கிய வெளிப்பாடுகள் சிறுகதைகளின் வாயிலாகவே தொடங்கியது மட்டுமல்ல; சிறுகதைகளின் வழியாகவே கூர்மை யாகத் தன்னை நிலைநிறுத்திக்கொண்டன. தமிழ் நாவல் வரலாற்றிலேயே அதிக விவாதங்களை உருவக்கியுள்ள ஜே.ஜே: சில குறிப்புகள் நாவலை எழுதியிருந்தாலும் சிறுகதைகளை மட்டுமே வைத்து அவரைத் தமிழின் முக்கியப் படைப்பாளி களில் ஒருவராகக் கூறிவிட முடியும். எனவே அவரது சிறுகதை களைப் பற்றிப் பேசுவது ஒருவிதத்தில் அவரது ஒட்டு மொத்த ஆளுமையையும் பங்களிப்பையும் பற்றிப் பேசுவதாகவே அமையும்.

○

முதலில் அவரது கதைகளின் ஒட்டுமொத்தப் போக்கு களைப் பார்க்கலாம்.

புதுமைப்பித்தனின் மகா மசானம் என்ற சிறு கதையைப் படித்த பிறகுதான் எழுத வேண்டும் என்ற உந்துதல் தனக்கு ஏற்பட்டது என்று சு.ரா. பல சமயங்களில் குறிப்பிட்டிருக்கிறார்.

சிறு வயதில் இடதுசாரி இயக்கங்களோடு இருந்த தொடர்பு பற்றியும் குறிப்பிட்டிருக்கிறார். அவரது ஆரம்பகாலக் கதைகளில் இந்த இரண்டு அம்சங்களின் தாக்கத்தையும் பார்க்க முடிகிறது. அவற்றை அவரது முதல் கட்டக் கதைகள் என்று கூறலாம். இந்தக் கதைகளில் அவரது சமூக அக்கறையை வெளிப்படையாகக் காண முடிகிறது. எழுத்தின் மூலம் சமுதாயத்தில் மாற்றத்தை ஏற்படுத்திவிட வேண்டும்; ஏற்படுத்தி விட முடியும் என்ற வேகம் – முற்போக்கு எழுத்தாளர்களுக்கே உரித்தான வேகம் – காணப்படுகிறது. ஆனால் இந்தப் பாதையில் அவர் அதிக தூரம் பயணம் செய்யவில்லை. விரைவிலேயே அவர் எழுத்து ஆழமான விஷயங்களை நோக்கி நகர்கிறது. கோவில் காளையும் உழவு மாடும் என்ற கதை இதற்குச் சிறந்த உதாரணம்.

பிரசாதம் முதல் இல்லாத ஒன்று வரையிலான கதைகளை சு.ரா.வின் இரண்டாம் கட்டக் கதைகள் என்று கூறலாம். இந்தக் கதைகளில் அவரது மொழியில் கூர்மையும் அழகும் கூடியிருப்பதைக் காண முடிகிறது. நுட்பமான கவனிப்புகள், சிக்கலான மனப் பதிவுகள், மனித ஆளுமைகளின் விசித்திரங்கள், காலத்தின் கணக்கற்ற கோலங்கள் ஆகியவை அனாயாசமாகச் சித்தரிக்கப்படுகின்றன. மனித வாழ்வின் பல கூறுகளை மிகுந்த ரசனையுடனும் மிகையற்ற நெகிழ்ச்சியுடனும் இவை கூறுகின்றன. பிரசாதம், சன்னல், ஸ்டாம்பு ஆல்பம், எங்கள் டீச்சர், வாழ்வும் வசந்தமும் என்று பல கதைகளை இதற்கு உதாரணமாகச் சொல்லலாம். மிகவும் கச்சிதமான வடிவம் கொண்ட சிறுகதைகளுக்கான உதாரணங்களாகக் காட்டக் கூடிய கதைகள் பல இந்தக் காலகட்டத்துக் கதைகளில் உள்ளன.

அழைப்பு என்ற கதையிலிருந்து தொடங்கும் சு.ரா.வின் இதர கதைகளை அவரது மூன்றாம் கட்டக் கதைகள் என்று வகைப்படுத்தலாம். இதிலுள்ள பெரும்பாலான கதைகளில் அவரது கூறல் முறையும் கையாளும் விஷயங்களும் பெரும் மாற்றத்தை அடைந்துள்ளன. கச்சிதமான யதார்த்தக் கதைகளை வெற்றிகரமாக எழுதிவந்த சு.ரா., வடிவம் சார்ந்த பரிசோதனைகளை இந்தக் கதைகளில் மேற்கொள்கிறார். அந்தப் பரிசோதனைகள், பரிசோதனைகளைப் பிரதான நோக்கமாகக் கொண்ட வலிந்த முயற்சிகளாக இல்லாமல் உள்ளடக்கம் சார்ந்த இயல்பான மாற்றங்களாக இருக்கின்றன. மனித வாழ்வின் மீது படர்ந்திருக்கும் மர்மங்களையும் புதிர்களையும் புரிந்துகொள்ள விழையும் தீவிரமான தேடலை இந்தக் கதைகளில் காண முடிகிறது. வாழ்வின் அடிப்படைகள், அதன் அர்த்தம் அல்லது அர்த்தமின்மை குறித்த தேடலையும் இந்தக்

கதைகள் மேற்கொள்கின்றன. இந்த விசாரணை, ஒரு குறிப்பிட்ட காலம், இடம், ஆகியவற்றின் பின்னணியிலும் அவற்றைத் தாண்டியும் தன் பயணத்தை மேற்கொள்கிறது. தீவிரமான இந்தத் தேடலுக்கு இசைவாக மொழி மேலும் கூர்மையும் தீவிரமும் இறுக்கமும் பெற்று கனமான வாசிப்பு அனுபவத்தைச் சாத்தியமாக்குகிறது. அழைப்பு, போதை, பல்லக்குத் தூக்கிகள் ரத்னாபாயின் ஆங்கிலம் போன்ற பல கதைகளை இதற்கு உதாரணமாகச் சொல்லலாம்.

சு.ரா. தனது வாழ்வின் இறுதிக் காலத்தில் எழுதிய சில கதைகளை என் பார்வையில் அவரது நான்காம் கட்டக் கதைகள் என்று சொல்லலாம். மறியா தாமுவுக்கு எழுதிய கடிதம் என்னும் தொகுப்பில் உள்ள கதைகள் மொழி, கதைப் பொருள்கள், கூறல் முறை ஆகிய அம்சங்களில் சு.ரா.விற்குள் சமீப காலங்களில் ஏற்பட்டுவந்த மாற்றங்களைக் காட்டுகின்றன. இந்தக் கதைகளை ஆழமான பொருளில் சு.ரா.வின் அடுத்த கட்டக் கதைகள் என்று வரையறுத்துவிட முடியாது. ஆயினும் தொடர்ந்து தன்னைப் புதுப்பித்துக்கொண்டேவரும் போக்கு சு.ரா.விடம் இறுதிவரை நீடித்தது என்பதை இக்கதைகள் காட்டுகின்றன. அத்துடன் முக்கியமான ஒரு சில மாறுதல்களும் இவற்றில் தெரிகின்றன, குறிப்பாகக் கூறல் முறையில். ஆவேசம், கூர்மை, நுட்பமான, ஆனால் இரக்கமற்ற அங்கதம், உள்ளார்ந்த தத்துவ விசாரணை ஆகிய அம்சங்கள் தமது இயல்பை இழக்காமலேயே தம்மை உருமாற்றிக்கொண்டிருப்பதை இக்கதைகள் காட்டுகின்றன. நிதானம், கனிவு, நெகிழ்வு ஆகிய அம்சங்கள் கூடியிருக்கின்றன. சு.ரா.வின் முந்தைய கட்டத்துக் கதைகளை நினைவுபடுத்தும் கதைகளுடன் முற்றிலும் புதிய தடத்தில் கால் பதிக்கும் கதைகளும் இத்தொகுப்பில் உள்ளன. குறிப்பாகத் தலைப்புக் கதை.

இத்தொகுப்பில் வெவ்வேறு வகைமைகளில் அமைந்துள்ள கதைகளில் மறியா தாமுவுக்கு எழுதிய கடிதம் தனித்துத் தெரிகிறது. தனது நேரடி அனுபவ வீச்சிற்குள் வராத வாழ்வின் கூறு பற்றிய கதையை எழுதும்போது புனைவுலகின் நம்பகத் தன்மை சார்ந்த பிரச்சினை உருவாகிவிடுவது இயல்புதான். முழுக்க முழுக்க இன்னொருவராக உருமாறி வாழ்க்கையை அணுகும் தன்மையின் மூலமாகவே (empathy) இத்தகைய கதைகளை வெற்றிகரமாக எழுத முடியும். விலங்குகளின் நலனுக்காகத் தன் வாழ்க்கையைக் கிட்டத்தட்ட அர்ப்பணித்துவிட்டு அதன் சகல வலிகளையும் அனுபவித்துக்கொண்டிருக்கும் மறியாவை சுரா.வின் கலை, மிகுந்த நம்பகத்தன்மையுடன் நம் முன் காட்டுகிறது. எழுதும் விஷயத்தின்பால் ஆழ்ந்த மனத்தோய்வும் அத்துறை குறித்த அறிவும் உளவியல் ரீதியான

உருமாற்றமும் இல்லாமல் இது சாத்தியப்படவே முடியாது. படைப்பாளியின் தனிப்பட்ட வாழ்வுக்கும் பரவலான வாசகர்களின் அனுபவ வீச்சிற்கும் அப்பாற்பட்ட ஒரு உலகை நம்பகத் தன்மையோடு உருவாக்கிக்காட்டுவதற்குத் தேவையான படைப்புத்திறன் சுந்தர ராமசாமியின் கடைசிக் காலத்திலும் உயிர்ப்புடன் இருந்தது என்பதற்கான அடையாளம் இந்தக் கதை.

அனுபவ எல்லைகளை மட்டுமன்றிக் காலம் வகுக்கும் எல்லைகளையும் கடந்து படைப்பின் கூறுகளைக் கூர்மையாக வெளிப்படுத்தும் திறனைப் பறைசாற்றும் பிள்ளை கெடுத்தாள் விளை என்னும் கதையையும் இதோடு இணைத்துப் பார்த்தால் சு.ரா.வின் படைப்புத் திறன் அவர் மறைவதுவரையிலும் வற்றாத ஊற்றாகப் பெருகிக்கொண்டே இருந்தது என்பதை உணரலாம். தேக்கமின்மை என்பது எழுத்து உள்ளிட்ட சு.ரா. வின் ஒட்டுமொத்த ஆளுமையின் பயணத்தையும் சுட்டும் தன்மை என்பதால் இதை உணர்த்தும் இக்கதைகள் சு.ரா. மறைந்துவிட்ட நிலையில் அவரை நினைவுகூரும் தருணத்தில் குறியீட்டு முக்கியத்துவம் பெற்றவையாக ஆகியுள்ளன.

O

இனி அவரது கதைகளை அவற்றின் தன்மையின் அடிப்படையில் வகைப்படுத்திப் பகுத்துப்பார்க்கலாம்.

ஜே.ஜே: சில குறிப்புகள் நாவல் வாயிலாகத்தான் சுந்தர ராமசாமியின் எழுத்துக்களோடு எனக்கு முதலில் பரிச்சயம் ஏற்பட்டது. அதைப் படித்து முடித்த கையோடு சுந்தர ராமசாமியின் கட்டுரைகள் (க்ரியா வெளியீடு) என்ற நூலைப் படித்தேன். இரண்டும் எனக்கு மிகவும் பிடித்திருந்தன. இரண்டு நூல்களுக்கும் பொதுவான சில அம்சங்கள் என்னை மிகவும் கவர்ந்தன. தீவிரமான அணுகுமுறை, அதைப் பிரதிபலிக்கும் இறுக்கமும் கூர்மையும் கொண்ட மொழி, சமரசமற்ற போக்கு, ஆழம் முதலான அம்சங்கள். அதன் பிறகு அவரது பல்லக்குத் தூக்கிகள் என்ற சிறுகதைத் தொகுப்பைப் படித்தேன். அந்தத் தொகுப்பும் எனக்குப் பிடித்திருந்தது. குறிப்பாக அக்கதைகளின் மொழி, தீவிரம், நுட்பம், வடிவப் பரிசோதனைகள் ஆகிய அம்சங்களுக்காக.

பிரசாதம் என்ற தொகுப்பு அதன் பிறகுதான் எனக்குப் படிக்கக் கிடைத்தது. இந்த மூன்று நூல்களாலும் கவரப்பட்ட எனக்கு அந்தத் தொகுப்பு ஏமாற்றத்தைத் தந்தது. அதிலிருந்த பல கதைகள் நன்றாக இருந்தாலும் எளிமையான கதைகளாக

இருந்ததாலேயே என்னை அதிகம் கவரவில்லை. அந்தத் தொகுதி எனக்குத் தந்த அதிருப்தியைத் தெரிவித்து சு.ரா.வுக்கு உடனடியாக ஒரு கடிதமும் எழுதினேன். ஒரு வாசகனாக என் பழைய கதைகளைப் படித்தால் நானும் அப்படித்தான் உணர்வேன் என்று அவர் எனக்கு எழுதியிருந்த பதில் எனக்கு மிகுந்த சந்தோஷத்தைக் கொடுத்தது இப்போதும் நினைவிருக்கிறது.

1951 முதல் எழுதிக்கொண்டிருக்கும் சு.ரா., 1966 முதல் 1973 வரை எதுவும் எழுதாமல் இருந்தார். இந்தக் காலகட்டத்தை மௌனத் தவம் என்றெல்லாம் சிலர் சொல்வதை சு.ரா. அங்கீகரித்ததில்லை. மனித ஜீவன்களுக்கு ஏற்படும் நெருக்கடி தான் காரணம் என்று அவர் தெளிவாகச் சொல்லியிருக்கிறார். இடைவெளிக்கான காரணம் லௌகீகமானதாக இருக்கலாம். ஆனால் இந்த இடைவெளியில் ஏற்பட்டுள்ள மாற்றம் லௌகீகத் தளத்திற்கு அப்பாற்பட்டது. இடைவெளிக்குப் பிறகு அவர் எழுதிய கதைகளுக்கும் அதற்கு முன் எழுதிய கதைகளுக்கும் சொல்லப்படும் விஷயம் சார்ந்தும் விதம் சார்ந்தும் வெளிப் படையான வித்தியாசங்கள் அழுத்தமாக இருக்கின்றன. என்னைப் பொருத்தவரையில் இடைவெளிக்குப் பிறகு எழுதிய கதைகளே என்னை அதிகம் கவர்ந்தவை.

ஆனால், சில ஆண்டுகள் கழித்து அவரது 'எளிமை'யான கதைகள் பற்றிய என் எண்ணம் மாறியது. 1990 வரையிலான சு.ரா.வின் சிறுகதைகளின் தொகுப்பு க்ரியா வெளியீடாக 1991இல் வெளியானபோது எல்லாக் கதைகளையும் கனவு சிறப்பிதழுக்குக் கட்டுரை எழுதுவதற்காகப் படித்தேன். அப்போது அவரது ஆரம்பகாலக் கதைகளில் முன்பு உணராத நுட்பங்களையும் ஆழங்களையும் உணர முடிந்தது. என்றாலும் தீவிரமும் இறுக்கமும் கவித்துவமும் ஓரளவேனும் இருண்மையும் (அல்லது பூடகத்தன்மையும்) கொண்ட பிற்காலக் கதைகளே என் மனத்திற்கு மிகவும் நெருக்கமாக இருந்தன. நேரடியாகப் பேசும் தன்மை கொண்ட எளிய கதைகளின்பால் அன்றைய சிறுபத்திரிகைச் சூழலில் நிலவிவந்த அலட்சிய மனோபாவம் என்மேல் செலுத்தியிருந்த தாக்கமும் அதற்கு ஒரு காரணமாக இருந்திருக்க வேண்டும் என்று இப்போது தோன்றுகிறது.

காலப்போக்கில் வாசிப்பில் ஏற்படும் மாற்றங்களால் எளிய கதைகள் பலவற்றை மாறுபட்ட கோணத்தில் அணுகிய போது எளிமையான கதைகளில் பல, எளிமையான தோற்றம் கொண்டவை மட்டுமே என்பது புரிய ஆரம்பித்தது. மகாபாரதக் கதைகளிலிருந்து டால்ஸ்டாய் கதைகள்வரை பல சிறந்த கதைகள் எளிய தோற்றத்துடன் உள்ளதை நினைவுகூர்ந்து

எளிமையான கதைகளைக் கவனமான வாசிப்புக்கு உட்படுத்த முடிந்தது. பார்க்கப்போனால் எளிமை என்பதும் சிக்கல் என்பதும் ஒப்பீட்டளவிலேயே அவ்வாறு தோற்றம் கொள்கின்றன. வாசிப்பில் அதிகத் தேர்ச்சி இல்லாத ஒரு வாசகருக்குச் சிக்கலாகத் தோன்றும் ஒரு கதை, தேர்ச்சி உள்ள ஒரு வாசகருக்கு எளிய தோற்றம் தரலாம். உண்மையில் ஒரு நல்ல கதை இந்தப் பாகுபாடுகளைக் கடந்து நிற்கும். டால்ஸ்டாயின் அன்னா கரேனினா எளிதாக வாசித்துவிடக்கூடிய கதைதான். ஆனால் அதே சமயத்தில் அது பன்முகப் பரிமாணங்களும் ஆழமும் கொண்ட கதை.

பிரசாதம் முதலான சு.ரா.வின் கதைகள் எளிமையானவை. அதே சமயம் கூர்மையும் நுட்பமும் கொண்டவை. தீவிரத் தன்மையை இழக்காமலேயே சுவாரஸ்யமான வாசிப்பு அனுபவத்தைச் சாத்தியமாக்குபவை. ஆரம்ப நிலையில் உள்ள வாசகரிலிருந்து தேர்ந்த வாசகர்கள் வரை அனைவரையும் கவரக்கூடியவை. புதிதாகக் கதைகள் படிக்க ஆரம்பிக்கும் ஓர் இளம் வாசகர், என்ன படிக்கலாம் என்று என்னிடம் கேட்கும்போதெல்லாம் நான் புதுமைப்பித்தனின் ஒரு நாள் கழிந்தது, அசோகமித்திரனின் புலிக்கலைஞன், ஆதவனின் ஓட்டம், சு.ரா.வின் பிரசாதம் போன்ற கதைகளைக் கொடுப்பதுண்டு. சு.ரா. ஆரம்ப காலத்தில் எழுதிய பிரசாதம், ஸ்டாம்பு ஆல்பம், எங்கள் டீச்சர் போன்ற பல கதைகள் இத்தகையவை.

அவரது எளிய கதைகளின் குணாம்சங்களை இப்படித் தொகுத்துக் கூறலாம்:

சித்தரிப்பின் துல்லியம், பூவின் இதழ் விரிவதுபோல் கதை இயல்பாக வெளிப்படும் போக்கு, நுட்பமான அவதானிப்புகள், குரலை உயர்த்தாத தொனி, கூர்மையும் ரசனையும் கொண்ட மொழி, சொல்லி உணர்த்துவதைக் காட்டிலும் சொல்லாமல் உணர்த்துவதற்கான பார்வையும் திறமையும், வாழ்வு மற்றும் வாழ்தல் குறித்த அடிப்படையான கேள்விகள் குறித்த விசாரணையைத் தூண்டிவிடும் தன்மை, சிறுகதை இலக்கணத்திற்கு உதாரணமாகக் கூறத்தக்க உருவ அமைதி, எல்லாவற்றுக்கும் மேலாக, சுவையான வாசிப்பைச் சாத்தியமாக்கும் கூறல் முறை. தொடர்ந்து கதைகள் எழுதப்படவும் வாசிக்கப்படவும் முக்கியக் காரணங்களாக உள்ள இந்த அம்சங்கள் சு.ரா.வின் எளிய கதைகளின் வலுவாக விளங்குகின்றன.

○

இடைவெளிக்குப் பிறகு எழுதப்பட்ட அவரது கதைகளின் களமும் மொழியும் பெருமளவில் மாறியிருந்தாலும்

இந்த மாற்றத்திற்கான கூறுகள் அதற்கு முன்பே தெரிய ஆரம்பித்துவிட்டன. தயக்கம், முட்டைக்காரி, இல்லாத ஒன்று ஆகிய கதைகள் பின்னால் அவரிடத்தில் ஏற்பட்ட மாற்றத் திற்கான அடையாளங்களைக் கொண்டிருக்கின்றன. அது போலவே, இடைவெளிக்கு முந்தைய காலகட்டத்துக் கதைகளின் சாயல் கொண்ட விகாசம், நாடார் சார், பக்கத்தில் வந்த அப்பா போன்ற சில கதைகள் இடைவெளிக்குப் பிறகு எழுதப் பட்டுள்ளன. சு.ரா. எந்தப் போக்கினோடும் ஆணி அடித்தது போல ஒட்டிக்கொள்பவர் அல்ல என்பதையே இந்தக் கதை கள் காட்டுகின்றன. சிறந்த கதை என்பது தோற்றத்தில் காணப் படும் எளிமை அல்லது சிக்கல் ஆகியவற்றைச் சார்ந்ததல்ல என்பதையும் உணர்த்துகின்றன.

அழைப்பு முதலான கதைகளின் வடிவமும் பொருளும் எழுத்து பற்றிய சில அடிப்படையான கேள்விகளை எழுப்பிக் கொள்ள வேண்டிய அவசியத்தைக் கோருகின்றன.

எழுத்து என்பது என்ன? இந்தக் கேள்விக்குத் திட்டவட்ட மான புறவயமான ஒரு விடையை யாரும் அளித்துவிட முடியாது என்பது வெளிப்படை. எழுத்து என்பது ஒரு விதத்தில் சுயத்தின் வெளிப்பாடு. வாழ்வு பற்றியும் மனிதர்கள் பற்றியுமான அகவயமான விசாரணை. புறவயமான விசாரணையாகவும் இருக்கலாம். எழுத்து என்பது வாழ்வின் அர்த்தத்தை அல்லது அர்த்தமின்மையைப் புரிந்துகொள்வதற் கான வழிமுறை என்று விளக்கலாம். எந்தக் கணக்கிற்கும் அடங்காத வாழ்வின் மர்மங்களையும் எந்தத் தர்க்கத்தாலும் அவிழ்க்க முடியாத வாழ்வின் சிக்கல்களையும் புரிந்துகொள் ளும் முயற்சி என்று வகைப்படுத்தலாம். எளிதில் வகைப்படுத்த முடியாத இந்த வாழ்வைக் காலம், வெளி சார்ந்தும் அவற்றிற்கு அப்பாற்பட்ட தளத்திலும் வைத்து ஆராயும் சவால் என்று வரையறுக்கலாம்.

பன்முக நோக்கங்களும் வெளிப்பாடுகளும் கொண்ட எழுத்து என்ற வசீகரப் புதிரின் தன்மைகளை இனங்காண இப்படி எத்தனை விதமாக முயன்றாலும் முழுமையாக அதை அடையாளப்படுத்திவிட முடியாது. எழுத்து என்ற சிக்கலான செயல்பாட்டில் ஏதோ ஒரு முயற்சி தொடர்ந்து நடந்து கொண்டே இருக்கிறது. வாழ்வெனும் மாயப் புதிரின் சிக்கலை அறிந்து கொள்ளவும் புரிந்துகொள்ளவும் வெளிப்படுத்தவுமான முயற்சி நடந்துகொண்டிருக்கிறது. வாழ்வின் அடிப்படையையும் அதன் பொருளையும் – அல்லது பொருளின்மையையும் – தேடும் முயற்சி நடந்துகொன்டே இருக்கிறது. மனித அறிவு, அனுபவம் ஆகியவற்றின் வீச்சுக்குள் முழுமையாகச் சிக்காத

பிரம்மாண்டமான வாழ்வியக்கத்தின் சமன்பாடுகளைச் சற்றேனும் அறிந்துகொள்ளும் முயற்சி பல்வேறு தளங்களில் நடந்துகொண்டிருக்கிறது. எவ்வளவோ மலினமான பயன் பாட்டுக்கு ஆளாக்கப்பட்டாலும் தேடல் என்ற சொல் இந்த முயற்சியின் சாரத்தை உணர்த்துவதற்கான வீரியத்தை இன்ன மும் இழந்துவிடவில்லை என்றே தோன்றுகிறது.

எழுத்தை, வாழ்வு குறித்த அல்லது மெய்ம்மையைக் காண் பதற்கான தேடல் என்று – அதன் ஆழமான, விரிவான பொரு ளில் – சுருக்கமாக வரையறுக்க முடியும் என்றால் எழுத்து என்பது எப்போதும் புதிய விஷயங்களை, அடுக்குகளை, பரிமாணங்களை, பாதைகளைத் தேடிச் செல்வதாகத்தான் இருக்க முடியும். ஏற்கனவே அறிந்த ஒன்றை, அறிந்த விதத் திலேயே 'கண்டுபிடித்து', பழக்கப்பட்ட விதத்திலேயே வெளிப் படுத்துவது தேடல் ஆகாது. தேடல் என்பது எப்போதும் நம் அறிதலுக்கு அதுகாறும் வசப்படாத விஷயங்களை நாடிச் செல்வதாகவே இருக்க முடியும். எனில் தேடலின் கருவியான எழுத்தும் புதிய விஷயங்களை, கோணங்களை, பரிமாணங்களை நோக்கியப் பயணமாகவே இருக்க முடியும். தமிழில் இத்தகைய எழுத்தை நாம் தேடிச் சென்றால், விரல் விட்டு எண்ணக்கூடிய அளவில் மட்டுமே எழுத்தாளர்கள் தென்படுவார்கள். அழைப்பு முதலான கதைகள் அத்தகைய அரிய எழுத்தாளர்களில் ஒருவராக சுந்தர ராமசாமியை அடையாளம் காட்டும் சிறுகதைகள்.

தொடக்கத்தில் முற்போக்குக் கதைகள் சிலவற்றை எழுதிய சு.ரா., பிறகு அந்தச் சூத்திரத்திலிருந்து விடுபட்ட கதைகளை எழுதினார். இப்படி அவர் எழுதிய 25 கதைகளும் அப்பழுக் கற்ற யதார்த்தவாதக் கதைகளாகவே இருந்தன. நவீனத்துவச் சிறுகதைக்குரிய வடிவ நேர்த்தி, சொற்செட்டு, துல்லியமான சித்தரிப்பு, பகுத்தறிவு சார்ந்த அணுகுமுறை ஆகியவற்றுடன் சுந்தர ராமசாமிக்கே உரிய நுட்பமும், மொழியழகும் கூடியவை யாக அந்தக் கதைகள் அமைந்திருந்தன. இவற்றில் பல கதைகள் சக எழுத்தாளர்களாலும் விமர்சகர்களாலும் வாசகர்களாலும் பெரிதும் பாராட்டப்பட்டு வரவேற்கப்பட்டன. ஆனால் ஒரு கட்டத்தில் இந்தப் பாராட்டுக்குக் காரணமான பல கூறுகளைத் தவிர்த்துவிட்டு, புதிய விதத்தில், புதிய பாதையில் தன் எழுத்தைக் கொண்டுசெல்லத் தொடங்கினார் சுந்தர ராமசாமி. வெற்றிக்கு உத்தரவாதம் தரும் சமன்பாடுகளையும் ஏற்கனவே கைவரப் பெற்று, வரவேற்பும் பெற்ற வித்தைகளின் சூட்சுமங்களையும் விட்டுப் பிரக்ஞைபூர்வமாக விலகிச் செல்வது என்பது எந்தத் துறையிலும் அரிதான ஒரு நிகழ்வாகவே இருக்கிறது. நவீனத் தமிழ் இலக்கியத்தைப் பொறுத்தவரை மிக அரிதான

இந்த நிகழ்வை அழுத்தமாகவும் அர்த்தபூர்வமாகவும் சாத்தியப் படுத்திய முதல் கலைஞன் என்று சுந்தர ராமசாமியைச் சொல்லலாம். இந்த மாற்றம் வடிவம் மட்டுமன்றிச் சாரம் சார்ந்ததாகவும் இருப்பதுதான் முக்கியமான விஷயம்.

காலத்தின் போக்கில் தன்னைச் சதா புதுப்பித்துக் கொண்டேயிருக்கும் ஒரு கலைஞர் வாழ்க்கை பற்றிய தனது விசாரணையையும் புதுப்பித்துக்கொண்டும் கூர்மைப்படுத்திக் கொண்டும் இருக்கிறார். அனுபவம், அனுபவத்தை எதிர் கொள்ளும் முறை, வாசிப்பு, விவாதம் ஆகியவற்றின் அடிப் படையில் வளப்படுத்தப்படும் இந்த விசாரணை, எழுத்தின் மூலம் செறிவும் கூர்மையும் கொள்வதுடன் எழுத்தின் மூலமாகவே வலுவாக வெளிப்படவும் செய்கிறது. விசாரணை யின் தீவிரத்தைப் பொறுத்து வெளிப்பாட்டின் தீவிரமும் வலுப் பெறுகிறது. இத்தகைய தீவிரமான நிலையில் விசாரணைக்குட் படுத்தப்படும் வாழ்வின் சிக்கல்களைப் போலவே படைப்பும் சிக்கலானதாக மாறிவிடுகிறது. சு.ரா.வின் கொந்தளிப்பு, பட்டுவாடா போன்ற கதைகள் சிக்கலானவையாக இருப் பதற்குக் காரணம் இதுதான். அழைப்பு, போதை, பல்லக்குத் தூக்கிகள், நெருக்கடி, காகங்கள் ஆகிய கதைகள் வழக்கமான வெளிப்பாட்டு முறையிலிருந்து பெருமளவில் விலகி யதார்த்தச் சித்தரிப்பின் எல்லைகளை நெகிழ்த்தியபடி தோற்றம் கொள் வதன் காரணமும் இதுதான். பிரசாதம் முதலான கதைகளோடு ஒப்பிடுகையில் இந்த வடிவ மாற்றம் தெளிவாகத் துலங்கும்.

கதையின் பல்வேறு அம்சங்களுடன் கதையின் வடிவத்தை இணைத்துப் பார்க்கையில் வடிவ மாற்றம் என்பது தன்னளவில் ஓர் இலக்கிய அனுபவம் என்பதை உணர முடியும். உதாரண மாக, பல்லக்குத் தூக்கிகள் கதையின் சாரத்தைக் கண்டடைய விழையும் வாசகர் அந்தக் கதையின் வடிவத்தைப் புறக்கணித்து விட்டு அதைச் செய்யவே முடியாது. வடிவ மாற்றம் என்பது உத்தி அளவிலான மாற்றம் மட்டும் அல்ல. அது இலக்கிய அனுபவத்தின் தவிர்க்க இயலாத ஒரு பகுதி. வெளிப்பாட்டு முறையில் ஏற்படும் மாற்றமும் ஒரு படைப்பாளியின் தேடலின் விளைவுதான்; பார்வையின் வெளிப்பாடுதான். சுந்தர ராமசாமி இலக்கியத்தை இடையறாத தேடலுக்கான கருவியாகவும் ஊடகமாகவும் கருதுவதால்தான் அவரது கதைகளில் கையாளப் படும் விஷயங்கள் மட்டுமன்றி வடிவமும் மாறிவந்திருக்கின்றது.

இடைவெளிக்குப் பின் சு.ரா. எழுதிய முதல் கதை அழைப்பு. பிரசாதம், சன்னல், எங்கள் டீச்சர் முதலான கதைகளின் வாயிலாக அறியப்பட்டிருந்த சு.ரா.விடமிருந்து வெளிப்பட்ட இந்தக் கதை அவர் அதுகாறும் எழுதியவற்றிலிருந்து முற்றிலும்

வேறுபட்டு, தனித்துத் தெரிந்தது. புற உலகைக் கதைக் களனாகக் கொண்டு, மனிதர்களின் பல்வேறு வகை மாதிரிகளை யதார்த்த மாகவும் நுட்பமாகவும் சித்தரித்து, வாழ்வின் பல்வேறு கோலங் களைக் கரிசனத்துடனும் கவனமாகவும் தீட்டிக் காட்டிய சு.ரா., அழைப்பு கதையில் தனது எழுத்து ஆளுமையின் வித்தியாசமான பரிமாணத்தை வெளிப்படுத்துகிறார். இதில் புற உலகம் வெறும் பின்புலமாக மாறுகிறது. அக உலகம் மையப்படுத்தப்படுகிறது. ஆழ, அகலம் காண இயலாத மனத்தின் சிக்கலான செயல்பாடுகள் கதைக்கான ஆதார முடிச்சாக மாறுகின்றன. உரையாடல் இருந்த இடத்தை உணர்வு களும் சிக்கலான மனப் பின்னல்களும் பிடித்துக் கொள்கின் றன. சம்பவங்களுக்குப் பதிலாக மன இயக்கம் சார்ந்த மொழிப் பதிவு கதையை நகர்த்திச்செல்கிறது. கதைசொல்லியைத் தவிர வேறு கதை மாந்தர்களைப் பார்க்க முடியவில்லை. காலமும் வெளியும் மன இயக்கமும் தர்க்க அறிவும் ஆற்றாமை யும் கதாபாத்திரங்களாகின்றன. பகுத்தறிவு சார்ந்த கறாரான யதார்த்தப் பார்வை அமானுஷ்யச் சாத்தியப்பாடுகளையும் உள்ளடக்கியதாக நெகிழ்வடைகிறது. பெரும் துக்கத்திற்கு ஆளாகி, அமைதியிழந்து தவிக்கும் மனத்தின் அலைக்கழிப்பும் எல்லைகளை உடைத்தபடி விரியத் துடிக்கும் உள் மன எழுச்சியும் கதையின் முக்கியக் கூறுகளாகின்றன. கூர்மையான பிரக்ஞையும் தீவிரமான விசாரணையும் கொண்ட தனிமனித னின் உளவியலும் சூழல் அவன்மீது செலுத்தும் நிர்ப்பந்தமும் கதையின் போக்கில் வெளிப்படுகின்றன. எல்லைக்குட்பட்ட பிரக்ஞைக்கும் எல்லைக்குட்படாத பிரக்ஞைக்கும் இடையிலான போராட்டம், வரையறைகளுக்குட்பட்டதாகத் தோற்றம் தரும் புறவெளி, எல்லையற்ற பெருவெளியுடன் கொண்டிருக்கும் உறவினை அடையாளம் காணும் தருணம், செயற்கையான எல்லைகளால் நெருக்கப்படும் பிரக்ஞை, எல்லையற்ற பெரு வெளியோடு இணைத்துத் தன்னை இனம்காணும் தருணம் ஆகியவை கதையில் குறிப்பால் உணர்த்தப்படுகின்றன. அழைப்பு, சு.ரா.வின் அடுத்த கட்டத்தின் தொடக்கப் புள்ளி மட்டுமல்ல, அவரது எழுத்து ஆளுமையின் பரிணாம வளர்ச்சியின் அழுத்தமான அடையாளமும்கூட.

இந்த அடையாளம் அடுத்தடுத்த கதைகளில் அழுத்தம் பெற்றுவருவதைப் பார்க்க முடிகிறது. போதை, பல்லக்குத் தூக்கிகள், ரத்னாபாயின் ஆங்கிலம், பள்ளம், கொந்தளிப்பு, வழி, கோலம், எதிர்கொள்ளல், பட்டுவாடா, நெருக்கடி ஆகிய கதைகளில் இதைத் தெளிவாகப் பார்க்க முடிகிறது.

இடைவெளிக்குப் பின் சு.ரா. எழுதிய கதைகளில் அழைப்பு, போதை, பல்லக்குத் தூக்கிகள், வாசனை ஆகிய கதைகள் சூழலில் அவை வெளிவந்தபோதே சிறப்பான கவனம் பெற்றன. சு.ரா. என்ற படைப்பாளிக்குள் நிகழ்ந்த மாற்றமும் அவரது படைப்பு ஆளுமை நிகழ்த்திய பாய்ச்சலும் பலராலும் உடனடியாக இனங்காணப்பட்டன. ஆனால் ஜே.ஜே: சில குறிப்புகள் வந்த பிறகு, சு.ரா. எழுதிய பல முக்கியமான சிறுகதைகள் போதிய கவனம் பெறவில்லை. தமிழ் நாவல் வரலாற்றில் அதற்குமுன் இல்லாத அளவுக்கு எதிர்வினைகளைப் பெற்ற ஜே.ஜே., அதன் பிறகு சு.ரா. எழுதிய படைப்புகளுக்கு ஒரு விதத்தில் அநீதி இழைத்துவிட்டது என்று தோன்றுகிறது. ஜே.ஜே. உருவாக்கிய பரபரப்பின் நிழல் 1981க்குப் பிந்தைய சு.ரா.வின் படைப்புகள்மீது கவிந்துவருகிறது. ரத்னாபாயின் ஆங்கிலம், குரங்குகள், விகாசம் முதலிய சில கதைகள் மட்டுமே இந்த நிழலின் வீச்சிலிருந்து தப்பி, போதிய கவனத்தைப் பெற்றிருக்கின்றன. கொந்தளிப்பு, பள்ளம், கோலம், வழி, காகங்கள், பட்டுவாடா போன்ற சில முக்கியமான கதைகள் உரிய கவனிப்புப் பெறவில்லை.

மொழி, கையாளும் விஷயங்கள், கதை சொல்லும் உத்தி ஆகியவை சார்ந்து இந்தக் கதைகள் பற்றிப் பேச நிறைய விஷயங்கள் இருக்கின்றன. அழைப்பு, போதை, பல்லக்குத் தூக்கிகள் ஆகிய மூன்று கதைகளிலும் கிட்டத்தட்ட ஒரே மாதிரியான மனநிலை சித்தரிக்கப்படுவதைக் காணலாம் (துக்கம், விடுதலைக்கான ஏக்கம்...). அதுபோலவே இருப்புக்கும் எதிர்பார்ப்புக்கும் இடையேயான குரூரமான இடைவெளியைப் பற்றிப் பேசும் ரத்னாபாயின் ஆங்கிலம், பள்ளம், ஆத்மாராம் சோயித்ராம் ஆகிய கதைகளையும் ஒரே தளத்தில் வைத்துப் பேச முடியும். இந்த இடைவெளியை வெற்றுக் கனவுகளாலும் பாவனைகளாலும் மொழியின் வசீகரத்தாலும் நிரப்பிவிட ரத்னாபாய் முயல்கிறாள். பள்ளம் கதையின் கதைசொல்லியோ கனவுகளோடு செயல்பாடுகளையும் இணைத்து இந்த இடைவெளியை நிரப்ப முயல்கிறான். ஆத்மாராமின் முயற்சியில் கனவுகளும் செயல்பாடுகளும் பரஸ்பர இசைவுகூடித் தீவிர மடைகின்றன. இவ்வகையில் இந்த மூன்று கதைகளுக்கும் இடையே ஒரு தொடர்பும் படிப்படியான வளர்ச்சியும் இருப்பதை உணர முடியும்.

வழி என்ற கதையும் மிகவும் முக்கியமானது. கதையின் மேற்பரப்பை மட்டும் வைத்துக்கொண்டு, வனத்தில் வழி தவறிவிட்ட ஓர் இளைஞன் மீண்டு வருவதற்காக மேற்கொள்ளும் போராட்டத்தைச் சொல்லும் கதையாகவும் இதைப் படிக்கலாம்.

மாறாக, முழுக்க முழுக்கக் குறியீட்டுத் தளத்தில் வைத்தும் வாசிக்கலாம். ஆனால் பட்டுவாடா, எதிர்கொள்ளல் போன்ற கதைகளை அவை வெளிப்படுத்தப்படும் தளத்தில் வைத்துப் புரிந்துகொள்ள முடியாது. அவற்றின் அடியோட்டமாக இருக்கும் சரட்டைப் பிடித்துக்கொண்டு சென்றால்தான் உள்வாங்கிக்கொள்ள முடியும். இந்தக் கதைகளிலும், காகங்கள், அலைகள் ஆகிய கதைகளிலும் தனி மனிதனுக்கும் அமைப்புக்கும் இடையேயான மோதல்கள், முரண்கள், சிக்கல்கள் ஆகியவை பல்வேறு பரிமாணங்களில் எதிர்கொள்ளப்படுகின்றன. புலன்களால் நாம் உணர்ந்துவரும் புற உலகை இக்கதைகளில் பார்க்க முடியவில்லை. புற உலகச் சிக்கல்கள் குறித்த ஆழமான விசாரணையின் விளைவான தரிசனங்களின் பிரதிபலிப்புகள் கதைப் பரப்பில் புற உலகாக உருப்பெறுகின்றன. இந்தச் சித்திரம் நாம் வழக்கமாகக் காணும் புற உலகைப் போல இருக்க எந்த முகாந்தரமும் இல்லை. தோற்றத்தில் தெரியும் மாறுபாடு தோற்றம் சார்ந்ததல்ல. அக தரிசனங்களின் வெளிப்பாடு. இவற்றின் வடிவங்கள் சாரத்தின் புற அடையாளங்கள். இந்த வடிவம் தவிர்த்து அதன் சாரத்திற்கு இருப்பு இல்லை என்னும் அளவுக்குப் பரஸ்பரச் சார்புள்ளவை. வெவ்வேறு விதமான வாசிப்புகளுக்கும் பொருள் விரிவுக்குமான சாத்தியங்களைக்கொண்ட நுட்பமான படைப்புகள் இவை.

போதிய கவனம் பெறாமல்போன முக்கியமான கதைகளில் ஒன்று கோலம். கு.ரா.வின் சிறந்த கதைகளில் ஒன்று எனத் தயக்கமில்லாமல் சொல்லிவிடக்கூடிய கதை. இதில் வரும் கிழவருக்கும் கிழவிக்கும் இடையிலான அன்னியோன்யம், இயற்கைக்கும் அவர்களுக்குமான உறவு, இதர மனிதர்களுக்கும் அவர்களுக்குமான உறவு, புற உலகின் கொடுமைகளை அவர்கள் எதிர்கொள்ளும் விதம், ஒரு சிறுமியிடம் அவர்கள் பெறும் ஆசுவாசம், அவர்களது பயணங்கள், பகல்பொழுதுகள் என்று பல்வேறு அம்சங்கள் மிக ஆழமாக, நேர்த்தியாக, நிதானமாக, இறுக்கம் தவிர்த்த கூர்மையோடு பதிவாகியிருக்கும் பாங்கு இக்கதையைப் படிக்கும்போதெல்லாம் பிரமிக்க வைக்கிறது. கதையின் முடிவு மிக இயல்பானதாகவும் சோகமான கவித்துவ நாடகத்தின் முடிவாகவும் அமைந்து வாசகரின் மனத்தில் ஆழமான சலனங்களை ஏற்படுத்துகிறது. புதுமைப்பித்தனின் பெரும் அபிமானியான கு.ரா., பு.பி.யின் செல்லம்மாள் கதையை மிகவும் சிறப்பான கதைகளில் ஒன்றாக அடையாளப்படுத்துகிறார். கு.ரா.வின் சிறந்த கதைகள் என்று எவ்வளவு கறாரான ஒரு பட்டியலைப் போட்டாலும் அதில் கோலத்திற்கு ஓர் இடம் இருக்கும்.

இந்தக் கதைகளில் குறிப்பிட்டுச் சொல்ல வேண்டிய இன்னொரு விஷயம் சு.ரா.வின் மொழி. இலக்கிய வடிவம், எழுதுவதற்கான பொருள் ஆகியவற்றில் மட்டுமல்லாமல் மொழி விஷயத்திலும் சு.ரா. முன்னோக்கிய பாய்ச்சலை நிகழ்த்திக்கொண்டிருந்ததை இக்கதைகள் காட்டுகின்றன. சு.ரா.வுக்குத் தொடக்கத்திலிருந்தே அழகான மொழிநடை கைவரப்பெற்றிருந்ததைப் பிரசாதம், சன்னல் முதலான கதை களிலேயே பார்க்க முடிந்தது. ஆனால் தீவிரமும் செறிவும் கவித்துவமும் நுட்பமும் நிறைந்த மொழிநடையாக அது இருக்க வில்லை. 1977க்கு முன்பு அவரது செறிவான மொழி நடையை அவரது கட்டுரைகளில் மட்டுமே காண முடிந்தது. 1977க்குப் பிறகு எழுதப்பட்ட கதைகளில் தீவிரமான படைப்பு மொழி யாக அது பரிணாமம் பெற்றது. அதன் பிறகு அது தொடர்ந்து தன்னைப் புதுப்பித்துக்கொண்டபடி இருக்கிறது. ஜே.ஜே: சில குறிப்புகளை சு.ரா.வின் உச்சபட்ச மொழி சார்ந்த சாதனை யாகச் சிலர் குறிப்பிடுவார்கள். ஆனால் ஜே.ஜே.வுக்குப் பிறகு எழுதப்பட்ட வழி, கோலம், காகங்கள் ஆகிய கதைகளில் அவரது மொழி அடுத்த கட்டத்திற்குப் போயிருப்பதை உணர முடிகிறது. பழைய சாதனைகளைத் திரும்ப நிகழ்த்தி, ஏற்கனவே பெற்ற வெற்றிகளை மறுபடியும் பெற்று அதன் மூலம் கிடைக் கும் திருப்தியை அற்பத் திருப்தியாகக் கருதும் கலைஞர்கள் தோல்வி நிச்சயம் என்று தெரிந்தாலும் புதிய முயற்சிகளை மேற்கொள்வார்கள். சு.ரா.வும் இத்தகையதொரு கலைஞன் என்பதை அவரது எழுத்தின் பல்வேறு அம்சங்களிலும் ஏற்பட்டு வந்த மாற்றங்கள் உணர்த்துகின்றன.

○

எழுத்தின் மூலம் மேற்கொள்ளப்படும் வாழ்வு குறித்த விசாரணையைக் கூர்மைப்படுத்திக்கொண்டும் புதுப்பித்துக் கொண்டும் செல்லும்போது கதையின் மூலம் வாசகர் பெறும் ஒட்டுமொத்த அனுபவம் ஒருபுறம் இருக்க, கதையின் பல்வேறு அம்சங்கள் தரும் உதிரியான அனுபவங்களும் முக்கியமானவை. கதைகளினூடே மின்னும் படிமங்களும் வர்ணனைகளும் தரிசனங்களும் வாசகரின் கூரிய கவனிப்புக்கு உரியவை.

அழுத்தமான சில அனுபவங்கள் மொழிவழி வெளிப்படும் பாங்கு அந்த அனுபவங்களின் இயல்பையும் வலுவையும் வாசகரைத் தன்னுடையதேபோல உணரச்செய்வதாக இருக் கிறது. உதாரணமாக, அழைப்பு கதையில் காட்டருவியின் கீழ் நிற்கும் அனுபவம், "செத்த எருமைகள் முதுகில் விழுவது போலிருந்தது" என்று பதிவாகியிருக்கிறது. புறக்காட்சி சார்ந்த

வர்ணனைகள் சில சமயம் வித்தியாசமான சித்திரங்களாக உருக்கொள்கின்றன: "கடலின் ஆழத்திலிருந்து ராக்ஷஸத் தடி உருண்டைகளை மேலே தள்ளுவது போல் நீரோட்டம் திமிறியெழும்" (அலைகள்). பள்ளம் கதையில் சாலைகள் மற்றும் மனித நடமாட்டங்கள் பற்றிய வர்ணனை, தேர்ந்த ஓவியரின் சித்திரமாக உருப்பெறுகிறது. வழி கதையில் அடர்த்தியான வனப்பகுதியைப் பற்றிய சித்திரம் உயிர்த் துடிப்புடன் தீட்டப்பட்டிருக்கிறது ("மரங்கள் விட்டெறிந்த வானத்தின் துண்டு துணுக்குகள்" என்பது போன்ற வித்தியாசமான கோடுகளும் இந்தச் சித்திரத்தில் உள்ளன). "நரைத்துவரும் இருள்" என்பன போன்ற வர்ணனைகள் (காகங்கள்), மரங்களை "அம்மண ஸ்தூலிகளாக"க் காணும் படிமங்கள் (வழி) என்று அடுக்கிக்கொண்டேபோகலாம். புற உலகம் மாறுபட்ட தோற்றம் கொள்ளும் பல்லக்குத் தூக்கிகள் கதையிலும் புற உலகப் பொருள்களின் சித்தரிப்பில் கூரிய அவதானிப்பின் துல்லிய வெளிப்பாடுகள் காணக் கிடைக்கின்றன. ("கட்டைகளின் தொலியைச் சில இடங்களில் பூச்சி அரித்திருந்தது. அது சட்டையின் நூலைப் பிரித்த இடம் மாதிரி இருக்கிறது. உளுத்திருக்கவில்லை. சேர்மானங்கள் நல்ல நெருக்கம். ஊதுவத்தி குத்த முடியாது".)

வர்ணனைகள், படிமங்கள், சித்திரங்கள் ஆகியவை ஒருபுறம் இருக்க, கதைகளினூடே வந்துவிழும் சில அற்புதமான வரிகள் கதையின் ஆழத்தைக் கூட்டுவதோடு, தம்மளவில் ஒரு தரிசனமாகவும் விளங்குகின்றன. வாசகரின் அனுபவ உலகுடன் உறவுகொண்டு அவர்களது வாழ்க்கைப் பார்வையைப் பாதிக்கக்கூடியவையாகவும் இருக்கின்றன. சில உதாரணங்கள்:

■ நினைவின் எந்தப் பக்கத்தைப் புரட்டினாலும் பிழைகளின் அவமானம். (அழைப்பு)

■ அழுந்த மறுத்துக் கரையேற நான் அடித்த நீச்சல் உலகின் எந்த சக்தியையும் ஓய்வுகொள்ளவிடாது. (அழைப்பு)

■ மனதின் பாழ்பட்ட குகைகளிலிருந்து ஒவ்வொரு பேயாகப் புறப்பட்டு என்னைக் கிளறி துவம்சம் பண்ணுவதற்குள் அடுத்தாற்போல் எங்கேயாவது என்னைச் சொருகிக் கொண்டுவிட வேண்டும் . . . (போதை)

■ கயிற்றிலிருந்து விடுபட்ட பம்பரத்தின் துக்கத்தை நான் சொல்ல முற்படும்போது, சொல்லச் சொல்ல பம்பரத்திற்கும் கயிறுக்குமான உறவைப் பற்றியே சொல்லிக்கொண்டிருக்கிறேன். (கொந்தளிப்பு)

■ சுதந்திரம் இல்லை எனில் பொன் கொண்டு, பெண் கொண்டு, பெற்றெடுக்கும் குழந்தைகள் கொண்டு ஏதும்

புண்ணியமில்லை என்பது அவர்களுக்குத் தெளிவாகிவிட்டது. இந்த எளிய உண்மையை இவர்களுக்குக் கற்றுத்தரும் முயற்சியில் கோடானு கோடி வருஷங்கள் தோல்வி கண்ட சரித்திரம் இப்போது வெற்றி கண்டுவிட்டது. அவர்களுடைய சகல இருப்பிடங்களையும் இனி வன விலங்குகள் எடுத்துக்கொள்ளட்டும். அவர்கள் உடல் வருந்திச் செழிக்க வைத்த பயிர்கள் எல்லாவற்றையும் கொடிய மிருகங்கள் மேயட்டும். அவர்கள் காலங்காலமாகக் கட்டியெழுப்பிய வீடுகள்மீதும், பண்புகள் மீதும், ஊர்வனவோ இழைவனவோ புகுந்து புறப்படட்டும். அவர்களுடைய குழந்தைகளின் தொட்டில்களில் இனி பாம்புகள் குஞ்சு பொரிக்கட்டும். மரணங்களுக்குப் பயந்து அவர்கள் இதுகாறும் சகித்துக்கொண்டுவந்திருக்கிறார்கள். இனியும் சகிப்பது சாத்தியமில்லை. எந்த மரணத்துக்கு அவர்கள் இது காறும் பயந்துவந்தார்களோ, அந்த மரணத்தைக் கொடியாகப் பிடித்துக்கொண்டு இவர்கள் இப்போது புறப்பட்டுவிட்டார்கள். இனி, கத்தியைக் காட்டியோ, அம்பைக் காட்டியோ, வேலைக் காட்டியோ அவர்களைப் பயமுறுத்த முடியாது. (கொந்தளிப்பு)

■ காலமே, ஒரு மோசமான தாக்குதலை என் மீது நிகழ்த்து. என்னை உருக்குலை. சின்னாபின்னப்படுத்து. நீ பார்த்து வெட்கப்படும் அளவுக்கு உனக்குக் கவிதையில் பதில் சொல்கிறேன். (ஆத்மாராம் சோயித்ராம்)

■ நான், காலொடிந்து சேற்றில் புரளும் ஜீவன்களுக்கு அவர்களுடைய சிறகுகளைக் காட்ட வந்தவன். இப்போது பதுங்கிக்கொண்டிருக்கிறேன். (ஆத்மாராம் சோயித்ராம்)

■ நினைவுக் கிடங்குகளில் கசப்புப் பழங்களையே மிதித்துப் பழக்கப்பட்டவன். (எதிர்கொள்ளல்)

○

மிகவும் கவனமாக எழுதுகிறார் என்ற ஒரு 'குற்றச்சாட்டு' சு.ரா. மீது சுமத்தப்படுகிறது. அதாவது, கலை உணர்வின் தன்னியல்பான, திட்டமிடப்படாத, கட்டற்ற பாய்ச்சலுக்கு வழிபட்டு ஒதுங்கிக்கொள்ளாமல் அவரது பகுத்தறிவு சார்ந்த மூளையாலும் தனது ஆளுமை குறித்த படிமம் குறித்த எச்சரிக்கை உணர்வாலும் கலை வெளிப்பாட்டைக் கட்டுப்படுத்துகிறார் என்ற பொருளில் சிலர் அப்படிக் கூறுகிறார்கள். பிசிரற்ற, நேர்த்தியான மொழிநடையும் வெளிப்பாட்டு முறையும் பெரிய பாவமாகக் கணிக்கப்படுகிறது. மொழி என்பது இலக்கிய வெளிப்பாட்டுக்கான தவிர்க்க முடியாத கருவி என்றால் மொழியைப் பிழையின்றியும் பிசிரின்றியும் எழுத முயற்சிப்பது

அந்தக் கருவியின் மூலம் நாம் சாதிக்க நினைக்கும் லட்சியத்தை எய்துவதற்கான தவிர்க்க இயலாத முயற்சி. மொழி சார்ந்த கவனம் கலை ஆவேசத்தின் இயல்பான வெளிப்பாட்டுக்குத் தடையாக இருக்க வேண்டியதில்லை. செவ்விலக்கியப் படைப்புகள் முதல் பின்நவீனத்துவப் படைப்புகள்வரை பல எழுத்துக்களை இதற்கு உதாரணமாகக் காட்டலாம். பிழையின்றி எழுதத் தெரியாதவர்களும் மொழி சார்ந்த கவனத்தை மேற்கொள்ளும் உழைப்பைச் செலுத்தாதவர்களும் மொழியைப் பொறுப்பின்றிக் கையாள்வது மொழிக்கு இழைக்கும் அநீதி என்பது பற்றிய பிரக்ஞை அற்றவர்களும் முன்வைக்கும் இதுபோன்ற குற்றச்சாட்டுகள் அவர்களது பலவீனங்களையே அம்பலப்படுத்துகின்றன. பிழைபட்ட மொழி என்னும் முகத் தழும்புகளைக் கலை ஆவேசம் என்னும் முகமூடி போட்டு மறைக்கும் முயற்சிகளின் வெற்றி நீடித்திருப்பதில்லை என்பதற்குச் சாட்சியாகக் குவிந்துள்ள பிரதிகளின் மலை ஆயாசத்தை ஏற்படுத்துகிறது.

மொழி சார்ந்து எடுத்துக்கொள்ளும் கவனம் கலையைப் பாதிப்பதில்லை என்பது மட்டுமல்ல; அதை மேலும் செழுமைப்படுத்துகிறது என்பதை அழைப்பு, ரத்னாபாயின் ஆங்கிலம், காகங்கள், கோலம், வழி போன்ற கதைகளின் மூலம் உணரலாம்.

தனது படிமம் மற்றும் மதிப்பீடுகள் சார்ந்த கவனம் சு.ரா.வின் கதைகளின் இயல்பான பாய்ச்சலை மட்டுப்படுத்துவதாகச் சொல்லப்படும் குற்றச்சாட்டும் இத்தகையதுதான். அழைப்பு, போதை, வழி, பள்ளம் போன்ற கதைகளில் உள்ள பல வரிகளை முன்வைத்து இந்தக் குற்றச்சாட்டை நிராகரிக்க முடியும். சு.ரா.வின் தலைமுறையைச் சேர்ந்த பல எழுத்தாளர்கள் எழுதத் தயங்கும் எத்தனையோ வார்த்தைகளையும் அந்தரங்க உணர்வுகளையும் அவர் தேவை சார்ந்து வெளிப்படையாக எழுதியிருக்கிறார். அதிர்ச்சி மதிப்புக்காகவோ 'துணிச்ச'லைக் காட்டிக் கொள்வதற்காகவோ 'அந்தரங்க'த்தைக் கடை பரப்புபவர்களின் படைப்புகளோடு ஒப்பிட்டால் சு.ரா.வின் எழுத்து 'சுத்தபத்த'மான எழுத்தாகத் தெரியலாம். ஆனால், ஒரு படைப்பாளி தனது கலைத் தேவைக்கு நியாயம் செய்வதற்கான வெளிப்பாட்டு முறையைத் தேர்வுசெய்வதில் எந்தத் தயக்கத்துக்கும் ஆட்படாமல் இருக்கிறாரா என்று பார்க்கையில் சு.ரா.வின் வெளிப்பாட்டு முறை குறித்து நாம் உடன்பாடான முடிவுக்கே வர முடியும்.

○

என் பார்வை சார்ந்து வெவ்வேறு கட்டங்களாகப் பிரித்து வகைப்படுத்தியிருக்கும் சு.ரா.வின் கதைகளை ஒட்டுமொத்தமாக அசைபோடும்போது சில அம்சங்கள் அழுத்தம் பெறு

கின்றன. முதலாவதாக, சு.ரா.வின் இடையறாத பயணம். எத்தனையோ முக்கியமான எழுத்தாளர்கள் தாங்கள் எழுத ஆரம்பித்த காலத்தில் மிகச் சிறந்த கதைகளை எழுதிவிட்டு, பிறகு மிகச் சாதாரணமான கதைகளையோ அல்லது தங்கள் பழைய கதைகளின் பலவீனமான பிரதிகளையோ உற்பத்தி செய்து தள்ளிக்கொண்டிருப்பதைப் பார்க்க முடிகிறது. இந்தப் பலவீனத்திற்கு சு.ரா. இரையாகவில்லை என்பதை அவரது கதைகளை மேலோட்டமாகப் படிக்கும்போது கூட உணர முடியும். பழைய சாதனைகளில் திருப்தியடைய மறுக்கும் மனமும் இடையறாத தேடலும் கொண்ட கலைஞனின் கலைப் பயணம் தேக்கமடைய முடியாது என்பதையே இது காட்டு கிறது.

அடுத்தபடியாக வாழ்வு குறித்த அவரது பார்வையையும் தேடலையும் கலாபூர்வமாகப் பதிவு செய்யும் தன்மை. தமிழில் புதுமைப்பித்தனிலிருந்து தொடங்கும் யதார்த்தக் கதை மரபுக்கு இன்றுவரையிலும் பல வாரிசுகள் உருவாகி யிருக்கிறார்கள். சு.ரா.வும் அதற்கு விதிவிலக்கல்ல. ஆனால் வாழ்க்கை இப்படி இருக்கிறது என்பதைக் கலைநயத்துடன் காட்டுவதோடு சு.ரா.வின் கதைகள் நின்றுவிடுவதில்லை. வாழ்க்கை ஏன் இப்படி இருக்கிறது எனபது குறித்த தேடலை மேற்கொள்கின்றன. வாசகரிடத்திலும் இந்தத் தேடலைத் தூண்டி விடுகின்றன. வாழ்வின் பல்வேறு முரண்பாடுகளுக் கிடையே காணக் கிடைக்கும் இசைவையும் இசைவுகளுக் கிடையே ஊடாடும் முரண்பாடுகளையும் பதிவுசெய்கின்றன. வெறும் பதிவு என்பதை அவர் கதைகளில் பெரும்பாலும் காண முடியாது. இருப்பின் பல்வேறு கோலங்களைக் காட்டு வதோடு, அவற்றின் மூலங்களைத் தேடிச் செல்லும் பயணமும் காணப்படுகிறது. தமிழில் மிக அபூர்வமான அம்சம் இது. அவர் கதைகளின் ஆழத்தைக் கூட்டும் அம்சம்.

கொள்கை சார்ந்தோ வடிவம் சார்ந்தோ ஒரு குறிப்பிட்ட வகைக்குள் சு.ரா. முடங்கிவிடவில்லை என்பதையும் அவரது சிறுகதைகள் காட்டுகின்றன. ஆரம்ப காலங்களில் முற்போக்குச் சாயலுள்ள கதைகளை எழுதிவந்த அவர் அதிலிருந்து விடு பட்டதுபோலவே பிற்காலத்தில் தீவிரமான கதைகளை எழுதிய பிறகும் அந்த பாணியில் தன்னை முடக்கிக் கொள்ளவில்லை. அழைப்பு, போதை போன்ற இறுக்கமும் தீவிரமும் கொண்ட கதைகளை எழுதிய பிறகும் அவரால் ஆரம்ப காலத்தில் எழுதிய பிரசாதம் போன்ற எளிமையான கதைகளை எழுத முடிகிறது (உதாரணம்: விகாசம், பக்கத்தில் வந்த அப்பா). தேடலுக்கும் சிந்தனையின் தீவிரத்திற்கும் இணையாக, நெகிழ்ச்சி, மனித நேயம், ரசனை ஆகியவற்றுக்கும் அவர் கதைகளில்

முக்கியத்துவம் இருக்கிறது. குறியீட்டுத் தன்மைகொண்ட கதைகளும் தம்மளவில் முழுமையான வாசிப்பு அனுபவத்தைத் தருபவையாக உள்ளன (உம்: வழி, குரங்குகள்).

என் பார்வையில் சு.ரா.வின் சிறந்த கதைகளில் பெரும் பாலானவை பல்லக்குத் தூக்கிகள், பள்ளம் ஆகிய தொகுப்பு களில் இடம்பெற்ற கதைகளில் உள்ளன. சு.ரா.வின் இலக்கிய ஆளுமையையும் பங்களிப்பையும் எடைபோட இந்தக் கதை கள் பெரிதும் உதவும் என்று நம்புகிறேன். தங்களது பழைய சாதனைகளையும் வெற்றிகளையும் திரும்பத் திரும்ப நிகழ்த்திக் கொண்டிருப்பவர்கள் நிறைந்த ஒரு சூழலில் புதிய சவால் களை நாடிச்செல்லும் ஒரு கலைஞனின் மேல் நோக்கிய பயணத்தின் பதிவுகளாக இவற்றை அடையாளப்படுத்த முடியும் என்று நம்புகிறேன்.

○

சு.ரா.வின் மொழியைப் பற்றிச் சொல்லாமல் அவரது படைப்புகளைப் பற்றிய பேச்சு முழுமைபெற முடியாது. தமிழில் தனக்கென்று தனி மொழியை உருவாக்கிக்கொண்ட விரல் விட்டு எண்ணிவிடக்கூடிய மிகச் சில படைப்பாளிகளில் இவரும் ஒருவர். மொழியின் நேர்த்தி கெடாமலேயே அதில் தீவிரத்தன்மையை ஏற்ற முடியும்; மிகைப்படுத்தாமலேயே கம்பீரத்தைக் கூட்ட முடியும்; மொழியைச் சிடுக்காக்காமலேயே சிக்கல்களை அதில் பதிவுசெய்ய முடியும் என்பதை இவரது படைப்பு மொழி காட்டுகிறது. வர்ணனைகளில் காட்சித் தன்மையும் கவித்துவமும் இணைந்துள்ளன. சிந்தனையின் வெளிப்பாடுகள் தீவிரத் தன்மைகொண்டவையாக இருக்க, மன அவசத்திற்கு மொழி வடிவம் தரும்போது உணர்ச்சி வேகம் கொப்பளிக்கிறது. வாழ்வை வித்தியாசமான கோணத் தில் பார்ப்பதால் பிறக்கும் நகைச்சுவை வெளிப்படும்போது மொழி உற்சாகமாகத் துள்ளுகிறது. இவை எல்லாவற்றையும் விட முக்கியமானது, சு.ரா. தனது படைப்பின் ஒவ்வொரு வார்த்தையையும் மிகுந்த கவனத்துடனும் பொறுப்புணர்வுட னும் பயன்படுத்துகிறார் என்பதுதான். அவருடைய வெற்றி பெறாத கதைகளில்கூட இந்த அம்சத்தைப் பார்க்க முடியும். தனது வாசகர் தன் கதைகளைப் படிக்கச் செலவிடும் நேரத்தை யும் அவரது முதிர்ச்சியையும் மதித்து எழுதும் ஒரு படைப் பாளியால் மட்டுமே இப்படிச் செய்ய முடியும்.

அடுத்ததாகக் காலம் என்ற அம்சம் சு.ரா.வின் கதைகளில் இடம் பெறும் விதத்தைக் குறிப்பிட வேண்டும். சு.ரா.வின் கதைகளில் அவர் வாழ்ந்த காலத்தின் பதிவுகள் அவ்வள

வாகக் காணக் கிடைப்பதில்லை. புற உலகத் தோற்றங்களையும் மாற்றங்களையும் கச்சிதமாகச் சித்தரிக்கும் சு.ரா., புற உலக நிகழ்வுகளை அவ்வளவாகப் பதிவுசெய்வதில்லை. அவர் காட்டும் காட்சிகளைக் கொண்டுதான் காலத்தை நாம் ஒருவாறு அனுமானிக்க முடிகிறது, நிகழ்வுகளைக் கொண்டு அல்ல. அவரது கதைகளை வைத்து அவற்றின் காலகட்டங்களை உணர முயன்றால் அது பிடிகொடுக்காமல் நழுவுகிறது. ஆனால் காலம் மனித வாழ்வில் ஏற்படுத்தும் பலவிதமான தடங்கள் காணக் கிடக்கின்றன. தனி நபர்களிடமிருந்து தொடங்கி குறிப்பிட்ட மக்கள் சமூகத்தின் கலாச்சார வாழ்வு வரையிலும் காலம் ஏற்படுத்தும் நம்ப முடியாத மாற்றங்களைத் துல்லியமாக நம் கண் முன் நிறுத்திவிடுகிறார் சு.ரா. வாழ்வும் வசந்தமும், கோலம், கொந்தளிப்பு என்று பல கதைகளில் காலம் என்பது ஒரு சூட்சுமமான பாத்திரமாகவே இடம் பெறுகிறது. ஆனால் இந்தக் காலம் நமது அன்றாட நிகழ்வுகள், நமது அனுபவத்திற்கு வசப்படும் வெளி ஆகியவற்றைத் தாண்டிய ஒன்றாக அமைகிறது.

○

ஒரு படைப்பாளியின் வலுவான அம்சமே அவனது பலவீனத்திற்கும் காரணமாக அமைந்துவிடும் என்று சொல்லப்படுகிறது. சு.ரா.வும் இதற்கு விலக்கல்ல. சு.ரா.வின் வலுவான அம்சங்களில் ஒன்றான அவரது பிரத்யேகமான மொழியே சில சமயம் இலக்கிய அனுபவத்திற்குத் தடையாக அமைந்து விடுகிறது. மிகுந்த நேர்த்தியுடனும் கவனத்துடனும் சு.ரா. கட்டமைக்கும் மொழி, படைப்பு மொழியின் சாத்தியப்பாடு களை விரிவுபடுத்துகிறது என்பதில் சந்தேமில்லை. அதே சமயம் வாசகரைச் சிரமப்படுத்தும் அளவுக்கு இறுக்கமாகவும் அது சில சமயம் அமைகிறது. இவரது மொழியின் கவித்துவ அம்சம் எவ்வளவுதான் நம்மைக் கவர்ந்தாலும் ஒருசில கதைகளில் அடுக்கடுக்காகக் குவிக்கப்படும் கவித்துவமான படிமங்களைச் சிக்கெடுத்துக்கொண்டு கதையைப் பின்தொடர வேண்டிய சிரமத்திற்கும் ஆயாசத்திற்கும் வாசகர்கள் ஆளாக வேண்டி யிருக்கிறது. கொந்தளிப்பு, பட்டுவாடா ஆகிய கதைகளை இதற்கு உதாரணங்களாகச் சொல்லலாம். அதேசமயம் அழைப்பு, போதை போன்ற சில கதைகளில் கவித்துவமான படிமங்களும் இறுக்கமான மொழியும் வாசகனை ஆயாசப்படுத்தாத வகையில் இருப்பதையும் குறிப்பிடவேண்டும். அதுபோலவே பள்ளம், ரத்னாபாயின் ஆங்கிலம், ஆத்மாராம் சோயித்ராம் போன்ற கதைகளில் மொழிசார்ந்த அம்சங்கள் சற்றும் உறுத்தாமல் முழுக்க முழுக்கக் கதைக்கு அனுசரணையாகவும் அழகைக் கூட்டுவதாகவும் இருக்கின்றன.

வடிவ ரீதியான பரிசோதனை என்ற அம்சத்திலும் சில பாதகமான அம்சங்கள் சு.ரா.வின் கதைகளில் உள்ளன. பல்லக்குத் தூக்கிகள், எதிர்கொள்ளல் போன்ற கதைகளின் பரிசோதனைகள் வெற்றிகரமான முயற்சிகளாக இருக்கின்றன. இதுவே சற்று எல்லை மீறிச் சென்று கொந்தளிப்பு, பட்டுவாடா, நெருக்கடி போன்ற கதைகளை அன்னியமாக்கிவிடுகின்றன.

சு.ரா.வின் கதைகளில் காலம் என்ற அம்சத்தைப் போலவே பாத்திரங்களின் அடையாளங்களும் பிடிகொடுக்காமல் நழுகின் றன. ஆரம்ப காலக் கதைகளில் வரும் பாத்திரங்களை நாம் தெளிவாக உணரும் அளவுக்குப் பிற்காலக் கதைகளில் – அழைப்பு, போதை, அலைகள், கொந்தளிப்பு, எதிர்கொள்ளல், வழி போன்ற கதைகளில் – பாத்திரங்களின் அடையாளங்களை உணர முடிவதில்லை. இந்தக் கதைகளில் வரும் பலரும் ஒரே நபரின் வெவ்வேறு முகங்களாகக் காட்சியளிக்கிறார்கள். அந்த முகங்களும் தெளிவாகத் துலங்கவில்லை. மிக அந்தரங்க மான தொனியில் பேசும் இவர்களது குரல் நமது மனத்தில் சட்டென்று இடம் பிடித்தாலும் இவர்களது தனி அடையாளங் கள் நமக்குத் தெரிவதில்லை. இவர்கள் அனைவரையும் மனித இனத்தின் ஆதாரமான சில அவஸ்தைகளைப் பிரதிபலிக்கும் பொது மனிதனின் வெவ்வேறு முகங்களாகக் கற்பித்துக் கொள்ளத்தான் நம்மால் முடிகிறது. இது சாதகமான அம்சமா, பாதகமான அம்சமா என்பது அவரவர் பார்வையைப் பொறுத்த விஷயம். என்னைப் பொறுத்தவரையில் தனி அடையாளங் களை அழித்துவிட்டு அல்லது அடையாளம் தெரியாத அளவுக்குப் புகைமூட்டமாக்கிவிட்டு மனித இயல்பின், இருப்பின் ஆதாரமான அவஸ்தைகளைச் சொல்ல வேண்டிய அவசியம் இல்லை என்று நினைக்கிறேன். காலம், இடம், பிரத்யேக அடையாளங்கள் தாண்டிய பொதுவான தளத்தில் மானுட உணர்வுகளையும் அவஸ்தைகளையும் வைத்துப் பார்க்க இந்த அம்சம் உதவுகிறது. இது இதிலுள்ள மிக முக்கியமான சாதகம். ஆனால் தனி அடையாளங்களை அல்லது அவை சார்ந்த சமிக்ஞைகளையேனும் அவை கொண்டிருந்தால் அந்தப் பாத்திரங்களுக்கும் வாசகனுக்கும் இடையிலான உறவு மேலும் நெருக்கமாகக்கூடும்.

○

சு.ரா.வின் சிறுகதைகள் தரும் ஒட்டுமொத்த அனுபவத்தை இப்படிச் சுருக்கமாகத் தொகுத்துப் பார்க்கலாம்: அவை வாசிப்பை ஓர் இனிய அனுபவமாக்கும் அதே நேரத்தில் தீவிரமான அனுபவத்தின் தொந்தரவுக்கும் நம்மை உள்ளாக்கு

கின்றன. செறிவும் நேர்த்தியும் கொண்ட மொழியோடு உறவு கொள்ளும் சுகத்தை அளிக்கும்போதே உக்கிரமான தேடலின் கனத்தையும் நம் மீது சரியச் செய்துவிடுகின்றன. காலம், வெளி ஆகியவற்றைத் தாண்டிய தளத்தில் மானுட வாழ்வின் மர்மங்கள் குறித்த விசாரணையைச் சாத்தியமாக்குகின்றன. மனித துக்கத்தையும் அவலங்களையும் மட்டுமன்றி நெகிழ்வையும் விகாசத்தையும் பதிவு செய்கின்றன.

வாழ்வுக்கும் நமக்கும், காலத்திற்கும் நமக்கும், மொழிக்கும் நமக்கும் இடையேயான உறவுகளைச் செழுமைப்படுத்துவது ஒரு கலைஞனின் முக்கியமான பங்களிப்பாக இருக்க முடியும். சுந்தர ராமசாமியின் சிறுகதைகள் இதைப் பெருமளவில் நிறைவாகச் செய்திருக்கின்றன.

'காலச்சுவடு', அக்டோபர் 2006

❍

குறிப்பு

- காகங்கள் தொகுப்புக்கு இந்தியா டுடேயில் எழுதிய மதிப்புரை.
- அதே தொகுப்பைப் பற்றி தீராநதி இணைய இதழில் எழுதிய விரிவான விமர்சனக் கட்டுரை.
- இல்லாத ஒன்று (சு.ரா.) (காலச்சுவடு பதிப்பகம்) தொகுப்புக்கு எழுதிய முன்னுரை.
- அழைப்பு (சு.ரா.) (காலச்சுவடு பதிப்பகம்) தொகுப்புக்கு எழுதிய முன்னுரை.

நெய்தல் இலக்கிய அமைப்பு *2005* டிசம்பரில் நாகர்கோவிலில் நடத்திய சு.ரா. நினைவரங்கில் மேற்கண்ட கட்டுரைகளைத் தொகுத்து எழுதி வாசித்த கட்டுரை சில மாற்றங்களுடன் இங்கு வெளியாகியுள்ளது. மேற்படி கட்டுரைகளை எழுத வாய்ப்பளித்த இதழ்களுக்கும் முன்னுரைகள் எழுத வாய்ப்பளித்த காலச்சுவடு பதிப்பகத்திற்கும் கட்டுரை வாசிக்கக் கேட்டுக்கொண்ட நெய்தல் கிருஷ்ணனுக்கும் நன்றி.

●

ஜே.ஜே: சில பதிவுகள்

ஜே.ஜே: சில குறிப்புகள் என்ற நாவலை 1987இல் ஜெயமோகன் எனக்கு அறிமுகப்படுத்தினார். அப்போது ஒரே முச்சில் அதைப் படித்து முடித்தேன். அதன் பிறகு பலரைப் போலவே நானும் இந்த நாவலைக் குறைந்தது நான்கு முறை படித்திருக்கிறேன். அதன் பல பகுதிகளைப் பலமுறை படித்திருக்கிறேன் என்றாலும் முதல்முறை படித்தபோது ஏற்பட்ட அனுபவம் அலாதியானது. எடுத்த எடுப்பிலேயே என்னை வசீகரித்துத் தனக்குள் இழுத்து வைத்துக் கொண்ட நாவலை அதற்கு முன்போ, பின்போ நான் படித்ததில்லை. அப்படிப்பட்ட அனுபவத்தை ஜே.ஜே. அளித்தது. கிட்டதட்ட விடலைப் பருவத்தில் எதிர்ப் பாலினரின் மீது ஏற்படும் இனக்கவர்ச்சிக்கு ஒப்பான கிளர்ச்சியுடன் ஜே.ஜே.யைப் படித்தேன். படிக்கப் படிக்க அந்த கிளர்ச்சியானது பிரமிப்பு, பரவசம், ஆச்சர்யம், தீவிரம், அதிர்ச்சி போன்ற பல்வேறு மனநிலைகளாக உருமாறியபடி இருந்தது. முதல் வாசிப்பு அந்த நாவலின் மையமான சரடு பற்றிய திசைகளை நோக்கி என்னை உந்தித் தள்ளிக் கொண்டிருந்தது. நாவலின் மையப்புள்ளி அலலது சரடு பற்றிய தெளிவு இல்லாத நிலையிலும் நாவல் தந்த வாசிப்பு அனுபவம் நிறைவு தருவதாக இருந்தது. நாவல் முழுவதிலும் விரவிக் கிடக்கும் அசாத்தியமான மொழி ஆளுமை, கூரிய அங்கதம், தீவிரமான சிந்தனை, தேடல், கவித்துவம் ஆகிய அனைத்தும் சேர்ந்து ஒருவிதமான பரவச நிலையில் எனனை ஆழ்த்தின.

மிகவும் வித்தியாசமான, பெருமைக்குரிய காரியத்தைச் செய்து விட்டதான பாவனையில் மிதந்து கொண்டிருந்தேன். ஏற்கனவே நாட்குறிப்பு எழுதும் பழக்கம் கொண்டிருந்த நான் ஜே.ஜே. யின் தாக்கத்தால் வித்தியாசமாக நாட்குறிப்புகளை எழுத ஆரம்பித்தேன்.

ஜே.ஜே.வுடனான முதல் சந்திப்பு

இன்று, நாவலைப் பலமுறை முழுமையாகவும் பகுதிகளா கவும் படித்த பிறகு, முதலில் ஏற்பட்ட பரபரப்பும் துடிப்பும் முற்றிலுமாக ஓய்ந்துவிட்டன. நாவலைப் பற்றி நிதானமாக யோசிக்க முடிகிறது. பரவசத்தின் கண்ணைப் பறிக்கும் ஒளி யிலிருந்து விலகி நின்று நாவலை யதார்த்தமாக சமநிலையுடன் எடைபோட முடிகிறது. என்றாலும் முதல் வாசிப்பில் ஏற்பட்ட வித்தியாசமான அனுபவம் இன்னமும் மனத்தில் பசுமையாக இருக்கிறது. முதல் வாசிப்பில் ஏற்பட்ட பரபரப்பும் பரவசமும் மட்டுப்பட்டாலும் இப்போதும் நாவலைப் படிக்கும்போது மனசுக்குள் ஒரு கடைசல் ஏற்படுவதை உணரமுடிகிறது. புத் துணர்வு ஊடுருவுவதையும் சிந்தனையின் சூட்சுமமான நரம்புகள் கூர்மையடைவதையும் உணர முடிகிறது. இது போன்ற உணர்வை வேறு எந்த நாவலும் ஏற்படுத்தவில்லை என்பது நிச்சயம்.

இன்னொரு கோணத்திலும் ஜே.ஜே.வை முதலில் படித்த அனுபவத்தையும் இப்போதுள்ள மனநிலையையும் ஒப்பிடலாம். ஜே.ஜே.யைப் படிப்பதற்குச் சில நாட்களுக்கு முன்புதான் லேவ் நல்லதோயின் புத்துயிர்ப்பு நாவலைப் படித்து முடித் திருந்தேன். நாவல் எனக்கு மிகவும் பிடித்திருக்கிறது. ஆனால் ஜே.ஜே. படித்த பிறகு புத்துயிர்ப்பைவிட ஜே.ஜே. தான் சிறந்த நாவல் என்று பட்டது. ஜே.ஜே.யை எனக்குச் சிபாரிசு செய்த ஜெயமோகனிடம் இதைத் தெரிவித்தேன். இலக்கியப் படைப்பு களை இன்னும் ஆழமாகப் படிக்க நான் பயில வேண்டும் என்ற ரீதியில் அவரது பதில் அமைந்திருந்தது. புத்துயிர்ப்பில் வெளிப்படும் ஆன்மீகமான விழிப்புணர்வு என் வாசிப்பு அனுபவத்திற்கு வசப்படவில்லை என்று சுட்டிக்காட்டினார். எதற்கெடுத்தாலும் வாதத்தில் இறங்கும் மனநிலையில் அப்போது நான் இருந்தபோதிலும் ஜெயமோகனின் இலக்கியத் திறன் மீது மிகுந்த மரியாதை இருந்ததால் அவரோடு இது பற்றி வாதிட முனையவில்லை. அதன் பிறகு பலமுறை புத்துயிர்ப்பை மட்டுமின்றி மற்ற பல நாவல்களோடு ஜே.ஜே. யை ஒப்பிட்டுப் பார்த்திருக்கிறேன். என் மதிப்பீடுகளும் அவற்றை நான் உருவாக்கிக்கொண்டதற்கான காரணங்களும் பலவிதமாக மாற்றம் அடைந்தபடி இருந்ததில் பல நாவல்கள் ஜே.ஜே.யை

விட சில அம்சங்களிலாவது சிறப்பாக இருப்பதாகத் தோன்றிய துண்டு. புத்துயிர்ப்பு, லா.ச. ராமாமிர்தத்தின் அபிதா, புத்தி, அசோமித்திரனின் தண்ணீர், 18வது அட்சக்கோடு, ஆல்பர் காம்யுவின் அந்நியன், தாராசங்கர் பானர்ஜியின் ஆரோக்கிய நிவேதனம், ஹெர்மன் ஹெஸ்ஸேயின் சித்தார்த்தன், ஜெய மோகனின் விஷ்ணுபுரம் என்று பல உதாரணங்கள் சொல்ல லாம். ஆனால் இந்த நிமிடம் வரையிலும் என் மனதிற்கு மிக நெருக்கமான உணர்வை ஏற்படுத்திய நாவல் என்று பார்க்கும்போது ஜே.ஜே.க்கு இணையான இன்னொரு நாவல் இல்லை என்பதில் சந்தேகமில்லை. இந்த நெருக்கமான உறவுக்குக் காரணம் என்ன என்று யோசிக்கும்போது நாவலின் மொழி அந்தரங்க சுத்தி, தீவிரம், கவித்துவம் கூரிய அங்கதம், இடை யறாத தேடல் என்று பல அம்சங்கள் நினைவுக்கு வருகின்றன. நாவலின் அடிநாதமான குரல் புறச்சூழலின் மீது ஆழ்ந்த அதிருப்தியுற்று அலைவுறும் மனத்திற்கு மிக நெருக்கமாகவும் மிக உண்மையாகவும் இருப்பது முக்கியமான காரணம் எனத் தோன்றியது.

எனக்கு மட்டுமின்றி நாவலைப் படித்த என் நண்பர்கள் பலருக்கும் இதே அனுபவம் ஏற்பட்டிருப்பதை உணர்ந்திருக் கிறேன். குறிப்பாக இதைப் படிக்கும்போது இளைஞர்கள் அடையும் பரவசம், நான் முதலில் அடைந்த பரவசத்தை நினைவுபடுத்துகிறது. ஜே.ஜே. எழுதிய புத்தகங்களையெல் லாம் படிக்க வேண்டும் என்ற உணர்ச்சிகரமாக ஒரு இளம் நண்பன் என்னிடம் கூறினான். எனக்குத் தெரிந்த ஒரு பெண் பத்திரிக்கையாளர் மனதில் சஞ்சலம் ஏற்படும் போதெல்லாம் ஜே.ஜே.வைப் படிப்பேன் என்று சொல்கிறார். இது ஒரு 'மாஸ்டர் பீஸ்' என்று பல படைப்பாளர்கள் சொல்லிக் கேட்டிருக்கிறேன், நாவல் வெளிவந்த புதிதில் இதைப் படித்துவிட்டுச் சுந்தர ராமசாமிக்குக் கடிதம் எழுதியவர்கள் பலருக்கும் (இதில் பலர் அவருக்கு அதற்கு முன்பு அறிமுகமாகதவர்கள்) இதே அனுபவம் ஏற்பட்டிருந்ததை அவர்களது கடித வரிகளில் உணர முடிகிறது. ஜே.ஜே.யைப் பற்றிய கட்டுரை எழுதுவதற்காச் சில தகவல்கள் தந்துதவ முடியுமா என்று சு.ரா.வின் மகன் கண்ணனிடம் கேட்டபோது அவர் தந்த கடிதங்கள், ஆரம்பத்தில் வந்த மதிப்புரைகள், கட்டுரைகள் ஆகியவற்றில் 1987இல் எனக்கு ஏற்பட்ட அனுபவத்தின் சாயல்களைப் பார்க்க முடிகிறது.

கடிதம் எழுதிய வாசகர்களில் பலர் (இவர்களில் பெரும் பாலானவர்கள் எழுத்தாளர்கள்) இந்த நாவலை ஒருவித பிரமிப் போடு பாராட்டியிருக்கிறார்கள். குறிப்பாக நாவலின் வடிவம், மொழி நடை, அங்கதம், சிந்தனையின் வீச்சு, சமரசமற்ற தேடல், உண்மையின் மீதான உறுதியான பிடிப்பு ஆகிய

அம்சங்களைப் பாராட்டியிருக்கிறார்கள். குறிப்பாக நாவல் வடிவத்தில் மேற்கொள்ளப்பட்ட துணிச்சலான பரிசோதனை, கூரிய வாசிப்புத்திறனைக் கோரும் தன்மை ஆகியவை பாராட்டப்பட்டிருக்கின்றன. ஜே.ஜே.யை இன்னும் அதிகமாகத் தந்திருக்கலாம். நாவலை இன்னும் பெரிதாக எழுதியிருக்கலாம் என்ற ரீதியிலும் சிலர் அபிப்ராயம் தெரிவித்திருக்கிறார்கள்.

தனிப்பட்ட கடிதங்கள் இப்படி இருக்க, அச்சில் வந்த மதிப்புரைகள், விமர்சனங்கள், திறனாய்வுகள் சற்று வித்தியாச மாக இருந்தன. தனிப்பட்ட கடிதங்களில் காணப்பட்ட பரவசம், பிரமிப்பு ஆகியவை அச்சில் வந்த மதிப்புரைகளில் அதிகம் இல்லை. ஆனால் தொடக்கத்தில் வந்த பெரும்பாலான மதிப்புரை கள் நாவலைப் பாராட்டும் முகமாகவே எழுதப்பட்டிருக்கின்றன. ஒரு கலை வடிவமாக நாவலை அணுகியவர்கள் (சுஜாதா, ஆர்.சீனிவாசன், ஞாநி, மு.பொன்னம்பலம், காரை சிபி, கே.எஸ்.சிவகுமாரன், எம்.அரவிந்தன் முதலானவர்கள்) நாவலைப் பாராட்டுகிறார்கள். இதற்கு விதிவிலக்கு அம்ஷன் குமார். கொள்கை அல்லது இயக்கம் சார்ந்து நாவலை அணுகி யவர்கள் எதிர்மறையான அபிப்ராயங்களைச் சொல்லியிருக் கிறார்கள். ‘மனஓசை’யில் வெளியான மதிப்புரை இதற்கு சிறந்த உதாரணம். குறிப்பாக, கட்சி சார்ந்த இடதுசாரிகளை ஜே.ஜே. மிகவும் பதற்றமடைய வைத்திருப்பதைப் பார்க்க முடிகிறது. ஜே.ஜே.வைப் படித்த தி.க.சிவசங்கரன், சு.ரா. ஒரு அராஜகவாதி என்று உணர்ச்சிவசப்பட்டிருக்கிறார். கோவை ஞானி இரண்டு கோணங்களிலும் நாவலை அணுக முயற்சி செய்திருக்கிறார். கலைப் படைப்பு என்ற விதத்தில் நாவலைப் பாராட்டும் ஞானி, கருத்து அடிப்படையில் குறைகாண்கிறார். கரிச்சான் குஞ்சு, ‘தீபம்’ இதழில் ஜே.ஜே. பற்றி விரிவான கட்டுரையில் விவாதித்திருக்கிறார். கலைப் படைப்பு பற்றிப் பேசுகிறோம் என்ற பிரஞ்ஞையைத் தவறவிடாமல் ஜே.ஜே. முன்வைக்கும் கருத்துக்கள் சிலவற்றைக் கடுமையான பரிசீல னைக்கு உட்படுததுகிறார்,

ஜே.ஜே. பற்றி முதலில் வந்த எதிர்வினைகளில் வேறொரு முக்கியமான அம்சமும் உள்ளது. சுராவின் தலைமுறையைச் சேர்ந்த எழுத்தாளர்கள், விமர்சர்கள் பலருக்கும் ஜே.ஜே. பற்றி அவ்வளவு உயர்வான அபிப்ராயம் ஏற்படவில்லை. அவர்களுக்கு ‘ஒரு புளியமரத்தின் கதை’ ஜே.ஜே.யைவிடச் சிறந்த நாவலாக்கப்பட்டது. தில்லியில் இருந்தபோது ஜே.ஜே. வைப் பாராட்டி ஃபைனான்ஷியல் எக்ஸ்பிரஸில் (மே 16, 1982) கட்டுரை எழுதிய க.நா. சுப்ரமணியம், சென்னைக்கு வந்த பிறகு தெரிவித்த அபிப்ராயங்கள் வேறு விதமாக இருந்தன. ‘போலி அறிவு ஜீவித்தளத்தில் சு.ரா. இயங்குவதாகத் தோன்று

கிறது' என்று ஜே.ஜே.வைக் குறிப்பிட்டு க.நா.சு. ஒரு கட்டுரை யில் எழுதியிருக்கிறார். ஆனால் தில்லியில் அவர் எழுதிய கட்டுரையில் ஜே.ஜே.யில் வெளிப்படும் சு.ராவின் படைப்புத் திறனை வெகுவாகப் புகழ்திருந்தார். கோவை ஞானியின் நிலை சற்று வித்தியாசமானது. 1983ல் ஜே.ஜே: சில குறிப்புகள்; தத்துவ நோக்கில் ஒரு மதிப்பீடு என்ற கட்டுரையில் (ஞானரதம் ஆகஸ்ட் – டிசம்பர்) ஜே.ஜே. 60இல் இறந்ததாகக் கூறப்படுவதாகச் சுட்டிக்காட்டி ஜே.ஜே. நாவலும் தத்துவரீயாக 60களோடு முடங்கி விட்டது என்ற கருத்தை முன்வைக்கிறார். 60க்குப் பிறகு மார்க் ஸியத்தில் ஏற்பட்ட மாறுதல்களைக் கணக்கில் எடுத்துக்கொள்ள வில்லை. 60இல் இறந்த ஜே.ஜே.யைச் சுற்றி நாவல் பின்னப்படு வதால் அதற்கான சாத்தியக்கூறும் இல்லை என்று குறிப்பிடு கிறார். ஆனால் அவரே 1984இல் 'நிகழில்' அறிவன், அரசு ஆகியோரோடு இணைந்து எழுதிய கட்டுரையின் ஜே.ஜே.யின் பன்முகப் பரிமாணங்களையும் ஒவ்வொருமுறை படிக்கும்போதும் அது தரும் தரிசனங்கள் பற்றியும் வெகுவாகப் பாராட்டுகிறார்.

இந்த எதிர்வினைகள் எல்லாமே நாவலின் முதல் பதிப்பு வெளிவந்து பிறகு சில ஆண்டுகளில் வெளியானவை. இருபது ஆண்டுகளில் நான்கு பதிப்புகள் வெளியாகியிருக்கும் இந்த நாவலின் ஐந்தாவது பதிப்பு தற்போது (2001 மே) அச்சில் இருக்கிறது. தொடர்ந்து பலவிதமான விமர்சனங்களைச் சந்தித்தும் விவாதங்களுக்குள்ளாகியும்வருகிறது. இந்த அளவுக்கு தீவிரமாக விவாதிக்கவும் விமர்சிக்கவும் பரவச உணர்வோடு பாராட்டவும் பெற்ற நாவல் தமிழில் இன்னொன்று இல்லை என்று சொல்லலாம்.

நாவலின் தாக்கம்

சு.ரா.வின் தலைமுறையைச் சேர்ந்த எழுத்தாளர்கள், விமர்சகர்கள் மார்க்சிய நோக்கில் இந்த நாவலை அணுகியவர் கள் ஆகியோர் இந்த நாவலைப் பெருமளவு விமர்சித்து வந்தா லும் தொடர்ந்து இந்த நாவல் புதிய வாசகர்களால் குறிப்பாக இளம் வாசகர்களால் படிக்கப்பட்டுவருகிறது. இந்த நாவலைப் படித்த பிறகு வாழ்வுக்கும் நமக்கும், சூழலுக்கும் நமக்கும் இடையில் நிலவும் உறவு தீவிரமான மறுபரிசீலனைக்கு உள்ளாகி விடுவது, பல வாசகர்களின் பொதுவான அனுபவமாக இருக்கிறது. இதுதான் இந்த நாவலின் மிக முக்கியமான அம்சம் என்று எனக்குத் தோன்றுகிறது. மற்ற தமிழ் நாவல் களிலிருந்து இதை வேறுபடுத்திக் காட்டுவதிலும் இந்த அம்சத் திற்கு முக்கியமான பங்கு இருக்கிறது. சூழலின் மீதான கூர்மையான, சமரசமற்ற விமர்சனம், அந்த விமர்சனத்தின்

ஆதார சுருதியாய் இருக்கும் சத்திய உணர்வு, ஆகியவை நாவலுக்கும் நமக்கும் இடையே நெருக்கமான உறவை ஏற்படுத்தி ஆழமாகப் பாதிக்கிறது.

இந்த நாவலைப் பற்றிக் குறைந்தது ஐம்பது வாசகர்களிட மாவது பேசியிருப்பேன். அவர்களில் பெரும்பாலானவர்கள் எழுத்தாளர்கள். அவர்களால் பலருக்கு இதே அனுபவம் ஏற்பட்டிருப்பதை அறியமுடிகிறது. பின்னாளில் வாசிப்பின் பரப்பும் கூர்மையும் அதிகரிக்க அதிகரிக்க வாசகர்கள் மனத்தில் ஜே.ஜே.யின் இடம் பின்னுக்குத் தள்ளப்படுவதற்கான சாத்தியக் கூறுகள் இருக்கின்றன. ஆனால் கூர்மையான ஆளுமைகள் பலரிடத்தில் ஜே.ஜே. ஏற்படுத்திய தாக்கம் மிக முக்கியமானது. தொடர்ந்து எல்லைகளை உடைத்துக்கொண்டு விகாசம் அடை வதற்கான உந்துதலை ஜே.ஜே. தருகிறது. புதிய சவால்களை எதிர்கொள்வதற்கான வேட்கையைத் தருகிறது. இந்த உந்து தலும் வேட்கையுமே ஜே.ஜே.வைத் தாண்டிச் செல்வதற்கான வேகத்தை அளிக்கின்றன. சமகால இளம் படைப்பாளர்கள் பலரும் சம்பிரதாயமான நாவல் முயற்சிகளில் ஈடுபடாமல் நாவல் வடிவத்தில் பலவித பரிசோதனைகளை மேற்கொள்வது ஒரு விதத்தில் ஜே.ஜே. ஏற்படுத்திய தாக்கம் என்று கூடச் சொல்லலாம். ஏனெனில் ஏற்கனவே போடப்பட்ட எல்லைக் குள் நின்று செயல்படுவதில் ஆழ்ந்த அதிருப்தியை ஜே.ஜே. ஏதோ ஒரு விதத்தில் ஏற்படுத்திவிடுகிறது. சுலபமான பதில் களிலோ சாதனைகளிலோ திருப்தி அடைய மறுக்கும் தீவிர மான தேடல் உணர்வை இந்த நாவல் தூண்டிவிடுகிறது.

தமிழ் நாவல் பரப்பில் ஜே.ஜே.யின் பிரத்யேகமான இடத்திற்கான காரணங்களை இப்படித் தொகுத்துக் கூறலாம்: வாழ்வுக்கும் நமக்கும் இடையே உள்ள உறவை விமர்சன பூர்வமாக, சமரசமற்ற தீவிரத் தன்மையுடன் மறுபரிசீலனைக்கு உட்படுத்தும் தன்மை, நாவல் வடிவத்தில் மேற்கொள்ளப்படும் புதுமையான பரிசோதனை, செறிவும் அழகும் கூடிய கச்சித மான மொழி, இளம் படைப்பாளிகளிடத்திலும் வாசகர்களிடத் தும் ஏற்படுத்திய தாக்கம் ஆகிய அம்சங்கள் ஜே.ஜே.வைத் தமிழ் நாவல்களிலிருந்து தனித்துக் காட்டுகின்றன. நாவலின் மொழி, தேடல், தீவிரம் ஆகிய அம்சங்கள் நாவலுக்கும் நமக்கு மான நெருக்கத்தை அதிகரிக்கச் செய்கின்றன. நாவல் ஏற்படுத் தும் தாக்கம் இதுவரையில் சாத்தியப்பட்டிருக்கும் எல்லை களைத் தாண்டிச் செல்ல வேண்டும் என்ற உந்துதலை ஏற்படுத்து கிறது. ஜே.ஜே.யைப் படித்த பிறகு எழுதிய பல இளைஞர் களிடத்தில் கருத்தளவிலும் மொழியிலும் ஜே.ஜேயின் தாக்கம் இருப்பதைக் காண முடிகிறது.

இந்த நாவலுடன் மிக நெருக்கமான உணர்வு ஏற்படுவதற்கு இந்த நாவலின் மொழி ஒரு முக்கியக் காரணம். செறிவு, கச்சிதம், கவித்துவம், இலகுவான ஓட்டம், குரலை உயர்த்தாத கேலி, கூர்மை, மொழியை மிகைப்படுத்தாமலேயே அதில் கம்பீரத்தை ஏற்றும் தன்மை, அலங்காரம் தவிர்த்த அழகு என்று பல சாதகமான அம்சங்களைக் கொண்ட மொழி அதற்கு முன்பும் பின்பும் தமிழ் நாவல்களில் சாத்தியப்படவில்லை. தீவிரமான சிந்தனைகளை எளிமைப்படுத்தாமல் முன்வைக்கும் அடர்த்தி, நுட்பமான உணர்வுகளைக் கச்சிதமாகச் சொல்லும் அங்கதத்தை வெளிப்படுத்தும் கூர்மை, ஆழ்ந்த வேதனையைச் சித்தரிக்கும் நெகிழ்வு, தத்துவ அலசல்களுக்குத் தேவையான விரிவு, நம்பகமான வர்ணனைகளுக்கு அவசியமான துல்லியமும் சிக்கனமும், எல்லாவற்றுக்கும் மேலாக எப்போதும் முன்னோக்கிப் பாயும் ஓட்டம் என்று பல அலாதியான அம்சங்கள் இந்த நாவலின் மொழியில் காணப்படுகின்றன. இந்தத் தன்மைதான் எத்தனை முறை படித்தாலும் அலுக்காத தன்மையை இந்த நாவலுக்கு தருவதில் முக்கியமான பங்கேற்கின்றன.

ஜே.ஜே.மீதான எதிர்வினைகளின் போதாமை

வேறு எந்த நாவலை விடவும் விமர்சனங்களுக்கும் விவாதங்களுக்கும் ஆளான நாவலாக இருந்தாலும் ஜே.ஜே. பற்றிய எதிர்வினைகள் திரும்பத் திரும்ப ஜே.ஜே.யின் வடிவம், அதன் மொழிநடை, மார்க்சியம்மீது நாவலுக்குள் வைக்கப்படும் விமர்சனம் ஆகியவை பற்றித்தான் அதிகம் பேசப்படுகிறது. இந்த நாவல் மீதான எதிர்மறையான விமர்சனங்களைப் பொதுவாக இரண்டு வகையாகப் பிரிக்கலாம். ஒன்று தமிழகத்திற்கு வந்த பிறகு க.நா.சு. கூறியதுபோல, மிகுதியும் அறிவுத் தளத்தில் செயல்படுகிறது என்ற ரீதியான விமர்சனம். இன்னொன்று கட்சி சார்ந்த மார்க்ஸியத்தின் மீது ஜே.ஜே. என்ற பாத்திரம் முன்வைக்கும் விமர்சனங்களுக்கு எதிரான விமர்சனம். இவை இரண்டுமே தன்னளவில் முழுமையானவை அல்ல என்பது என் கருத்து. முதல் வகை விமர்சனங்கள் நாவலின் அழகியல் வெற்றிகளையும் உணர்வு மற்றும் அனுபவம் சார்ந்த பரிமாணங்களையும் பார்க்க மறுக்கின்றன. இரண்டாவது வகை விமர்சனங்கள் ஜே.ஜே.யின் விமர்சனங்களைச் சரியாகப் புரிந்துகொள்ளாததால் எழுகின்றன. இரண்டாவது வகை விமர்சனங்களை முதலில் பார்க்கலாம்.

ஜே.ஜே. மார்க்ஸியத்திற்கு எதிராகப் பேசவில்லை. அவனுக்கும் அமைப்புக்கும் முரண்பாடு ஏற்பட்டது உண்மைதான்.

ஆனால் தத்துவத்திற்கும் அமைப்பிற்கும் இடையேயான உறவு சீரழிந்துவருவதாக அவன் உணர்வதால் ஏற்படும் முரண்பாடு அது. ஜே.ஜே.விடம் மார்க்ஸியத் தத்துவத்தை நிராகரிக்கும் போக்கு தெரியவில்லை. மார்க்ஸியத்தைத் தன் சூழல் சார்ந்து தீவிரமான மறுபரிசீலனைக்கு உட்படுத்தும் வேட்கை தெரிகிறது. அவன் நிராகரிப்பது தத்துவத்தை அல்ல. எந்திரமயமாகிப் போன அமைப்பை. இதனால்தான் அமைப்பு சார்ந்து இயங்கு பவர்களுக்கு ஜே.ஜே.யைப் பிடிக்காமல் போகிறது. முல்லைக்கல் மாதவனை நாயரை ஜே.ஜே. விமர்சிப்பது குறித்து இடதுசாரி விமர்சகர்கள் ரொம்பவே கோபப்படுகிறார்கள். 1983இல் மன ஓசையில் கோ.கேசவன் எழுதிய விமர்சனம் இதற்கு நல்ல உதாரணம். 1983இல் தாமரையில் எஸ்.தோத்தாரி எழுதிய விமர்சனத்தில் முல்லைக்கல்லுக்கு வக்காலத்து வாங்குகிறார். முல்லைக்கல்லின் மீதான விமர்சனத்தை முற்போக்கு இலக் கியத்தின் மீதான விமர்சனமாக இவர்கள் பார்க்கிறார்கள். ஜே.ஜே. எதிர்ப்பது மார்க்ஸியத்தையும் அல்ல: முற்போக்கு இலக்கியத்தையும் அல்ல. மாக்ஸியவாதி எம்.கே. அய்யப்பன் மீது அவனுக்கு மிகுந்த மரியாதை இருக்கிறது. மக்ஸம் கார்க்கி என்ற முற்போக்கு எழுத்தாளரை அவன் மிகவும் விரும்புகிறான். முல்லைக்கல்லின் முற்போக்கு அழகியல் அல்ல; அவனது பொய்கள்தாம் ஜே.ஜே.யை இம்சிக்கின்றன. இந்தப் பொய் களைக் கண்டு கோபப்படும் அவன் இவற்றுக்குப் பின்னால் இருக்கும் புகழ் மற்றும் அதிகார வேட்கைகளை அடையாளம் கண்டு அம்பலப்படுத்துகிறான். ஜே.ஜே.யைச் சற்றுக் கூர்ந்து பார்த்தால் அவன் எதிப்பது முற்போக்கு இலக்கியத்தை அல்ல; முற்போக்குப் போலிகளை என்பது தெளிவாகப் புரியும்.

இடதுசாரிகள் அமைப்புகளுக்கு எதிராக ஜே.ஜே. பேசுவதை யும் கடுமையாக எதிர்க்கிறார்கள். முல்லைக்கல் விஷயத்தில் நடக்கும் தவறு இங்கேயும் நடக்கிறது. அமைப்பு தன்னளவில் மோசமானது என்று ஜே.ஜே. கருதவில்லை. ஜே.ஜே. அமைப்பு அல்லது நிறுவனம் என்ற கருத்தை முற்றாக நிராகரிக்கவும் இல்லை. கால் பந்தாட்டத்தில் அணி உணர்வு பற்றி அவன் பேசுவதைக் கூர்ந்து கவனித்தால் அவன் அமைப்பை நிரா கரித்துத் தனிநபர்வாதத்தை முன்வைக்கிறான் என்ற வாதத் தில் சாரமில்லை என்பது தெரியும். அணி என்பதே அமைப்பு தான். அமைப்புகளுக்கும் அதைச் சேர்ந்தவர்களுக்குமிடையே இருக்கும் உறவு எந்த அளவுக்கு ஆரோக்கியமாக இருக்கிறது என்பது பற்றி அவன் அதிகம் கவலைப்படுகிறான். அந்த உறவு நீர்த்துப்போனதாகவும் போலியானதாகவும் அடிப்படைத் தத்துவத்திலிருந்து திசை மாற வைப்பதாகவும் இருப்பதை அவன் காண்கிறான். இதற்காள விதைகளை மனித சுபாவத்

திலும் அமைப்பின் அடிப்படைத் தன்மைகளிலும் தேடுகிறான். அதில் அவன் கண்டடைந்த முடிவுகளையும் பதில் தெரியாத கேள்விகளையும் முன்வைக்கிறான். அமைப்பை அவன் எதிர் கொள்ளும் விதத்தில் உள்ள நுட்பங்களைப் பார்க்காமல் அவனது எதிர்வினைகளின் மேற்பரப்பில் இருக்கும் கேலிகளை யும் கண்டனங்களையும் மட்டும் பார்த்து ஜே.ஜே. அமைப் புக்கு எதிரி, அவன் ஒரு தனிநபர்வாதி என்று முத்திரை குத்துகிறார்கள். இதற்குப் பதிலாக அமைப்பு பற்றிய ஜே.ஜே. யின் விமர்சனங்களை இவர்கள் தீவிரமாக எடுத்துக்கொண்டு பரிசீலனைக்கு செய்தால் இவர்கள் சார்ந்துள்ள அமைப்பு களுக்கு அது உதவக்கூடும்.

அமைப்பு சார்ந்த விமர்சனங்களின் எதிர்வினைகள் இப்படி இருக்கையில், இதர விமர்சனங்களின் எதிர்வினைகளிலும் சில போதாமைகள் இருக்கின்றன. அம்ஷன்குமார் இந்த நாவலைச் சிந்தனைகளின் குவியலாகப் பார்க்கிறார். நாவலுக்கு அடிநாதமாக இருக்கவேண்டிய உணர்வு தளம் நாவலில் வலுவாக இல்லை என்கிறார். அழகியல் ரீதியாகவும் உணர்வு ரீதியாகவும் இந்த நாவல் வலுவோடு இருப்பதாகவே எனக்குப் படுகிறது. வேறு எந்தத் தமிழ் நாவலையும் விட சிந்தனை அளவில் ஜே.ஜே. வலுவாக இருக்கிறது என்பதில் சந்தேகமில்லை. ஆனால் அதை வைத்து இந்நாவலில் உணர்வு தளம் வலுவாக இல்லை என்று கூறவிட முடியாது. கூர்மையான உணர்வுள்ள ஓர் ஆத்மா சகல தளங்களிலும் ஆத்மார்த்தமற்ற சூழலைத் தாங்கிக்கொள்ள முடியாமல் படும் ஆழ்ந்த வேதனையையும் எதிர்கொள்ளும் நெருக்கடியையும் உணர்வுப்பூர்வமாக வாசகர் கள் பகிர்ந்துகொள்ள முடிகிறது. க.நா.சு.வோ அம்ஷன்குமாரோ சொல்லும் அறிவு ஜீவி தளத்தில் மட்டுமே இந்த நாவல் செயல்படும் பட்சத்தில் இது சாத்தியப்பட்டிருக்க முடியாது.

உணர்வுத் தளம் பற்றிய எதிர்வினை ஒரு புறம் இருக்க, இதை விமர்சித்த பலரும் இந்த நாவலின் மையம் எது என்பதைக் குறிப்பிடுவதைத் தவிர்க்கிறார்கள். நாவலின் பகுதிகள் பற்றிய விமர்சனங்களே அதிகம் வந்திருக்கின்றன. மிகச் சிலர்தான் நாவலின் மையத்தைத் தொட்டும் பேசும் முயற்சியில் இறங்கியிருக் கிறார்கள். கரிச்சான் குஞ்சு குஷ்டரோகியோடு ஜே.ஜே.க்கு ஏற்பட்ட அனுபவம் சார்ந்த பிரச்சினையையும் விரிவாக அலசியிருக்கிறார். பொருள்முதல்வாதத்திற்கு எதிராகக் கருத்து முதல்வாதத்தை நாவல் முன்வைக்கிறது என்கிறார் தோத்தாரி. கருத்து முதல்வாதமும், பொருள்முதல்வாதமும் முதுகோடு முதுகு ஒட்டும் விதத்தில் சந்திக்கும் இடமே இந்த நாவலின் மையம் என்கிறார் ஜெயமோகன். அமைப்பியல் பார்வையில் இந்த நாவலை அணுகும் தமிழவன் மையம் சார்ந்த

பார்வையை நிராகரித்து இதன் பகுதிகள் பற்றித் தனித்தனியே பேசுகிறார். அம்ஷன் குமார், தோத்தாரி ஆகியோர் உள்படப் பலரும் இந்த நாவலை இருத்தலியலோடு ஏதேனும் ஒரு விதத்தில் தொடர்புபடுத்துகிறார்கள். இவை எல்லாமே முக்கிய மான விஷயங்கள்தான். ஆனால் யாருமே நாவல் ஒட்டுமொத்த மாக சூழல் மீது வைக்கும் விமர்சனத்தையும் அதற்குப் பின்னணி யில் உள்ள பயணத்தையும் பற்றி அதிகம் பேசியதாகத் தெரிய வில்லை. (எம்.டி. முத்துக்குமாரசாமி எழுதியுள்ள கட்டுரை ஜே.ஜே.யை விரிவாக அலசுகிறது என்று கேள்விப்பட்டிருக் கிறேன். ஆனால் அதை நான் படித்ததில்லை.)

பல எதிர்வினைகளில் முல்லைக்கல் – ஜே.ஜே. பிரச் சினைதான் விவாதத்திற்கு எடுத்துக்கொள்ளப்படுகிறது. ஜே.ஜே. யின் அன்னித்தன்மை அலசப்படுகிறது. அறிவிஜீவித்தனம் விமர்சிக்கப்படுகிறது. கருத்து – பொருள்முதல்வாதப் பார்வை கள் சார்ந்த விவாதங்கள் எழுப்பப்படுகின்றன. இருத்தலியலோடு நாவலின் தத்துவத் தளம் ஒப்பிடப்படுகிறது. ஆனால் நாவல் சூழல் மீது ஒட்டுமொத்தமாக ஒரு விமர்சனத்தை முன்வைக் கிறது. சகல உறவுகளும் அழுகிக்கொண்டிருப்பது பற்றிச் சொல் கிறது. நமக்கும் நமது செயல்களுக்கும் இடையே உள்ள உறவு மிகவும் பலவீனமாக இருப்பதைச் சுட்டிக்காட்டுகிறது. அமைப்பு கள் அழுகிப்போயிருப்பது பற்றிப் பேசுகிறது. சகல தளங்களி லும் தாண்டவமாடும் பொய்மைகளைக் கடுமையாக விமர்சிக் கிறது. இதைவிட மேலான வாழ்வை உருவாக்க முடியுமா என்று யோசிக்கிறது. பிரபஞ்ச இயக்கத்தின் ஆதார சுருதியைப் பற்றியும் இந்தப் பின்னணியில் நமது வாழ்வு பற்றியும் பல கோணங்களில் ஆழமாக யோசிக்கிறது. எந்தத் தத்துவத்திற்கும் முழு விசுவாசமாக இல்லாமல் உண்மை, சமரசமின்மை ஆகிய வற்றை அடிப்படையாகக் கொண்டு இந்தப் பயணம் நடக்கிறது. இதைப் பற்றியெல்லாம் விரிவான எதிர்வினைகள் அதிகம் வந்ததாகத் தெரியவில்லை.

நாவலின் மையம் அல்லது ஒட்டு மொத்த பார்வை குறித்த எதிர்வினைகளைப் போலவே அதன் பகுதிகள் சார்ந்த எதிர்வினைகளும் பலவீனமாக இருக்கின்றன. கட்சி சார்ந்த மார்க்ஸியம் பற்றி நாவல் முன்வைக்கும் விமர்சனங்கள் பரவலாக எதிர்கொள்ளப்பட்டிருக்கின்றன. ஆனால் நாவலின் இதைத் தவிரவும் பல முக்கிய அம்சங்கள் உள்ளன. உதாரணமாக ஜே.ஜே. தன் அப்பா, அம்மாவை வகைமாதிரிகளாக முன்னிறுத்தி மேலான சமூகச் சூழல் உருவாக்கம் பற்றிய சாத்தியக்கூறு களை அலசுகிறான். சம்பத் தின் கனவும் அதற்கு ஜே.ஜே. தூரிகையின் மூலம் வடிவம் கொடுக்கும் முயற்சியும் நாவலில் முக்கியத்துவத்துடன் சொல்லப்படுகின்றன. நட்பு, காதல்,

பரோபகரம் கால்பந்தாட்டம், நூலகங்கள், இசை, கோவில்கள் உழைப்பு என்று ஆகிய பல விஷயங்கள் சுருக்கமாகவும் அழுத்தமாகவும் நாவலில் ஆதாரமான அம்சங்களுடனும் தொடர்புடையவையாக இருக்கின்றன. இதைப் பற்றியெல்லாம் அவ்வளவாக விவாதம் நடக்கவில்லை. திருபத் திரும்ப மார்க்ஸியம், நிறுவனம், இருத்தலியம் அறிவு ஜீவித்தனம் ஆகிய அம்சங்கள் பற்றித்தான் அதிகம் பேசப்படுகிறது. பாத்திரங் கள் என்று எடுத்துக்கொண்டால் ஜே.ஜே. பாலு, முல்லைக்கல் ஆகியோர் பற்றித்தான் அதிகம் பேசப்படுகிறது. ஆனால் அரவிந்தாட்சமேனன், எம்.கே. அய்யப்பன், சம்பத் ஆகியோர் பற்றி அவ்வள வாக யாரும் கவலைப்படுவதாகத் தெரியவில்லை.

இதற்கு விதிவிலக்காக, நாவலின் பல பரிமாணங்களை யும் அலசும் முயற்சியாக சில எதிர்வினைகள் வந்திருக்கின்றன. 'நிகழ்' காலாண்டிதழ் 1984 மார்ச்சில் 'ஜே.ஜே: சில குறிப்புகள்' விமர்சனச் சிறப்பிதழாக வெளிவந்தது. இதில் அறிவன், அரசு, ஞானி ஆகிய மூவரும் இணைந்து எழுதியிருக்கும் கட்டுரையில் அமைப்பு சார்ந்து ஜே.ஜே.யின் மீது வைக்கப் பட்ட விமர்சனங்களுக்கு விரிவாகப் பதில் தரப்பட்டிருக்கிறது. இருத்தலியலுக்கும் ஜே.ஜே.வுக்கும் உள்ள உறவையும் அலசியிருக் கிறது. அமைப்பியல் அணுகுமுறை இந்த நாவலைப் புரிந்து கொள்ள உதவுமா என்றும் ஆராய்கிறது. ஜே.ஜே. முன்வைக்கும் விமர்சனம் அவனது தேடல் ஆகியவற்றைப் பற்றியும் இந்தக் கட்டுரை பேசுகிறது. ஒவ்வொரு முறை படிக்கும்போதும் நாவலின் சாத்தியக் கூறுகளும் பரிமாணங்களும் நாவல் தரும் தரிசனங்களும் விரிவடைந்துகொண்டேபோவது குறித்தும் இக்கட்டுரை குறிப்பிடுகிறது. அதேபோல ஜே.ஜே. வெளியான புதிதில் ஜே.ஜே. பற்றி ஆர். சீனிவாசன் எழுதியுள்ள கட்டுரை யும் நாவலின் பன்முகத்தன்மையை கவனப்படுத்தும் விதத்தில் எழுதப்பட்டிருந்தது, (இதன் பிரசுர விவரம் தெரியவில்லை). அமைப்பியல் ரீதியாக நாவலை அணுகும் தமிழவனும் நாவலின் பன்முகப் பரிமாணங்களைக் கணக்கில் எடுத்துக் கொண்டு தன் எதிர்வினைகளைப் பதிவு செய்திருக்கிறார்.

வேற எந்தத் தமிழ் நாவலுக்கும் இல்லாத அளவுக்கு ஜே.ஜே. பற்றி விவாதங்களும் விமர்சனங்களும் பாராட்டுரைகளும் வந்திருந்தாலும் ஜே.ஜே. பற்றி விவாதிக்க இன்னும் நிறைய இருக்கிறது என்பது வெளிப்படை (அவ்வளவாக விவாதிக்கப் படாத சில அம்சங்கள் பற்றி மேலே குறிப்பிட்டிருக்கிறேன்). இது ஒரு புறம் இருக்க, ஜே.ஜே.வை விமர்சித்த சிலர் ஜே.ஜே. வுக்குள் சுராவைத் தேடும் முயற்சியிலும் ஈடுபட்டிருக்கிறார்கள். சுரா ஜே.ஜே.யா, பாலுவா அல்லது இரண்டு பேரும் கலந்த கலவையா? கலவை என்றால் யார் எத்தனை சதவீதம் என்றெல்

லாம் அலசுகிறார்கள். என்னைப் பொறுத்தவரை ஜே.ஜே.வுக்குள் ஜே.ஜே.வைத் தேடுவதுதான் சரி. மற்ற முயற்சிகள் எல்லாம் நாவலுக்கு வெளியே இருப்பவை. இப்படிச் செய்யும் பலர் ஓரளவேனும் சு.ரா.வோடு பழகியவர்கள். படைப்பாளி நமக்கு நன்கு அறிமுகமானவர் என்பதால் படைப்புக்குள் அவரைத் தேடுவது சில அம்சங்களோடு அவரை அடையாளப் படுத்திக் காண்பது ஆகியவை நாகரிகமான காரியமாக எனக்குப் படவில்லை. இந்த ஆராய்ச்சி வேறொரு தளத்தில் முக்கிய மானதாக இருக்கலாம். ஆனால் இலக்கியரீதியாக இதற்கு எந்த முக்கியத்துவமும் இல்லை.

இதையெல்லாம் மீறி அமைப்பு, கொள்கை ஆகிய தடைகள் இல்லாமல் ஜே.ஜே.யை அணுகும் வாசகர்கள் தொடர்ந்து இருந்துவருகிறார்கள் என்பது தமிழ் வாசகச் சூழல் பற்றிய நம்பிக்கையை ஏற்படுத்துகிறது. அடுத்தடுத்து புதிய பதிப்புகள் வருவதும் புதிது புதிதாய்ப் பல இளைஞர்கள் இதைப் படித்து வருவதும் இதற்கான அத்தாட்சிகளாக இருக்கின்றன. ஜே.ஜே. எழுதப்பட்டுச் சரியாக இருபது ஆண்டுகள் ஆகின்றன. இந்த இருபது ஆண்டுகளில் தமிழ்ச் சூழலில் எத்தனையோ மாற்றங் கள் நிகழ்ந்துவிட்டன. ஆனால் சூழல் பற்றி ஜே.ஜே. முன்வைக் கும் விமர்சனங்கள் இன்றும் பொருத்தமானவையாக இருக் கின்றன. சூழலின் புற அடையாளங்கள் மாறியிருந்தாலும் சீரழிவின் அடிப்படைக் குணங்கள் அதிகம் மாறிவிடவில்லை. இந்த நாவல் இந்த அடிப்படை அம்சங்களை இனம் கண்டு கூர்மையாக விமர்சிப்பதால் அந்த விமர்சனங்கள் இன்றும் பொருத்தமானவையாக இருக்கின்றன. விமர்சனங்கள் மட்டு மின்றி நாவல் தரும் தரிசனங்கள், திறக்கும் புதிய வாசல்கள் ஆகியவையும் வலுவாக இருப்பது இதன் சமகாலப் பொருத்தத்தை உறுதி செய்கிறது. இந்தப் பின்னணியில் நிகழில் அறிவன், அரசு, ஞானி ஆகியோர் எழுதிய கட்டுரையில் தரப்பட்டிருந்த பின் குறிப்பை இந்தக் கட்டுரைக்கு முத்தாய்ப்பாக வைப்பது பொருத்தமாக இருக்கும்:

> ஜே.ஜே. நாவலை ஒவ்வொரு முறை படிக்கும்போதும் புதிய பரிமாணங்கள், தரிசனங்கள் நம்மைத் துளைத்துக் கொண்டு ஏற்படுகின்றன. இத்தகைய புதிய அனுபவத் திற்காக நாம் மேலும் சில முறையாவது இந்நாவலைப் படிக்க வேண்டும். இதுவரை எழுதிய விளக்கங்கள், விமர்சனங்களைக் கடந்து மேலும் செல்ல, புதிய தரிசனங் களைப் பெற நாங்கள் காத்திருக்கிறோம்.

'கணையாழி', ஜூன் 2001

•

இலக்கியப் பரப்பில் ஜெயகாந்தனின் இடம் எது?
ஜெயகாந்தனின் சிறுகதைகளை முன்வைத்து . . .

பனிரண்டாம் வகுப்புப் படித்தபோது தமிழ்ப் பாடத்தின் துணைப்பாட நூல் என்பது எனக்கு ஒரு சிறுகதைத் தொகுப்பு. புதுமைப்பித்தன், மு. வரத ராசனார், கல்கி, ஜெயகாந்தன், ஜெகசிற்பியன் என்று கலவையான ஒரு தொகுப்பு அது. அதில் இரண்டு சிறுகதைகள் என்னை மிகவும் கவர்ந்தன. ஒன்று புதுமைப் பித்தனின் 'ஒரு நாள் கழிந்தது'; இன்னொன்று ஜெய காந்தனின் 'நந்தவனத்தில் ஓர் ஆண்டி'.

இப்போது, சுமார் இருபது ஆண்டுகள் கழித்து, இந்த இரு கதைகளையும் வெவ்வேறு சந்தர்ப்பங்களில் படிக்க நேர்ந்தது. இந்த இருபது ஆண்டுகளில் தமிழின் முக்கியமான எழுத்தாளர்கள் அனைவரது எழுத்தோடும் நல்ல அறிமுகம் ஏற்பட்டுவிட்டிருக்கிறது. தமிழ்ச் சிறு பத்திரிகைச் சூழல் சாத்தியப்படுத்திவரும் வாசிப்பு அனுப வத்திற்கு ஓரளவேனும் ஆட்பட வாய்ப்புக் கிடைத்திருக் கிறது. இத்தனை ஆண்டுகளுக்குப் பிறகும், பல படைப் பாளிகளின் பலவித படைப்புகளையும் படித்த பிறகும், புதுமைப்பித்தனின் 'ஒரு நாள் கழிந்தது' என்னைக் கவர்கிறது. இந்தக் கட்டுரை எழுதும் பொருட்டு

ஜெயகாந்த னின் சிறுகதைகளை ஒட்டுமொத்தமாகப் படிக்கும்போது ‘நந்தவனத்தில் ஓர் ஆண்டி’யையும் படிக்க நேரிட்டது. இருபது ஆண்டுகளுக்கு முன்பு என் பார்வையில் கொண்டிருந்த பெருமைகள் பலவற்றையும் இழந்து பலவீனப்பட்டு நிற்கிறது அந்தக் கதை. ‘ஒரு நாள் கழிந்தது’ நவீன தமிழ்ச் சிறுகதையின் முன்னோடிக் கதைகளில் ஒன்றாக இன்றளவும் உயிர்ப்போடு இருக்கிறது. இது யதார்த்தக் கதை. வறுமையைப் பற்றிய கதை. ஆனால் வறுமையை வைத்துக் கதை பண்ணும் தட்டையான ‘முற்போக்கு’ சூத்திரத் திற்குள் சிக்காத கதை. மிகையற்ற, நேர்த்தியான, சொல்லி உணர்த்துவதைவிட சொல்லாமல் உணர்த்துவதில் அதிக நம்பிக்கை கொண்ட, ஆழமான மொழி நடை. கருத்துக்களுக் கேற்றபடி சம்பவங்களைச் சிதைக்காத அணுகுமுறை. இந்தத் தன்மைகள்தாம் இத்தனை ஆண்டுகள் கழித்தும் இந்தக் கதையைப் படிக்கவைப்பதோடு வியப்பையும் ஏற்படுத்துகின்றன.

இதற்கு மாறாக ‘நந்தவனத்தில் ஓர் ஆண்டி’ இப்போது தருவது பெரும் ஏமாற்றத்தை. கதை எளிமையான ஒரு சூத்திரத்திற்குட்பட்டு இயங்குகிறது. குழந்தைகளின் பிணங் களைப் புதைப்பதைத் தன் தொழிலாகக் கொண்ட ஒருவன் சாவு – அதிலும் குழந்தையின் சாவு – பற்றிய பிரக்ஞை சிறிதும் இன்றித் தெம்மாங்கு பாடியபடி தன் தொழிலைச் செய்கிறான். கடைசியில் ஒரு நாள் அவன் குழந்தையே இறந்துவிடுகிறது. அப்போதுதான் சாவு பற்றியும் இழப்பின் துக்கம் பற்றியும் அவன் உணர்கிறான். தலைவலியும் திருகு வலியும் தனக்கு வந்தால் தெரியும் என்ற எளிய பழமொழியின் சூத்திரத்திற்குள் புதிய சலனங்கள் எதையும் எழுப்பாமல் இயங்குகிறது இந்தக் கதை. கதை முழுவதும் இரைச்சல். மிகு உணர்ச்சி. ஊதாரித் தனமான வார்த்தைப் பிரயோகம்.

நந்தவனத்தில் ஓர் ஆண்டி ஜெயகாந்தனின் நல்ல கதை களில் ஒன்று.

○

134 சிறுகதைகள். சுமார் *1700* பக்கங்கள். இரண்டு பாகங் கள். ஜெயகாந்தன் கதைகளை ஒட்டுமொத்தமாகப் படித்து முடித்துப் பெருமூச்சுவிட்டு, ஆசுவாசப்படுத்திக்கொண்ட பிறகு அவரது கதைகள் தரும் ஒட்டுமொத்த அனுபவம் பற்றி யோசித்துப் பார்க்கிறேன். விடலைப் பருவத்தில் இவரைப் படித்தபோது ஏற்பட்டிருந்த பரவசம் முற்றாகக் காணாமல் போய்விட்டிருக்கிறது. வெகுஜன தளத்தில் சிறப்பாகவும் தீவிர மாகவும் இயங்கிய ஒரு சில எழுத்தாளர்களில் இவரும் ஒருவர்

என்ற எண்ணமே பிரதானமாக மேலெழும்பி வருகிறது. கல்கி, சாண்டில்யன், சுஜாதா ஆகியோரது எழுத்துக்களைப் படித்துக் கொண்டிருந்த காலகட்டத்தில் ஜெயகாந்தனையும் படித்தது எவ்வளவு பொருத்தமானது என்ற நிறைவு ஏற்படுகிறது. நேர்த்தி யான பல கதைகளை வெகுஜன தளத்தில் எழுதிய ஒருவ ரோடு எனக்கு இலக்கிய ரீதியாக எந்தப் பிரச்சினையும் இருக்க முடியாது. தீவிர வாசகன் என்ற முறையில் அவரது கதைகளைப் பற்றி, தீவிர இலக்கியத்திற்கு முக்கியத்துவம் தரும் இதழ் ஒன்றில் தீவிரமான விமர்சனம் எழுத வேண்டிய அவசியம் எதுவும் கிடையாது. ஆனால் ஜெயகாந்தன் வெறும் எழுத்தாளர் மட்டுமல்ல. எழுத்துலகில் முக்கியமான ஓர் ஆளுமை. முற்போக்கு இலக்கியத்தின் ஆதரிசமாக முன்னிறுத் தப்படுவர். தவிர இலக்கிய வாசகர்கள், வெகுஜன வாசகர்கள் என்ற இரு தரப்பினருக்குமான எழுத்தாளர் என்று புகழப் படுவர். கா. சிவத்தம்பி, ப. ஜவா போன்றோரால் பாராட்டப் பட்டவர். "எழுத்தாளர்களின் எழுத்தாளர்" என்று இத்தொகுப் புக்கு முன்னுரை எழுதியிருக்கும் நவபாரதியால் ஆராதிக்கப் படுபவர். அவரது வாசக வட்டம் சாதி, வர்க்க பேதங்களைக் கடந்தது. எனவே அவரை விமர்சனபூர்வமாக அணுகுவது என்பது ஒரு சூழலில் நிலவும் ஒருவித அணுகுமுறையைப் புரிந்துகொள்ளும் முயற்சியாகவே அமையும் என்பதால் அவரது கதைகளைப் பொருட்படுத்திப் பேச வேண்டியிருக்கிறது.

ஜெயகாந்தனின் எழுத்தில் தீவிர வாசகருக்கு என்ன பிரச் சினை? ஜெயகாந்தன், வாசகர்களின் இலக்கியப் பிரக்ஞையை, நுண்ணுணர்வை, பக்குவத்தை மதிப்பதாகத் தெரியவில்லை. சிறுவர்களுக்குக் கதை சொல்லும் விதத்தில் அவரது விவ ரணைகள் அமைகின்றன. கீழ்க்கண்ட வரிகளைப் பாருங்கள்.

"ஏ! தென்றலே ... எங்கே ஓடுகிறாய் ... உனக்கேன் இத்தனை வேகம் . . . என்னோட இரேன் . . .

. . . உஹூம் . . . உன்னை விடமாட்டேன்" என்று துள்ளிக் குதித்துத் தென்றலைத் தழுவுகிறாள் அலைமகள்.

. . . (நிறுத்தக்குறிகள் கதாசிரியர் போட்டவை)

இது அவரது முதுல் கதையான 'சாந்தி பூமி'யில் (1954) வரும் வரிகள். இப்படி ஒரு வரியைப் படிக்க நேர்ந்தால் மேற்கொண்டு அந்தக் கதையைப் படிக்க எனக்கு மிகுந்த கூச்சம் ஏற்படும். இன்னொரு உதாரணம்:

"... இயற்கை அன்னை அதைச் சகிக்கமாட்டாள். ஜீவனென்னும் பால் சுரந்த ஸ்தனங்களை அறுக்க முயன்

றால் அவள் நெஞ்சத் துடிப்பின் அதிர்ச்சியிலே, அந்த வெம்மை யிலே பொடி சூரணமாகி விடுவீர்கள்..." (அதே கதை.)

சிறுவருக்கான நீதிக் கதைகள் என்ற தொகுப்பை என்றே னும் தொகுக்க நேர்ந்தால் இந்தக் கதையைத்தான் அதில் முதல் கதையாகச் சேர்ப்பேன். ஜெயகாந்தன் கதைகளிலிருந்தே சிறுவருக்கான ஒரு சிறந்த நீதிக் கதைகள் தொகுப்பைத் திட்டி விடலாம் என்பதிலும் சந்தேகமில்லை.

நீதிபோதனைகளைச் செய்ய வேண்டுமென்ற துடிப்பை ஆரம்ப நிலை எழுத்தாளர்களின் ஆர்வக்கோளாறின் வெளிப் பாடாகவும் புரிந்துகொள்ளலாம். 1954இல் எழுத ஆரம்பித்த ஜெயகாந்தன் 1990களின் துவக்கம் வரை – கிட்டத்தட்ட 40 ஆண்டுகள் – சிறுகதைகளை எழுதிவந்திருக்கிறார். ஒரு சில கதைகள் நீங்கலாக, எல்லாக் கதைகளிலுமே ஏதேனும் ஒரு போதனை துருத்திக்கொண்டு நிற்கிறது. அன்பு, கருணை, ஏழைகளின் மீது பரிவு, தொழிலாளர்களின் நிலைமை, ஒதுக்கப் பட்டவர்கள் மீதான கரிசனம் என்றெல்லாம் பல பொருள் களைத் தொட்டுப் பேசும் அவரது ஆரம்பகாலக் கதைகளில் தவிர்க்க முடியாமல் ஒட்டிக்கொண்டிருப்பது வெளிப்படை யான போதனை.

ஒரு கட்டத்திற்கு மேல் கீழ்த்தட்டு மக்களை விட்டுவிட்டு நடுத்தர, மேல் – நடுத்தர வர்க்கத்திற்கு அவரது கதைக்களம் மாறிவிட்டாலும் புத்தி சொல்லும் துடிப்பு மட்டும் மாறவே இல்லை. ஆரம்பகாலக் கதைகளில் சாந்தி பூமி, காந்தி ராஜ்யம் என்ற அப்பட்டமான உபதேசக் கதைகள். பிறகு சாளரம், போர்வை போன்ற கொஞ்சம் நுட்பமான போதனைகள். அதன்பிறகு 'கிழக்கும் மேற்கும்', 'அந்தரங்கம் புனிதமானது', 'தவறுகள் குற்றங்கள் அல்ல' போன்ற வெளிப்படையான. விலாவரியான, தர்க்கபூர்வமான தத்துவ போதனைகள். கடைசியாக ஜெயகாந்தன் தனது சிறுகதைப் பயணத்தின் உச்சத்தில், 'கஞ்சா புகைப்பது' போன்ற வித்தியாசமான விஷயங்களை எடுத்துக்கொண்டு அவற்றின் மகாத்மியங்களை ரசனையோடும் தர்க்க அறிவோடும் நமக்கு அருளிச் செய்யும் 'புகை நடுவினிலே' போன்ற சில கதைகள். அவரே வெளிப் படையாக ஒப்புக்கொள்வதுடன் இதில் என்ன தப்பு என்றும் மீசையை முறுக்குகிறார். "...விமர்சக நண்பர் நான் கதையை விட அதிகமாகத் தத்துவ விளக்கங்களும் இதோபதேசமும் செய்வதாகக் கருதுகிறார். யோசித்துப் பார்த்தால் வாழ்க்கை யில் ஒவ்வொரு மனிதனும் இன்னொரு மனிதனுக்கு எதையோ உபதேசம் செய்துகொண்டிருக்கிறான் என்பது புலனாகும். ஏன் இந்த நண்பர் எனக்குச் செய்ய முயல்வதும் அதுதான்.

சமூக வாழ்க்கையில் தனி மனிதனின் நடைமுறையும் இது தான். சமூக ஜீவிகளின் கூட்டான லட்சியமும் இதுதான் (புதிய வார்ப்புகள் முன்னுரையில் – 1965).

வாழ்க்கையில் உபதேசம் செய்வதற்கும் இலக்கியத்தில் உபதேசம் செய்வதற்கும் இடையில் நிறைய வித்தியாசங்கள் உள்ளன. உபதேச மஞ்சரி, நீதி நூல் போன்ற எழுத்துக்கள் தங்கள் நோக்கத்தை வெளிப்படையாக முன்வைத்து நேரடி யாக, நேர்மையாக உபதேசம் செய்கின்றன. படைப்பிலக்கியம் என்பது எழுத்து சார்ந்த ஒரு கலை. கலையின் ஆதாரமான அம்சமே அது வெளிப்படையாகப் பேசுவதைக் கூடியவரை குறைத்துக்கொள்ளும் என்பதுதான். தர்க்கரீதியான வாதப் பிரதிவாதங்களுக்கும் போதனைகளுக்கும் வேறு பல துறைகளும் தளங்களும் இருக்கின்றன. ஒரு சாமியாரோ சமூக சிந்தனை யாளரோ வெளிப்படையாகச் சொல்லும் விஷயங்களைக் கலையும் வெளிப்படையாகவே சொன்னால் கலைக்கும் மற்ற சங்கதிகளுக்கும் என்ன வித்தியாசம்? மனித மனத்துடன் உறவாடும் கலை, மனித மனத்தின் எண்ணற்ற சிக்கல்களையும் பல்வேறு அடுக்குகளையும் பரிமாணங்களையும் நிச்சயமற்ற அதன் போக்குகளையும் கணக்கில் எடுத்துக்கொள்கிறது. இந்நிலையில் போதனை என்ற ஒற்றைப் பரிமாணச் செயல் பாட்டை அது துறந்துவிடுகிறது. மனித மனத்தின் சிக்கல்கள் விசித்திரமானவை. எல்லோரிடமும் அன்பு காட்ட வேண்டும் என்று மனம் விரும்புகிறது. ஆனால் நடைமுறையில் அப்படிக் காட்ட முடியாமல் போகிறது. கூடியவரை உண்மையே பேச வேண்டும் என்று மனம் விரும்புகிறது. ஆனால் பொய்யின் துணையின்றி ஒரு நாளைக்கூட ஓட்ட முடியவில்லை. விருப் புக்கும் இருப்புக்கும் இடையே விழும் வெளியைச் சாத்தியப் படுத்தும் காரணிகள் யாவை? அவற்றின் ஊற்றுக்கண்கள் எங்கே உள்ளன? இப்படியெல்லாம் தேடிக்கொண்டு போகும் பிரக்ஞைக்கு ஒற்றைப் பரிமாண போதனைகளால் எந்தப் பலனும் இருக்காது. வாழ்வின் சிக்கல்களையும் மனித மனத்தின் சிடுக்குகளையும் இவை இரண்டும் ஒன்றையொன்று பாதிக் கும் விதத்தையும் கணக்கில் எடுத்துக்கொண்டு பேசும் கலை, இந்தப் பிரக்ஞையின் தேடலுக்குத் துணையாக இருக்கிறது. இந்தத் தேடலை ஆழப்படுத்துகிறது. அடிப்படைக் கேள்விகளை நோக்கி மனிதப் பிரக்ஞையைச் செலுத்துகிறது. பிரச்சினை களின் ஊற்றுக்கண்களைத் தரிசிக்க வைக்கிறது. இந்தத் தரிசனமே மாற்றத்தை சாத்தியப்படுத்துகிறது. உரக்கப் பேசி, உரக்கப் போதிக்கும் எழுத்துக்களால் இதை சாதிக்க முடியாது. ஜெயகாந்தனின் கதைகளின் ஆதாரமான பலவீனமே அவரது உரத்த குரலும் உரத்த போதனையும்தான்.

ஒரு படைப்பாளி, தீவிரமான கலைப் பிரக்ஞையுடன் செயல்படும் பட்சத்தில் அவரது படைப்பு, அவரது அளவு கோல்களை மீறியபடி மேலெழும். அன்னா கரேனினா என்ற நாவலில் அன்னாவின் 'மீறலை'க் கண்டிக்கவே தல்ஸ்தோய் விரும்புகிறார். அவருடைய ஒழுக்க அளவுகோலின்படி அன்னா செய்வது தவறுதான். ஆனால் அவருடைய கலைப் பிரக்ஞை அன்னாவின் 'மீறலை' முன்முடிவுகளற்று அணுகு கிறது. அவளது செயல்களை அவளது கோணத்தில் இருந்து பார்க்கவைக்கிறது. இதன் விளைவாக நாவல் அன்னாவைக் கண்டிக்கவோ ஆதரிக்கவோ செய்யும் நிலைகளைக் கடந்து மேலெழுகிறது. அன்னாவை அவளது அக, புறச் சூழல்களின் பின்னணியில் புரிந்துகொள்ள வைக்கிறது. ஜெயகாந்தன் போன்றவர்கள் அவர்களது அவ்வப்போதைய நிலைப்பாடு களுக்கேற்ப அன்னாவின் 'மீற'லைக் கண்டித்தோ ஆதரித்தோ வ்ாதப்பிரதிவாதங்களை எழுப்புவார்கள். வாழ்வின் சிக்கல் களைத் தத்துவ – ஒழுக்க சூத்திரங்களின் அடிப்படையில் அணுகாத கலைப் பிரக்ஞை கொண்ட தல்ஸ்தோய் போன்ற வர்கள் இந்த மீறலின் ஊற்றுக்கண்களை தரிசிக்கவைப்பார்கள். நீதி போதனைக்கும் கலைக்கும் இடையே உள்ள அடிப்படை வித்தியாசம் இது.

ஜெயகாந்தனின் கதைகள் ஒழுக்க விதிகளுக்கும் தத்துவக் கோட்பாடுகளுக்கும் உட்பட்டு வாழ்க்கையை அணுகுவதில்லை என்பதை நிறுவ விரும்புபவர்கள் அவரது அக்கினிப் பிரவேசம், சுயதரிசனம், தவறுகள் குற்றங்கள் அல்ல, இருளைத் தேடி, அந்தரங்கம் புனிதமானது முதலான கதைகளை முன்வைத்துப் பேசுகிறார்கள். குறிப்பாக, பெரிதும் பேசப்பட்ட அக்கினிப் பிரவேசம் கதையை முன்னிறுத்துகிறார்கள். தொகுப்புக்கு முன்னுரை எழுதியிருக்கும் ஜெயகாந்தனின் உபாசகர் நவபாரதி, இந்தக் கதையின் "பிரம்மாண்டத்தை"க் கண்டு பிரமித்து மூர்ச்சைபோட்டு விழுந்தேவிடுகிறார். "சமூக நெறிப் பிறழ்வு காரணமாகத் தனி மனித வாழவில் ஏற்படும் அவலத்தை" முக்கியப்படுத்தும் கதையாக இதைக் கா. சிவத்தம்பி பார்க்கிறார். "தமிழ்நாட்டின் பண்பாட்டுத்தளத்தை அதுபோல ஆரோக்கிய மாக உலுக்கிய இன்னொரு சிறுகதையை நான் இன்றுவரை அறியவில்லை" என்று புல்லரிக்கிறார் பொன்னீலன்.

இத்தனை மிரட்டல்களுக்குப் பிறகு அந்தக் கதையை அணுகினால் கிடைப்பது பெருத்த ஏமாற்றம். சராசரி தமிழ் சினிமாவின் தளத்தில் இயங்கும் தட்டையான கதை இது. கதையின் துவக்கம், புறச்சூழல், கதை வளர்ந்து செல்லும்போக்கு 'தவறு' நடப்பதற்கான சந்தர்ப்பம் உருவாகும் விதம் ஆகிய அனைத்தும் ஏ. சி. திருலோகசந்தர், கே. பாக்கியராஜ் போன்ற

பல இயக்குனர்களின் படங்களில் நாம் பார்த்தபடியேதான் இருக்கின்றன. (இந்தக் கதையின் நீட்சியாக எழுதப்பட்ட சில நேரங்களில் சில மனிதர்கள் நாவல் சினிமாவாக எடுக்கப் பட்டது மிகவும் பொருத்தமானது.) கதையின் முடிவில் மட்டும் 'புரட்சி' தலைகாட்டுகிறது. 'கெட்டுப்போய்' வந்திருக்கும் பெண்ணை வெறுத்து ஒதுக்கி ஒரு சுமையாக மாற்றிக்கொள் ளாமல் அவள் தலையில் தண்ணீர் ஊற்றி 'சுத்திகரிப்புச் செய்யும் புரட்சித் தாயைக் காட்டி முடிக்கிறது கதை. 'கெட்டுப் போன' பெண்ணுக்கு விமோசனமே இல்லை என்று கருதும் சமூகத்தின் பொதுப்புத்தியில் இந்த முடிவு சில அதிர்ச்சிகளை ஏற்படுத்தியிருக்கும் என்பதில் சந்தேகமில்லை. ஆனால் இந்த அதிர்ச்சி கருத்து ரீதியிலான ஒன்று. 'விதிவசத்தால் கெட்டுப் போன' பெண்களைப் பற்றிய கட்டுரை சாதித்துவிடக்கூடிய ஒரு தாக்கம் இது. ஒழுக்கவியல் மதிப்பீடுகளைக் கேள்விக் குள்ளாக்கவும் அவற்றைக் காலத்திற்கும் சூழலுக்கும் ஏற்ப மறுவரையறை செய்யவும் கருத்துநிலை சார்ந்த விவாதங்கள் எப்போதும் முனைகின்றன. படைப்புக் கலையின் ஆதார மான வேலை அல்ல இது. படைப்பு இதே கேள்விகளை மேலும் நுட்பமான, ஆழமான தளங்களில் எழுப்பும். மனிதப் பிரக்ஞையில் அழமான சலனங்களை எழுப்பும். நவபாரதி புதுமைப்பித்தனின் 'சாப விமோசன'த்தோடு இந்தக் கதையை ஒப்பிட்டுப் பேசுகிறார். புதுமைப்பித்தன் கதையில் ராமனின் பாதம் பட்டதால் அகலிகையாக மாறிய கல், சீதையின் 'தூய்மையை நிரூபீக்க' ராமன் தீக்குளிக்கச் சொன்னான் என்பதை அறிந்ததும் மறுபடியும் கல்லாக மாறுகிறது. இந்த இடத்தில் புதுமைப்பித்தன் எழுப்பும் சலனங்களும் கேள்விகளும் மிக ஆழமானவை. அக்கினிப்பிரவேசம் எழுப்பும் சலனங்களோ அந்தப் புரட்சித்தாயின் கையிலிருக்கும் குடத்தின் அடி மட்டத்தைத் தாண்டாதவை.

பண்பாட்டுத் தளத்தின் மேற்பரப்பில் எழுப்பப்படும் சலனங்களும் முக்கியமானவைதாம். ஆனால் ஜெயகாந்தன் இதைக்கூட சார்புகளற்ற நிலையில் இருந்து செய்வதில்லை. மேலே குறிப்பிடப்பட்டுள்ள கதைகளில் ('சுயதரிசனம்', 'அந்த ரங்கம் புனிதமானது' முதலானவை) ஜெயகாந்தன் ஒழுக்க வியல் கோட்பாடுகள் மீதான தனது விமர்சனத்தை முன்வைக் கிறார். ஆனால் அவர் ஒரு தரப்பில் நின்றுகொண்டு பேசுகிறார். ஏற்கனவே நம்பப்பட்டும் கடைபிடிக்கப்பட்டும் வரும் ஒரு பார்வையை மறுத்து மறு தரப்புப் பார்வையை மறு தரப்பின் சார்பாக முன்வைக்கிறார். இது முழுக்க முழுக்கக் கருத்தியல் தளத்திலான செயல்பாடு. ஜெயகாந்தன் இதைத் தாராளமாகச் செய்யட்டும். கற்பிலிருந்து கஞ்சா வரை பல விஷயங்கள்

பற்றியும் அவருக்குச் சொல்வதற்கு இருக்கிறது. இதைச் செய்வதற்காகச் சிறுகதை என்ற கலை வடிவத்தை எதற்காக வம்புக்கு இழுக்க வேண்டும்?

ஜெயகாந்தன் தன் கதைகளின் மூலம் பேசிக்கொண்டே இருக்கிறார். பாத்திரங்கள் மூலமாகப் பேசுகிறார். பாத்திரங்கள் பேசாதபோது இவர் பேசுகிறார். மாலை நேரங்களில் முச்சந்திகளில் அரசியல்வாதிகள் மேடையில் முழங்குகிறார்கள். பண்டிகை நாட்களில் பேராசிரியர்கள் பட்டிமன்றங்களில் முழங்குகிறார்கள். சாலமன் பாப்பையாவும் சுகி சிவமும் ஞான சம்பந்தனும் ஆளுக்கொரு தொலைக்காட்சியில் தினமும் பேசிக்கொண்டே இருக்கிறார்கள். அவர்களுக்குப் பேசித் தீரவில்லை. தமிழர்களுக்குக் கேட்டுத் தீரவில்லை. ஜெயகாந்தனும் பேசிக்கொண்டிருக்கிறார். காது கிழியும் அளவுக்குப் பேசிக்கொண்டிருக்கிறார்.

○

தமிழ் சினிமாமீது ஜெயகாந்தன் தன் படைப்புகளின் வாயிலாகவும் படைப்புகளுக்கு வெளியிலும் கடுமையான விமர்சனங்களை முன்வைக்கிறார். உதாரணமாக, பித்துக்குளி என்ற கதையில் 'இலக்கியத் தரமான' கதைகளைவிட அசட்டுக் கதைகளையே விரும்பும் ஒரு கோமாளி புரட்யூசரை ஜெயகாந்தன் சித்தரித்து தமிழ் சினிமாவின் போக்கைப் பரிகசிக்கிறார். இந்தப் பரிகாசம் வெகுஜன இதழ்களில் வெளியாகும் சில சினிமா விமர்சனங்களின் தரத்தில்தான் இருக்கிறது. தமிழ் சினிமாவில் நாகேஷ், சோ போன்ற நகைச்சுவை நடிகர்கள் சினிமாவுக்குள்ளேயே இதுபோன்ற விமர்சனங்களை முன்வைத்திருக்கிறார்கள். இந்த விமர்சனத்தில் புதிதாகவோ தீவிரமானதாகவோ எதுவும் இல்லை என்பது ஒரு புறம் இருக்க, இந்தக் கதை உள்பட ஜெயகாந்தனின் பல கதைகள் வெகுஜன தமிழ் சினிமாவின் சூத்திரத்தின் அடிப்படையில்தான் இயங்குகின்றன என்பதுதான் முக்கியம். பட்டணம் சிரிக்கிறது, பூ வாங்கலயோ, ராசா வந்துட்டாரு, கேவலம் ஒரு நாள் என்று பல கதைகளை உதாரணமாகச் சொல்லலாம். தவிர இவரது பெரும்பாலான கதைகளின் திருப்பங்களும் சென்டிமென்டுகளும் தமிழ் சினிமாவை நினைவுபடுததிக்கொண்டே இருக்கின்றன. தமிழ் சினிமாவைக் கடுமையாக விமர்சித்து, அந்த விமர்சனத்தின் மூலமாக வெகுஜனப் பார்வையில் தன் ஆளுமையை வளர்த்துக்கொண்ட ஒருவர் தனது படைப்புகளில் அதே தமிழ் சினிமாவின் சூத்திரத்தைக் கையாள்வது ஒரு நகைமுரண்தான்.

சொல்லாமல் சொல்லி உணர்த்துவது கலையின் முக்கிய மான ஓர் அம்சம். மிகையின்மை என்பது இந்த அம்சத்தின் தவிர்க்க முடியாத ஒரு அடையாளம். மிகை என்பது ஜெய காந்தன் எழுத்தின் பிரிக்க மடியாத ஓர் அம்சம். ஜெயகாந்தன், 'ஆ!' 'ஓ!' 'ஐயோ', 'ஆஹா' என்பன போன்ற வியப்புச் சொற்களை மிதமிஞ்சிப் பயன்படுத்துகிறார். பாத்திரங்களின் வாயிலிருந்து இதுபோல வந்தாலும் பொறுத்துக்கொள்ளலாம். கதாசிரியரே அடிக்கடி 'ஆ'வும் 'ஓ'வும் போட்டுக்கொண்டி ருப்பதை எப்படித் தாங்குவது? ஜெயகாந்தன் எல்லாவற்றை யும் சொல்லுகிறார். வாசகரால் புரிந்துகொள்ள முடியுமா என்ற பதற்றத்துடன் அடுக்கடுக்காக விளக்கங்கள் கொடுத்துக் கொண்டே போகிறார். கண நேர பலவீனத்தால் ஏற்படும் நேர்மைப் பிறழ்வு பற்றிய கதை, 'தவறுகள், குற்றங்கள் அல்ல' (தலைப்பே பாதிக் கதையைச் சொல்லிவிடுகிறது). தற்செயலாக நேர்ந்துவிட்ட இரண்டு பிறழ்வுகள் கதையில் காட்டப்படுகின் றன. அந்தப் பிறழ்வுகள் குற்றங்கள் அல்ல என்பதை விளக்கும் சொற்பொழிவு தவணை முறையில் தரப்படுகிறது. விஷயம் முடிந்த பிறகும் விளக்கம் தொடர்கிறது. கதை நீள்கிறது. வழக்கம்போல ஒரு பொன்மொழியோடு முடிகிறது. கண நேர பலவீனத்தால் ஏற்படும் பிறழ்வை அனுதாபத்தோடு நோக்க வேண்டும் என்பதை விளக்க ஒரு கதை எழுதும் ஜெயகாந்தன், சுகி சிவம், லேனா தமிழ்வாணன் போன்றோர் தங்களது கட்டுரைகளில் இதுபோன்ற விஷயங்களை எப்படிக் கையாள்வார்களோ அதே தளத்தில் கையாள்கிறார். 'போர்வை' என்ற கதையும் அது முடிய வேண்டிய இடத்தி லிருந்து வெகுதூரம் சென்று, மேலதிகமான விளக்கங்களைத் தந்து, பொன்மொழி ஒன்றை உதிர்த்துவிட்டுத்தான் முடிகிறது. வெகுஜன இதழ்களிலேயே பெரும்பாலும் இயங்கிவந்த இவர் இப்படி எழுதுவதன் காரணத்தைப் புரிந்துகொள்ள முடிகிறது. ஆனால் இப்படிப்பட்ட எழுத்தை இலக்கியத்தரமான எழுத்து என்று சிலர் கொண்டாடுவதன் காரணத்தைத்தான் புரிந்து கொள்ள முடியவில்லை.

O

ஜெயகாந்தனின் கதாபாத்திர வார்ப்புப் பற்றியும் அவற்றின் வகைமாதிரி பற்றியும் அதிகம் சொல்லப்படுகிறது. சமூகத்தில் சகல மட்டங்களிலும் உள்ளவர்களும் அவரது கதைகளில் பிரதிநிதித்துவம் பெற்றிருப்பதாகப் பெருமைப்பட்டுக்கொள் கிறார்கள் அவரது பக்த சிகாமணிகள். பரம ஏழை, பரம்பரைப் பணக்காரன், மேல்சாதிக்காரன், கீழ்ச்சாதிக்காரன், பிச்சைக் காரன், விபச்சாரி, கலைஞன், கன்யாஸ்திரீ, எழுத்தாளன்,

சாமியார், விவசாயி, அரசியல்வாதி, சினிமாக்காரன் என்று பலரும் அவர் கதைகளில் வந்துபோவது உண்மைதான். அது போலவே, கதைகளில் பேசப்படும் விஷயம் என்று எடுத்துக் கொண்டால் நவபாரதி முன்னுரையில் குறிப்பிடுவது போல, "விளிம்பு நிலை" மனிதர்களின் வாழ்க்கை, குழந்தைகளின் உலகம், பெண் சுதந்திரம் போன்ற "எல்லாம்" ஜெயகாந்தன் "தொட்டவைதான்"

ஜெயகாந்தன் கதைகளில் பலதரப்பட்ட மாந்தர்களும் 'வந்துபோகிறார்கள்'; அழுத்தமாக உருப்பெறுவதில்லை. எல்லாப் பிரச்சினைகளையும் ஜெயகாந்தன் 'தொடுகிறார்'; ஆழமாகப் போவதில்லை. வறுமையின் சித்தரிப்பு என்ற விஷயத்தை எடுத்துக்கொண்டால், கு. அழகிரிசாமியின் 'திரி புரம்' என்ற கதை வறுமை பற்றிப் பேசும் ஜெயகாந்தனின் எந்தக் கதையை விடவும் அழுத்தமாகவும் யதார்த்தமாகவும் ஆழமாகவும் உருப்பெற்றிருக்கிறது. குழந்தைகளின் உலகம் என்ற எடுத்துக்கொண்டால் சுந்தர ராமசாமி (ஸ்டாம்பு ஆல்பம், பக்கத்தில் வந்த அப்பா), அசோகமித்திரன் (வாழ்விலே ஒரு முறை) ஆகியோரின் கதைகளில் வரும் குழந்தைகள் இயல் பாகவும் அழுத்தமாகவும் சினிமாத்தனமான அதிகப்பிரசங்கித் தனம் அற்றவர்களாகவும் இருக்கிறார்கள். ஜெயகாந்தன் கதை களில் வரும் குழந்தைகளில் ஒரு குழந்தையையும் இப்படிப் பார்க்க முடியவில்லை. வர்க்க முரண்களையும் வறுமையின் குரூரத்தையும் கரிச்சான் குஞ்சு ஜெயகாந்தனை விடவும் பல மடங்கு கலை நேர்த்தியுடனும் வலுவுடனும் வெளிப்படுத்தியிருக் கிறார். பாலியல் பிறழ்வுகள், ஆண் – பெண் உறவுச் சிக்கல்கள் ஆகியவற்றை கு. ப. ராஜகோபாலனும் தி. ஜானகிராமனும் கையாளும் விதத்தோடு ஒப்பிடுகையில் ஜெயகாந்தன் மிகவும் பரிதாபமாகத் தெரிகிறார். ஜி. நாகராஜன் கதைகளில் வெளிப் படும் இருட்டு உலகத்தின் நம்பகத்தன்மையும் அழுத்தமும் ஜெயகாந்தன் கதைகளில் காணப்படுவதில்லை. மனிதர்களின் வேஷங்கள், போலித்தனங்கள் ஆகியவற்றை ஜெயகாந்தன் சத்தமாக, வெளிப்படையாக, ஒற்றைப் பரிமாணத் தன்மை யோடு பேசுகிறார். ஆதவனோ மிக இயல்பாக, மிகக் கூர்மை யாக, நுட்பமாக இவ்விஷயங்களை அணுகுகிறார். 'தொடுவதும்' 'பேசுவதும்' முக்கியமல்ல. எப்படித் தொடுகிறார்; எப்படிப் பேசுகிறார் என்பதே முக்கியம்.

தன்னுடைய எல்லாப் பாத்திரங்கள் வாயிலாகவும் ஜெய காந்தனே பேசிக்கொண்டிருக்கிறார். அவர் காட்டும் எல்லாக் காட்சிகளையும் அவரே அடைத்துக்கொண்டிருக்கிறார். அரசியல் கோட்பாடு சார்ந்த தீர்வு என்னும் குறுகிய சூத்திரத் திற்குள் யதார்த்தம் என்ற சிக்கலான, விரிவான விஷயத்தை

அடக்க முயல்கிறார். நேர்மையற்ற நோக்கத்திற்காக நடத்தப் படும் வேலை நிறுத்தத்தில் பங்குபெற மறுக்கும் துணிச்சலும் தார்மீக உணர்வும் கொண்ட ஒரு தொழிலாளியைக் 'கருங்காலி' என்ற கதையில் சித்தரிக்கிறார். ஆனால் அதை முன்னெடுத்துச் செல்லும் துணிச்சல் இல்லாமல் சூத்திரக் கயிற்றுக்குள் கதையைக் கட்டிப்போடுகிறார். ஏழை – பணக்காரன், பழைமை – புதுமை, பிற்போக்குத்தனம் – முற்போக்குத்தனம் ஆகிய கறுப்பு – வெள்ளை சூத்திரங்களுக்குள் பிரச்சினைகள் சிக்கிக்கொள் கின்றன. 'இரண்டு குழந்தைகள்', 'குறைப்பிறவி', 'செக்ஷன் நம்பர் 54' ஆகிய கதைகள் இதற்குச் சிறந்த உதாரணங்கள். அப்பட்டமாக கோஷம் எழுப்பும் 'உண்ணா விரதம்' கதை, மலிவான சென்டிமென்டின் உதாரணங்களான 'கேவலம் ஒரு நாள்', 'தோத்தோ' ஆகிய கதைகள், சூத்திரத்திற்கேற்ப பின்னப்பட்ட 'போன வருசம் பொங்கலப்போ' என்ற கதை ஆகியவை பிரச்சினைகள் மற்றும் பாத்திரங்களின் மொண்ணை யான ஒற்றைப் பரிமாணச் சித்தரிப்புக்குச் சிறந்த உதாரணங்கள். இந்தக் காரணங்களால்தான் ஜெயகாந்தன் கதைகளின் பாத்திரப் பிரதிநிதித்துவம் பற்றியோ பிரச்சினைகளின் பிரதிநிதித்துவம் பற்றியோ மெச்சிக்கொள்ளப் பெரிதாக எதுவும் இல்லாமல் போகிறது.

சொல்லாமல் சொல்லும் கலை பற்றி ஜெயகாந்தனுக்குத் தெரியவே தெரியாது என்று சொல்லிவிட முடியாது. அவரும் இதையெல்லாம் முயற்சிசெய்துதான் பார்க்கிறார். ஆனால் அந்த முயற்சிகள் தோற்கின்றன. அவரைப் பொறுத்தவரை, 'சொல்லாமல் உணர்த்துவது' என்பது எதையேனும் 'ஒளித்து வைத்து' விளையாட்டுக் காட்டுவதுதான். 'சாளரம்' என்ற கதையில், கதைசொல்லி, ஜன்னலுக்கு அந்தப் பக்கத்தில் எதைப் பார்க்கிறான் என்பது சொல்லப்படவில்லை. ஆனால் அதில் நுட்பம் எதுவும் காணப்படவில்லை. 'ஒளித்துவைத்து' விளையாடும் சிறுபிள்ளைத்தனம்தான் தெரிகிறது. "அந்தக் காட்சி . . .", "ஐயோ ! அன்றொரு நாள் சாளரத்தைத் திறந்து நான் கண்ட காட்சி? . . ." என்று கதைசொல்லி புலம்புவதைக் கேட்கும்போது எரிச்சல்தான் வருகிறது.

○

ஜெயகாந்தன் கதைகளில் நல்ல கதைகளோ பாராட்டத் தக்க அம்சங்களோ இல்லையா என்ற கேள்வி எழலாம். இருக் கின்றன. அவற்றைப் பற்றிச் சொல்லாமல் ஜெயகாந்தனின்ன கதைகளைப் பற்றிய அலசல் முழுமை பெறாது. பாத்திரங்களின் கொச்சை வழக்கை அவர் துல்லியமாகப் பதிவுசெய்கிறார். ஆனால் இதிலும் ஒரு பிரச்சினை இருக்கிறது. பிராமணக்

கொச்சையையும் இடைநிலை சாதியினரின் கொச்சையையும் அடித்தட்டு மக்களின் கொச்சையையும் அழகாகக் கொண்டு வரும் ஜெயகாந்தன், படித்த வர்க்கத்தினரின் பேச்சில் மட்டும் செந்தமிழை ஓடவிடுகிறார். "உருவத்தில் உம்மைப்போல் இருப் பதனால் என்னையும் மிருகம் என்று நினைத்து விடாதீர்" (சாளரம்) என்று இவரது 'எழுத்தாள' பாத்திரம் ஒன்று பேசுகிறது (பொதுவாகவே ஜெயகாந்தனின் 'எழுத்தாள' பாத்திரங்கள் ஜெயகாந்தனின் க்ளோனிங் பிறவிகளாக இருப்பதால் ஜெயகாந்தனைப் போலவே பேசுகிறார்கள்). பிற்காலக் கதைகளில் இந்த உரைநடை அம்சம் தூக்கலாகவே இருக்கிறது. அதிகமாகப் பிரசங்கம் செய்வதற்கு இந்த வடிவம் தான் ஏற்றது என்று அவர் முடிவு செய்திருந்தாரானால் அது நியாயமான முடிவுதான்.

இதையெல்லாம் மீறி ஜெயகாந்தன் நுட்பமான சில கதைகளை எழுதியிருக்கிறார். வித்தியாசமான சில முயற்சிகளை மேற்கொண்டிருக்கிறார். கோட்பாடு சார்ந்த முன்முடிவுகளோ நியதிகள் சார்ந்த தீர்ப்புகளோ இல்லாமல் வாழ்க்கையை அணுகியிருக்கிறார். 1954இல் எழுத ஆரம்பித்த ஜெயகாந்தன் 1958இல் 'பிணக்கு' என்ற கதையை எழுதியிருக்கிறார். இந்தத் தொகுப்பில் காணப்படும் வரிசைப்படி இது அவரது 32ஆவது கதை. இந்தக் கதையில்தான் ஜெயகாந்தன் சிறுகதை என்பதை ஒரு கலை வடிவமாகப் பார்க்கிறார் என்பதற்கான முதல் அடையாளங்கள் தென்படுகின்றன. மனித உணர்வுகள் இயல் பாக வெளிப்பட அவர் இதில் அனுமதிக்கிறார். அன்னி யோன்னியம் என்ற சொல்லுக்கு இலக்கணமாக வாழந்து வரும் முதிய தம்பதியரின் வாழ்வில் ஏற்படும் பிணக்கைக் கூறும் ஜெயகாந்தன், பெருமளவில் நுட்பமாகவே அதைச் சொல்ல முயன்றிருக்கிறார். சிறுவயதில் செய்த "லீலை" பற்றித் தன் கணவன் சொன்னதைக் கேட்டு மனைவிக்குள் ஏற்படும் மாற்றங்களை, வார்த்தைகளை வாரி இறைத்து உணர்வுகளை நீர்த்துப்போகச் செய்யாமல் வெளிப்படுத்துகிறார். கிழவரின் வார்த்தைகள் மனைவியிடத்தில் ஏற்படுத்தும் மாற்றத்தின் உச்சம் மனத்தில் கனமான சுமையை ஏற்றிவிடுகிறது. இந்தக் கதையிலும் "விளையாட்டா? அது என்ன விளையாட்டோ? . . . கிழவரின் நாக்கில் சனியல்லவா விளையாடி இருக்கிறது!" என்பது போன்ற உரத்த வெளிப்பாடுகள் இருக்கின்றன என்றா லும் அவை இவரது மற்றக் கதைகளோடு ஒப்பிடுகையில் குறைவாக இருந்து ஆறுதல் அளிக்கின்றன.

ஆனால் இந்தத் திசையில் அவர் தொடர்ந்து பயணம் செய்யவில்லை. மறுபடியும் தனது கருத்துக்கள் சார்ந்த ஜோடனைகள், மிகையான வெளிப்பாடுகள், சென்டிமென்டு

கள், சொற்பொழிகள் ஆகியவற்றை நோக்கித் திரும்பிவிடுகிறார். நடுநடுவே அவரது கலைப் பிரக்ஞை தன்னை அடையாளம் காட்டிக்கொள்கிறது. 'துறவு' நன்றாக வந்திருக்கக்கூடிய கதை. திடீர் துறவி ஒருவன் மறுபடியும் லௌகீக வாழ்வுக்குத் திரும்பு வதைச் சொல்லும் கதை. துறவுக்கான உத்வேகம் மேம்போக் காக இருக்கும்போது துறவில் நிலைபெற்றிருப்பது சாத்திய மில்லை என்பதை விலாவரியாகக் காட்டுகிறது இக்கதை. படிப்படியான மாற்றத்தை உணர்த்துவதற்காக ஜெயகாந்தன் உற்பத்தி செய்யும் காட்சிகள் வலிந்து திணித்தவையாக இருக் கின்றன. 25 பக்கங்களுக்கு நீளும் இக்கதையின் போக்கு அந்த நீளத்திற்கு நியாயம் செய்வதாக இல்லை. 15 பக்கம் தாண்டுவதற்குள் சோமு கடைசியில் எங்கு போய்ச் சேருவான் என்பது தெரிந்துவிடுகிறது. ஆனால் இந்தக் கதையில் ஜெய காந்தன் கதைகளின் வழக்கமான பலவீனங்கள் அதிகம் இல்லை.

இரண்டாவது தொகுப்பில் இத்தகைய கதைகள் சற்றுக் கூடுதலாக இருக்கின்றன. இறந்த காலங்கள், அக்ரஹாரத்துப் பூனை, கோடுகளைத் தாண்டாத கோலங்கள், நான் ஜன்ன லருகே உட்கார்ந்திருக்கிறேன், குருபீடம், எங்கோ – யாரோ – யாருக்காகவோ, அரைகுறைகள், இந்த இடத்தில் இருந்து, சக்கரம் நிற்பத்தில்லை ஆகிய கதைகளை உதாரணங்களாகச் சொல்லலாம். கதாசிரியர் கருத்து தளத்திலிருந்து அனுபவத் தளத்திற்கு மாறுவதற்கான அடையாளங்கள் இந்தக் கதை களில் தெரிகின்றன. போதனை அல்லது தீர்ப்பு வாசகங்களின் தொந்தரவு அதிகம் இன்றிப் பாத்திரங்கள் இயல்பாக நடமாடு கிறார்கள். மிகையான வெளிப்பாடுகள் குறைகின்றன. கடைசி யில் உதிர்க்கப்படும் பொன்மொழி காணாமல் போகிறது. இவற்றில் 'குருபீடம்', 'அரைகுறைகள்', 'நான் ஜன்னலருகே உட்கார்ந்திருக்கிறேன்' ஆகிய கதைகள் நேர்த்தியாக வந்திருக் கின்றன. 'இந்த இடத்தில் இருந்து', 'சக்கரம் நிற்பதில்லை' ஆகிய கதைகள் வித்தியாசமான முயற்சிகள். கதை சொல்லும் முறையில் சரளமும் நுட்பமும் கூடிவருவதைக் காட்டும் கதைகள். அனால் விஷயங்கள் குவிமையம் இல்லாமல் சிதறிக் கிடப்பதும் தேவைக்கு மீறிய நீளமும் சேர்ந்து சிறந்த சிறுகதை யனுபவத்தை வாசகருக்கு மறுக்கின்றன.

கண்ணாமூச்சி என்ற கதை குறிப்பிடப்படவேண்டிய ஒன்று. காதல் உணர்வு சார்ந்து இருவித ஆளுமைகள் ஆடும் கண்ணாமூச்சி விளையாட்டைப் பெண்ணின் நிலையில் நின்று கூறும் கதை இது. வலுவாகவும், நுட்பமாகவும் உருப்பெற்றி ருக்கும் ஜெயகாந்தனின் மிகச் சில கதைகளில் ஒன்று இது. ஆனால் இதிலும் ஜெயகாந்தன் வாசகரை மதிக்காமல் பல விஷயங்களை வெளிப்படையாகச் சொல்லி வாசகருக்கான

வெளியைக் குறுக்கி, கதையை நீர்த்துப்போக வைக்கிறார். கிட்டத்தட்ட இதே விஷயத்தை வைத்து ஆதவன் எழுதி 'இறந்தவன்' என்ற கதையைப் படித்தால் ஜெயகாந்தன் எங்கே சறுக்குகிறார் என்பது தெரியும். எங்கே இருக்கிறார் என்பதும் தெரியும்.

இந்தக் கதைகளில் ஜெயகாந்தனின் 'ஆகிவந்த' களமான கீழ்த்தட்டு மக்களின் வாழ்க்கையைக் காணமுடிவதில்லை. நடுத்தட்டு, மேல் – நடுத்தட்டு வர்க்க மக்களின் வாழ்க்கையை அவர் கவனப்படுத்துகிறார். அவர்களைப் பார்க்கும்போது 'பூர்ஷ்வா'க்களைப் பார்க்கும் வழக்கமான சிவப்புப் பார் வையைத் தவிர்த்துவிடுகிறார். கோட்பாட்டுக் கண்ணாடியை ஆசிரியர் சுழற்றிவிடுவது இந்தக் கதைகள் தப்பிப் பிழைப்பதற்கு ஒரு காரணம். நடுத்தர, மேல் – நடுத்தர வர்க்கத்து வாழ்க்கை முறையை, மதிப்பீடுகளைத் தூக்கிப்பிடிக்கும் அளவுக்கும் போகிறார். (இதே காரியத்தை வேறொருவர் செய்திருந்தால் தோழர்கள் அவரை உப்புக் கண்டம் போட்டிருப்பார்கள்.) ஜெயகாந்தன் தாமரை, சரஸ்வதி ஆகிய இதழ்களிலிருந்து ஆனந்த விகடனைத் தனது வெளிப்பாட்டுக் களமாக மாற்றிக் கொண்டதையும் இந்த வளர்சிதைமாற்றத்தையும் பிரித்துப் பார்க்க முடியாது.

இந்தக் கதைகள் எழுதப்பட்ட அதே காலகட்டத்தில் ஜெயகாந்தன் தனது வழக்கமான பலவீனங்கள் கொண்ட கதைகளையும் எழுதி வந்திருக்கிறார். இருளில் ஒரு துணை, லட்சாதிபதிகள், பாவம், பக்தர்தானே, நான் என்ன செய்யட் டும் சொல்லுங்கோ, அந்தரங்கம் புனிதமானது, புகை நடுவினில், இப்படித்தான் நடக்கிறது ஆகிய கதைகளை உதாணரங்களாகக் காட்டலாம். வெகுஜன வாசகர்களை வசியப்படுத்துவதற்கான ஆயுதங்களைத் துறந்துவிட்டுக் கலைப் பிரக்ஞை சார்ந்த கூறுகளை மேலும் கூர்மைப்படுத்திக்கொண்டுபோகும் முயற்சி யில் ஜெயகாந்தனால் ஈடுபட முடியவில்லை என்பதையே இது காட்டிகிறது. அப்படி மெனக்கெடுவதற்கான தூண்டுதல் அவருக்குள் துடிப்புடன் இல்லை என்று யூகிக்கலாம். சூழலும் அதற்கான தூண்டுதலைத் தரவில்லை. வெகுஜன தளத்தில் சகஜமாகவும் சுகமாகவும் இயங்கிவந்த அவருக்கு, சிட்டி முதல் சிவத்தம்பிவரை பலரும் 'இலக்கிய' அந்தஸ்து கொடுத்த பிறகு தான் எழுதுவதெல்லாம் இலக்கியம் என்று நம்ப ஆரம்பித்துவிட்ட அவர் இலக்கியத் தரத்திற்காக ஏன் மெனக் கெடப்போகிறார்? அவர் மெனக்கெடவில்லை. கடைசிவரை.

'சுமாரான' எழுத்தில் ஆசுவாசம் அடையும் மனநிலை தமிழில் 'நல்ல' வாசகர்கள் என்று அறியப்படுபவர்களிடமும்

இருந்துவருகிறது. 'நல்ல' எழுத்தைப் படித்த திருப்தியும் வேண்டும்; தீவிர எழுத்தைப் படிப்பதால் ஏற்படும் ஆழ்ந்த தொந்தரவிலிருந்து விலகியிருக்கவும் வேண்டும் என்று உள்ளூர விரும்புபவர்களுக்கு ஏற்ற எழுத்தாளர் ஜெயகாந்தன். தீவிர மான எழுத்தின் மீது விருப்பமும் மயக்கமும் இருந்தாலும் அது தங்கள் கைக்குகச் சிக்காமல் நழுவுவதை உணரும் நடுத்தர எழுத்தாளர்களுக்கு, தாங்கள் எட்டிப் பிடித்துவிடக்கூடிய இலக்கிய சிம்மாசனத்தை உருவாக்கி, அதில் தங்கள் வீச்சுக்குள் அடங்கிவிடக்கூடிய 'நல்ல' எழுத்தாளரை உட்கார வைப்பது அவசியமாக இருக்கிறது. ஜெயகாந்தனுக்குக் கிடைத்த இலக்கிய அந்தஸ்தை வேறு எப்படியும் புரிந்துகொள்ள முடியாது.

○

ஜெயகாந்தனைப் புதுமைப்பித்தனின் வாரிசு என்ற பலர் சொல்லிக் கேட்டிருக்கிறேன். "... அவரது பதாகையை ஏந்திப் பிடித்துத் தமிழச் சிறுகதை இலக்கியத்துக்கு அவரது வழியில் பெருமை சேர்த்தேன்" என்று ஜெயகாந்தனே கூறிக்கொள்கிறார். இருவருடைய கதைகளில் காணப்படும் புற உலகங்களில் உள்ள சில ஒற்றுமைகளை வைத்து இந்த முடிவுக்கு அவர்கள் வந்திருக்கக்கூடும். அல்லது இருவருமே 'முற்போக்கான' கருத்துக் களை முன்னிறுத்துகிறார்கள் என்று கருதும் முற்போக்குச் செம்மல்கள் இப்படிக் கருதக்கூடும்.

ஜெயகாந்தன், புதுமைப்பித்தன் இருவருமே வாழ்வின் பல்வேறு மட்டங்களை பல்வேறு துறைகளைச் சேர்ந்த மனிதர்கள் பற்றியும் அவர்களது வாழ்க்கை பற்றியும் எழுதி யிருக்கிறார்கள். குறிப்பாகக் கீழ்த்தட்டு மக்கள் பற்றி அதிகம் எழுதியிருக்கிறார்கள். இவ்விதமான போக்கின் முன்னோடி புதுமைப்பித்தன் என்றால் ஜெயகாந்தனை அவருடைய வாரிசு என்றுதானே சொல்ல வேண்டும் என்ற கேள்வி இயல்பாகவே எழும். புதுமைப்பித்தன் தனது கதை மாந்தர் களின் வாழவை முற்போக்குச் சூத்திரத்திற்குள் அடக்கவில்லை. செருப்புக்கேற்ப காலை வெட்டவில்லை. ஜெயகாந்தன் அடக்கு கிறார். காலையும் வெட்டுகிறார். புதுமைப்பித்தன் தனது பாத்திரங்கள் தங்களை இயல்பாக வெளிப்படுத்திக்கொள்ள இடம்தருகிறார். ஜெயகாந்தன் சர்க்கஸ் ரிங் மாஸ்டரைப்போல எல்லாப் பாத்திரங்களையும் கட்டுப்படுத்துகிறார். புதுமைப் பித்தன் வாழ்வை உள்வாங்கி வெளிப்படுத்தும் விதம் அவரது ஆழமும் கூர்மையும் கொண்ட பார்வையை உணர்த்துகிறது. ஜெயகாந்தனின் கதைகளில் வெளிப்படும் பார்வையை மேலோட்டமானது என்று மென்மையாகச் சொல்லலாம. புதுமைப்பித்தனின் விமர்சன நோக்கு வாழ்வின் மீதான

கரிசனத்திலிருந்தும் கலைஞனுக்கே உரிய வித்தியாசமான பார்வைக் கோணத்திலிருந்தும் பிறப்பது. ஜெயகாந்தனின் விமர்சன நோக்கு எப்போதும் ஒரு கருத்து நிலையிலிருந்து பிறக்கிறது. ஜெயகாந்தன் ஓயாமல் பேசிக்கொண்டிருக்கிறார். எல்லாவற்றையும் சொல்லிச் சொல்லி நம் காதுகளைப் புண்ணாக்குகிறார். புதுமைப்பித்தனுக்கு நுட்பத்தின் மொழி தெரியும். சொல்லாமல் சொல்லும் கலை அவருக்குக் கைவரப் பெற்றிருந்தது. எல்லாவற்றிற்கும் மேலாக, புதுமைப்பித்தனின் கதைகளின் ஒவ்வொரு அம்சத்திலும் அவரது மேதைமை வெளிப்படும். ஜெயகாந்தனின் கதைகளில் அவரது தொழில் நேர்த்தியே விரவிக் கிடக்கும்.

இருவரும் பலவகை மனிதர்களைப் பற்றி – குறிப்பாக அடித்தட்டு மக்களைப் பற்றி – எழுதியிருக்கிறார்கள் என்பதை இன்னும் சற்று நுட்பமாக ஆராய்ந்து பார்க்கும்போது ஒரு முக்கியமான விஷயம் புலப்படும். ஜெயகாந்தன் புற உலகப் பதிவுகளைக் கச்சாவாகவும் கருத்துநிலை சார்ந்தும் நிகழ்த்து கிறார். புதுமைப்பித்தனோ இதே காரியத்தைச் செறிவோடும் நுட்பத்தோடும் கலைத் திறனுடனோடும் செய்கிறார். இவர்கள் இருவரது காலகட்டங்களையும் அறியாமல் இவர்கள் கதையைப் படிக்கும் ஒரு வாசகர் ஜெயகாந்தனைப் புதுமைப்பித்தனுக்கு முன்னோடி என்று நினைக்கக்கூடும் ஜெயகாந்தன் கச்சாவாகச் செய்த காரியங்களை அவருக்குப்பின் வந்த புதுமைப்பித்தன் செறிவாகச் செய்திருக்கிறார் என்ற முடிவுக்கு அவர் வர முடியும்.

நவீன தமிழ் இலக்கியம் பாரதியிலிருந்து துவங்குகிறது என்றாலும் உரைநடையைப் பொறுத்தவரை புதமைப்பித்த னின் காலம்தான் ஒரு திருப்புமுனை. சிறுகதைக் கலையின் பல்வேறு சிறப்புகளையும் பிரதிபலிக்கும்படியான கதைகளைப் புதுமைப்பித்தன், கு. ப. ரா., மௌனி போன்ற பலர் எழுதிய பிறகு எழுதவரும் ஜெயகாந்தன், அந்தச் சிறப்பம்சங்களில் பலவற்றை – முக்கியமாக நுட்பத்தை – துறந்துவிட்டுத் தன் சிறுகதைகளைப் படைக்கிறார். தீவிர இலக்கியப் பிரக்ஞை கொண்ட வாசகருக்குத் தர ஜெயகாந்தனிடத்தில் எதுவும் இல்லை. புதுமைப்பித்தன் காலத்திற்குப் பிறகு எழுதிய அசோக மித்திரன், சுந்தர ராமசாமி, ஜானகிராமன், ஆதவன் போன்ற பல எழுத்தாளர்கள் தங்கள் முன்னோடிகளிடமிருந்து சில அடிகளாவது முன்னகர்ந்திருக்கிறார்கள். ஜெயகாந்தனோ நவீனத் தமிழ்ச் சிறுகதையின் பயணத்தைப் பின்னோக்கிச் செலுத்துகிறார். ஓசையின்மையிலிருந்து ஓசைக்கு. நுட்பத்தி லிருந்து பகிரங்கத்தன்மைக்கு. செறிவிலிருந்து கச்சாத்தன்மைக்கு. கலையிலிருந்து கருத்துக்கு.

ஜெயகாந்தனின் கதைகளைத் தீவிர இலக்கிய முயற்சிகள் என்று நாம் எடுத்துக்கொண்டோம் என்றால் அவருக்கு நவீனத் தமிழ் இலக்கியத்தில் முக்கியமான இடம் எதையும் நாம் கொடுக்க முடியாது. மாறாக அவரைத் தீவிர இலக்கியத் திற்கு அப்பாற்பட்ட வெகுஜன எழுத்தாளர் என்று கொண் டால் தீவிர இலக்கியத்தின் சத்தான கூறுகள் சிலவற்றை வெகுஜன தளத்தில் அறிமுகப்படுத்தியவர் என்று பாராட்டி யாக வேண்டும்.

ஜெயகாந்தனை எங்கே வைத்துப் பார்க்கிறோம் என்பதைப் பொறுத்துத்தான் அவரது இடத்தை நிர்ணயிக்க முடியும். நான் அவரைப் பாராட்டவே விரும்புகிறேன்.

'காலச்சுவடு', செப்டம்பர் 2003

•

ஜெயகாந்தன் கதைகள் : தொடரும் விவாதம்

மறுபரிசீலனைக்கு முட்டுக்கட்டையாகும் ஆராதனை

திண்ணை இதழில் திரு. சிவக்குமார் அவர்கள் எனக்கு எழுதிய அன்பான மடல் கண்டேன். அது பற்றிய எதிர்வினைகளைப் பதிவுசெய்தவற்கு முன் ஒரு விஷயத்தைக் கூறிவிட விரும்புகிறேன். நக்கல், நையாண்டி கலந்த சிவகுமாரின் சரளமான எழுத்து என்னை மிகவும் கவர்ந்தது. பல இடங்களில் அவரது நகைச்சுவை ததும்பும் வரிகளை மிகவும் ரசித்துப் படித்தேன். ஆனால் இத்தனை திறமையும் விழலுக்கு இரைத்த நீராய்ப் போனது கண்டு வருத்தம் அடைகிறேன்.

ஜெயகாந்தனைப் பற்றி எழுத முனையும்போதே அவரது தீவிர வாசகர்களிடம் நான் வசமாக வாங்கிக் கட்டிக்கொள்வேன் என்பதை எதிர்பார்த்தேன். சென்ற இதழில் குத்தலும் கேலியுமாக மத்தளராயன். இந்த இதழில் நக்கலும் நையாண்டியுமாக சிவகுமார். இது தவிர காலச்சுவடுக்கும் ஜெ.கா. அபிமானிகள் பலரிடமி ருந்து கடிதங்கள். இதற்கு மறுபுறம் பனிரெண்டாம் வகுப்பைத் தாண்டி வந்தவர்கள் – மன்னிக்கவும், ஜெய காந்தனைத் தாண்டி வந்தவர்கள் – பலரிடமிருந்து எனக்கு தொலைபேசி அழைப்புகள் வந்த வண்ணம் இருக்கின் றன. இவர்களில் 99 விழுக்காட்டினர் சமகாலத் தீவிர

இலக்கியப் பரப்பில் முக்கியமான எழுத்தாளர்களாகக் கருதப் படுவர்கள். இவர்கள் என் கட்டுரையை வெகுவாகப் பாராட் டினார்கள். ஆனால் இவர்கள் இதையொட்டி கடிதமோ கட்டுரையோ எழுதவில்லை. இவர்களைப் பொறுத்தவரை ஜெயகாந்தனின் படைப்பு என்பது – தீவிர இலக்கிய அரங்கில் – ஒரு செத்த பாம்பு. ஜெயகாந்தனை ஏன் இவ்வளவு சீரியஸாக எடுத்துக்கொண்டு எழுதியிருக்கிறீர்கள் என்றுகூட சமகாலப் படைப்பாளி ஒருவர் கேட்டார்.

சிவகுமார் ரொம்பவே சிரமப்பட்டு ஜெயகாந்தனைத் தூக்கி நிறுத்த முயல்கிறார். புதுமைப்பித்தனின் பலவீனங்கள், சுந்தர ராமசாமியின் மேற்கோள்கள் ஆகியவற்றையெல்லாம் அதற்குத் துணையாகச் சேர்த்துக்கொண்டிருக்கிறார். எத்தனை கதைகள் தேறும் என்பதை வைத்து ஒரு படைப்பாளியை எடைபோட முடியாது. 'தேறாத' கதைகள்கூட முக்கியமான கதைகளாக இருக்க முடியும் என்பதை நான் உணர்ந்தே இருக்கிறேன். எனவே பு.பி.யின் கதைகளில் எவ்வளவு தேறும் என்பதைப் பொறுக்கி எடுத்து (இதற்கு சு.ரா.வின் மதிப்பட்டை யும் துணைக்கழைத்து) 'பு.பி.கிட்டேயே இவ்வளவு தா(ன்)ய்யா தேறும். ரொம்ப அலட்டிக்காத' என்று சொல்லி ஜெயகாந்தனைக் காப்பாற்ற சிவகுமார் முயல்கிறார். திரும்பவும் சொல்கிறேன், பு.பி.யின் எழுத்தில் காணப்படும் பக்குவம், படைப்புத்திறன், செறிவு, மொழி ஆளுமை, கூரிய நகைச்சுவை ஆகிய அம்சங்கள் தான் அவரை ஜெ.கா. போன்றவர்களிடமிருந்து வேறுபடுத்திக் காட்டுகின்றன. பு.பி.யின் தோல்வி பெற்ற கதைகளில்கூட இந்த அம்சங்களை உணர முடியும் என்பதே என் வாதம். பொன்னகரம் போன்ற அவரது "பிரச்சாரக்" கதைகள் உள்பட பல கதைகளை வைத்துக்கொண்டு விரிவாக இதை விவாதிக்க முடியும்.

தவிர, பு.பி.யின் பலவீனங்களைச் சுட்டிக்காட்டி, சு.ரா. வின் வார்த்தைகளின் பின்புலத்தைப் புறக்கணித்து மேற்கோள் காட்டி ஜெ.கா. கதைகளை நியாயப்படுத்திவிட முடியாது. பு.பி.யின் எழுத்துக்கள் பல குறைகளைக் கொண்டவைதாம். ஆனால் அவ்வளவையும் மீறி அவை ஜெ.கா. எழுத்தைவிட மேலானவை என்பதே என் கருத்து. தமிழ்ப் படைப்புலகம் பல விதங்களிலும் பு.பி.யை அர்த்தப்பூர்வமாகத் தாண்டி வந்து விட்டது. ஆனால் அதைச் சாத்தியப்படுத்தியவர்களின் பட்டி யலில் ஜெ.கா.வுக்கு இடமில்லை என்பதே என் முடிவு. ஜெ.கா.வை நான் பு.பி.யோடு மட்டும் ஒப்பிடவில்லை. லேவ் தல்ஸ்தோய் முதல் ஆதவன்வரை பல எழுத்தாளர்களோடு குறிப்பான உதாரணங்களுடன் உரிய காரணங்களுடன் ஒப்பிட்டிருக் கிறேன். இந்த ஒப்பீடுகளை விரிவாகப் பரிசீலிப்பதன் மூலம்

என் பார்வையைச் சரியாக விளங்கிக்கொள்ள முடியும் என்றே கருதுகிறேன்.

எளிய சூத்திரங்களின் மகிமை பற்றி சிவகுமார் எனக்குப் பாடம் எடுக்கிறார். $E=MC^2$ என்பது அவ்வளவு எளிய சூத்திர மல்ல என்பதை மட்டும் அவருக்கு நினைவுபடுத்த விரும்பு கிறேன். சிக்கல்கள் மிகுந்த வாழ்க்கையை எளிய சூத்திரங் களுக்குள் அடக்குவதன் மூலம் வாழ்வு பற்றிய புரிதலை நீர்த்துப்போகச் செய்கிறார் என்பதே ஜெ.கா.மீது நான் வைக்கும் விமர்சனம். எளிய சூத்திரங்கள், புளித்துப்போன வகைமாதிரிப் பாத்திரங்கள், நீதி போதனை, சத்தம் – இவற்றின் மூலம் செறிவான இலக்கியப் பிரதியை உருவாக்க முடியாது என்பதே என் பார்வை. ஜெ.கா.விடத்தில் இந்த அம்சங்கள் காணப்படுவதால் தீவிர வாசகனுக்கு அவர் ஏமாற்றமளிக்கிறார் என்கிறேன் நான். ஜெயகாந்தனைத் தீவிரமாக மறுவாசிப்பு செய்பவர்களால் இதை உணர முடியும் என்று கருதுகிறேன்.

தல்ஸ்தோய், காம்யு, மார்க்வஸ் ஆகியோரைப் படித்த பிறகும் அசோகமித்திரனையும் மௌனியையும் புதுமைப் பித்தனையும் என்னால் படிக்க முடிகிறது. ஜெயகாந்தனைப் படிக்க முடியவில்லை. இது ஏன் என்று யோசிக்கிறேன். எனக்குத் தெரியவரும் காரணங்களை முன்வைத்து ஒரு கட்டுரை எழுதுகிறேன். ஜெயகாந்தனின் அபிமானிகள் இந்தக் கட்டுரைக்கு எதிர்வினையாற்றுவதற்கு முன்பு இக்கட்டுரை யில் முன்வைக்கப்பட்ட பார்வையின் அடிப்படையில் ஜெய காந்தனை மறுவாசிப்பு செய்துபார்க்கும்படி தாழ்மையுடன் கேட்டுக்கொள்கிறேன்.

ஊதாரித்தனமான வார்த்தைப் பிரயோகம் பற்றிக் கூறி னால் ஒருபொருட்பன்மொழி என்கிறார் சிவக்குமார். செவ் வியல் இலக்கியத்திற்கான அளவுகோல்களை நவீன உரை நடைக்கும் பொருத்திப் பார்க்கிறார். பண்டைய இலக்கியத் தில் ஒரு பொருளைச் சுட்டப் பல்வேறு வார்த்தைகளைக் கையாளும்போதும் ஒவ்வொரு வார்த்தையும் வெவ்வேறு அதிர்வுகளை எழுப்புகின்றன. சிவகுமார் உதாரணம் கொடுத் திருக்கும் வரிகளையே இதற்கும் உதாரணமாகச் சொல்லலாம். ஒருபொருட்பன்மொழி காலத்திலேயே ‘எடுத்தது கண்டார்; இற்றது கேட்டார்’ என்று எழுதிய கம்பனையும் பார்க்கிறோம். “புள்ளும் பொழுதும் பழித்தல் அல்லதை உள்ளிச் சென்றோர் பழியலர்” (ஈயென இரத்தல் – புறநானூறு) என்று மிகச் சிக்கன மான சொற்களில் விஷயத்தைச் சொன்ன கவிஞர்களையும் பார்க்கிறோம். ஜெயகாந்தன் கொட்டும் வார்த்தைகள் என் வாசக உணர்வைத் துன்புறுத்துகின்றன. சொற்செட்டு என்பது

நவீனதுவ, பின்நவீனத்துவச் சூழலில் மிக முக்கியமான ஒரு அம்சமாகவே கருதப்படுகிறது.

ஜெயகாந்தனின் முதல் கதையிலிருந்து ஒரு வாக்கியத்தை எடுத்து விமர்சித்திருப்பதையும் சிவகுமார் கிண்டலடிக்கிறார். முதல் கதையில் மட்டுமல்ல தொடர்ந்து அவர் அப்படித்தான் எழுதி வந்திருக்கிறார் என்றும் சொல்லியிருக்கிறேன். சிவகுமார் விரும்பினால் ஆயிரக்கணக்கான வரிகளைத் தொகுத்து அவருக்கு அனுப்புகிறேன் (ஒளி நகலுக்கான பெரும் செலவை அவர் ஏற்பார் என்று நம்புகிறேன்).

சு.ரா.வின் கூற்றை மேற்கோள் காட்டி ஜெ.கா.வின் மொழியை சிவக்குமார் நியாயப்படுத்துகிறார். சு.ரா. சொல்லா விட்டாலும் தமிழைத் தன் விருப்பம்போலப் பயன்படுத்திக் கொள்ளும் உரிமை ஜெயகாந்தனுக்கு இருக்கிறது. அந்தத் தமிழை விமர்சிக்கும் உரிமையும் எனக்கு இருக்கிறது.

ஜெ.கா. படைப்புகளின் மொத்தப் பார்வையைக் கணக்கில் எடுத்துக்கொள்ளவில்லை என்று (மீண்டும் சு.ரா.வை மேற்கோள் காட்டி) சிவகுமார் கூறுகிறார். நான் அவரது படைப்புகளை ஒட்டுமொத்தமாகத் தொகுத்துக்கொள்ளும் முயற்சியை மேற்கொண்டிருப்பது என் கட்டுரையை கவனமாகப் படித்தால் தெரியும். ஆனால் சிவகுமார் செய்வதுபோல் 'கலை மக்களுக்காகவே' என்ற தட்டையான சூத்திரமாக ஜெயகாந்தனின் படைப்புப் பார்வையைச் சுருக்குவது அவரது படைப்புகளுக்கு நியாயம் செய்வதாகாது என்றே கருதுகிறேன். ஜெயகாந்தனை இப்படிச் சிறுமைப்படுத்தும் விருப்பம் சிவகுமாருக்கு இருக்கலாம். எனக்கு இல்லை. படைப்பு பற்றிய மதிப்பீட்டை "காலத்தின் கையிலும் வாசகர் கையிலும்" விட்டுவிடும்படி சிவகுமார் அறிவுரை வழங்குகிறார். அப்படியானால் யாரும் எதைப் பற்றியும் விமர்சனம் / மதிப்புரை எழுத வேண்டிய அவசியமே இல்லையே.

பிற்காலத்தில் நான் 'திருந்தி' ஜெ.கா.வின் மாண்புகளை ஏற்றுக்கொள்வேன் என்று நம்ப சிவகுமார் ஆசைப்படுகிறார். ஆனால் ஜெயகாந்தனின் அதி தீவிர தொண்டரடிப்பொடியாழ்வார்கள் 'திருந்துவார்கள்' என்ற நம்பிக்கை எனக்கு இப்போது இல்லை. மறுபரிசீலனை என்றால் கிலோ என்ன விலை என்று கேட்பவர்களிடம் விவாதிப்பது சாத்தியமல்ல. ஜெயகாந்தனை ஆராதிப்பவன் என்று சொன்னால் பெருமைப் படுபவன் என்று தன்னை அறிமுகப்படுத்திக்கொள்ளும் அபிமானிகளிடம் மறுபரிசீலனையை எப்படி எதிர்பார்க்க முடியும்? அறிவார்த்தமான விவாதத்திற்கோ பரிசீலனைக்கோ

ஆராதனையைவிடச் சிறந்த முட்டைக்கட்டை எதுவும் இருக்க முடியாது.

காலச்சுவடில் என் கட்டுரையைப் படித்துவிட்டு இளம் வாசகர் ஒருவர் என்னைத் தொலைபேசியில் தொடர்பு கொண் டார். அவர் தீவிரமான ஜெ.கா. வாசகர். என் கட்டுரை அவரை மிகவும் யோசிக்க வைத்ததாகவும் ஜெ.கா. தொடர் பான தனது பிம்பங்களை உடைத்துவிட்டதாகவும் அவர் கூறினார். திறந்த மனத்துடன் படிக்கும், பரிசீலனைக்குத் உட்படுத்திக்கொள்ளும் இதுபோன்ற வாசகர்களை முன் வைத்துத்தான் மதிப்புரைகளும் விமர்சனங்களும் எழுதப்படு கின்றன. ஆராதனை செய்பவர்களை முன்வைத்து அல்ல.

என்னை சு.ரா.வின் சிஷ்யனாகச் சித்தரிக்க சிவகுமார் மேற்கொள்ளும் முயற்சிகள் சிரிப்பை வரவழைக்கின்றன. சு.ரா. என் மதிப்பிற்குரிய நண்பர் என்பதும் எனக்குப் பிடித்த எழுத்தாளர்களின் பட்டியலில் இருப்பவர் என்பதும் உண்மை தான். ஆனால் இந்தப் பட்டியல் மாறாத ஒன்றல்ல. அதில் எந்த இலக்கிய ஆசிரியருக்கும் நிரந்தர இடம் எதுவும் கிடை யாது. காரணம், நான் என் பார்வைகளையும் அளவுகோல் களையும் என் வாசிப்பு, விவாதம், அனுபவம் ஆகியவற்றின் அடிப்படையில் தொடர்ந்து மறுபரிசீலனைக்குட்படுத்திக் கொண்டே இருப்பவன். எனக்குப் பிடித்த எழுத்தாளர் என்ற விஷயத்தில் சிவகுமாரைப்போல 99 வருஷத்துக்குக் குத்தகை எதுவும் எடுத்துவைக்கவில்லை.

என் கட்டுரையில் உள்ள ஊதாரித்தனமான சில வரிகளை சிவகுமார் சுட்டிக்காட்டியிருக்கிறார். இந்த விஷயத்தில் அவரோடு முற்றிலும் உடன்படுகிறேன். ஜெயகாந்தன் வாசகர் களையும் கணக்கில் எடுத்துக்கொண்டு எழுதும்போது இது போன்ற விபத்துகள் நேர்ந்துவிடுகின்றன.

ஜெயகாந்தன் கதைகளில் தட்டையான தன்மை, மிகை, ஓயாத பேச்சு, நீதிபோதனை, வெகுஜன தமிழ் சினிமாவின் அடையாளங்கள், ஆழமின்மை என்று பல குறைபாடுகளை உரிய காரணங்கள், உதாரணங்களுடன் என் கட்டுரையில் நான் விளக்கியிருக்கிறேன். ஜெயகாந்தன் அபிமானிகள் அவற்றை உரிய முறையில் பரிசீலித்துவிட்டு எதிர்வினையாற்ற முன்வந் தால் விவாதம் உருப்படியாக மேலெழுப்பிச் செல்லும். இப்போதைக்கு அவ்வளவுதான் சொல்ல முடியும்.

'திண்ணை.காம்' கடிதங்கள் பகுதி, ஜூன் 2003

●

அ. முத்துலிங்கத்தின் ‘வம்ச விருத்தி’ சிறுகதைத் தொகுப்புக்கான விமர்சனம்

படைப்பாளியின் அனுபவமும் படைப்பு தரும் அனுபவமும்

அனுபவத்திற்கும் இலக்கியப் படைப்புக்கும் அடையே உள்ள உறவு என்ன? வளமான அனுபவங்கள் வளமான இலக்கியத்தை உருவாக்கும் என்று சொல்லி விட முடியுமா? இந்தக் கேள்விக்கு திட்டவட்டமாகப் பதில் சொல்லிவிட முடியாது என்பதே பல்வேறு படைப்பு களையும் படைப்பாளிகளையும் பார்க்கையில் நமக்குத் தோன்றும் முடிவு. ஜி. நாகராஜனின் படைப்புகளுக்குப் பின்னால் அவருடைய அனுபவ உலகம் என்று ஆதார மான வலு இருக்கிறது. ஆனால் நாகராஜனை விடவும் அதுபோன்ற அனுபவங்களை அதிகம் பெற்ற இன்னொரு எழுத்தாளாரால் நாகராஜனைப்போல எழுத முடியா மல் போகலாம். அதே போல, நாகராஜனைப் போன்ற அடர்த்தியான அனுபவங்கள் அற்ற இன்னொரு எழுத் தாளர் வேறொரு தளத்தில் சிறந்த எழுத்தைப் படைக்கக் கூடும். அனுபவத்திற்கும் இலக்கியப் படைப்புக்கும் இடையே உள்ள உறவு சிக்கலானது; சுலபத்தில் வரை யறுத்துவிட முடியாதது. அனுபவத்தைப் படைப்பாளி எதிர்கொள்ளும் விதமும் அது அவன் மனத்தில் ஏற்படுத் தும் சலனங்களின் தன்மையும் முக்கியமானவை.

முத்துலிங்கம் புலம்பெயர்ந்த ஈழத்தமிழர். ஆசியா, ஐரோப்பா, ஆப்ரிக்கா, அமெரிக்கா ஆகிய நான்கு கண்டங்களிலும் பல நாடுகளில் வசித்தவர். தனது பணியின் நிமித்தமாக இங்கெல்லாம் இருக்க நேர்ந்த அவருக்குப் பலவித சமூகங்களை, மனிதர்களை நேரில் பார்த்துப் பழகி அறியும் அனுபவம் ஏற்பட்டிருகிறது. ஆனால் இது நமக்கு முக்கியமல்ல. முத்துலிங்கத்தின் அனுபவங்கள் எந்த அளவுக்கு அவரது இலக்கியப் பரப்பைச் செழுமைப்படுத்தியிருக்கின்றன; விரிவும் ஆழமும் கொள்ளச் செய்திருக்கின்றன என்பவையே நாம் எழுப்பிக் கொள்ள வேண்டிய கேள்விகள்.

முத்துலிங்கம் பல்வேறு ஊர்களையும் மனிதர்களையும் சமூகச் சூழல்களையும் நமக்கு அறிமுகப்படுத்துகிறார். சரளமாகக் கதை சொல்கிறார். நடையில் இயல்பான நகைச்சுவை இழையோடுகிறது. கதைகள் அனாவசியமாய் சத்தம் போடாமல், கோஷம் போடாமல் இருக்கின்றன. இவையெல்லாம் படைப்புடன் நமக்கு ஏற்பட வேண்டிய உறவை சகஜமாகவும் சுலபமாகவும் ஆக்கும் அம்சங்கள். ஆனால் படைப்பிற்கும் தீவிர வாசகனுக்கும் இடையே இருக்க வேண்டிய உறவைச் செழுமைப்படுத்தி முழுமைபெறச் செய்ய இந்த அம்சங்கள் போதாது. ஒரு படைப்புடன் உயிரோட்டமுள்ள, படைப்பு ரீதியான தொடர்பை வாசகன் பெற வேண்டும். அந்தத் தொடர்பின் மூலமாகத்தான் வாசகனின் அனுபவ உலகம் விரிவடைவதும் புலன்கள் மேலும் கூர்மை பெறுவதும் இவற்றின் மூலமாக வாழ்க்கையை அணுகும் அவனது கண்ணோட்டம் மேலும் கூர்மையும் தீவிரமும் பெறுவதும் சாத்தியமாகின்றன. இத்தகைய தொடர்புக்குத் தயாராக இருப்பவனே தீவிர வாசகன். இந்தத் தீவிர வாசகனை மனத்தில் கொண்டு இப்படிப்பட்ட தொடர்பு நிகழும் வண்ணம் தனது படைப்பை உருவாக்க முயல்பவனே தீவிர எழுத்தாளன். முத்துலிங்கத்தின் கதைகள் இந்த அனுபவத்தை அளிக்கத் தவறுகின்றன.

முத்துலிங்கம் பல வித்தியாசமான சூழல்களைப் பற்றித் தகவல்கள் தருகிறார். முன்னுரையில் மாலன் சொல்வதுபோல, ‘தாழ்வுற்று வறுமை மிஞ்சிய சியாரா லியோனை வாழ்விக்க வந்த இத்தாலியனைப் பற்றி, மீந்த பழங்களை நடுச்சாமத்தில் நீரில் அலம்பித் தின்னும் ரக்கூன் என்ற மிருகத்தைப் பற்றி, இடருற்ற உயிரினம் என்று அறிவிக்கப்பட்டுவிட்ட மலை ஆட்டைப் பிடிக்க பாகிஸ்தானின் வடக்கு மலைப் பிராந்தியத்தில் அலைகிறவனின் வம்ச விருத்தியைப் பற்றி . . .’ என்று பல புதிய செய்திகள் நமக்குக் கிடைக்கின்றன. ஆனால் இச்செய்திகளின் வாயிலாகச் சிறப்பான இலக்கிய அனுபவம்

எதுவும் நம்மை வந்து சேருவதில்லை. அவருடைய பதிவுகள் அனுபவங்களோடு படைப்பாளி கொண்ட தீவிரமான உறவின் வெளிப்பாடாக இல்லாமல் பெரும்பாலும் அனுபவத்தைத் திருப்பிக் கூறுதல் என்ற அளவிலேயே குறுகிவிடுவதுதான் இதற்குக் காரணம்.

கதையை, சம்பவங்களைச் சுவையாகச் சொல்லிக் கொண்டே போவதில் முத்துலிங்கம் திறமைசாலி. சிறந்த மேடைப் பேச்சாளர், பட்டிமன்ற நட்சத்திரங்கள், கதாகாலட் சேப வித்தகர்கள் ஆகியோருடன் ஒப்பிடக்கூடிய சாமர்த்தியம் இது. ஆனால் சில விஷயங்களை 'சொல்லி' நம்மை சலனப் படுத்த முயல்வதல்ல இலக்கியத்தின் பணி. ஒரு படைப்பில் அனுபவங்கள் மறு ஆக்கம் செய்யப்படும் விதத்தில் அந்த அனுபவங்கள் அவற்றுக்கு ஆதாரமான விஷயங்களை நோக்கி நம்மைப் பயணம் செய்யவைக்கும் ஆற்றல் படைத்தவையாகி விடுகின்றன. முத்துலிங்கத்தின் கதைகளில் இந்த யாத்திரை சாத்தியப்படவில்லை.

இந்த கதாகாலட்சேபத் தன்மை படைப்பின் இலக்கிய ரீதியான அனுபவத் தளத்தைக் குறுக்குவதுடன் கதையைத் தேவையில்லாமல் நீட்டிக்கொண்டே போகவும் வைக்கிறது. முத்துலிங்கம் கதை சொல்லும்போது கூடவே நினைவுக்கு வரும் புராண, இதிகாச உதாரணங்களையெல்லாம் அடுக்கிக் கொண்டே போகிறார். அதையும் லேசாகக் கோடிகாட்டி விட்டுப் போகாமல் விலாவாரியாகப் பழைய கதைகளைத் திருப்பிச் சொல்கிறார். இதைப் பார்க்கும்போது, 'காகித விரயத்தில் எனக்கு நம்பிக்கை இல்லை' என்று முத்துலிங்கம் 'என்னுரை'யில் கூறுவது நினைவுக்கு வருகிறது. கிட்டத்தட்ட எல்லாக் கதைகளிலும் இந்த அம்சத்தைக் காணலாம். குறிப் பாக, 'முடிச்சு' கதையில் நம்மைப் பொறுமையின் எல்லைக்கே தள்ளிவிடுகிறார் ஆசிரியர். அலெக்சாண்டர் வாழ்விலிருந்து ஒரு சம்பவம், ஹென்றி க்வியின் மொஸ்ஸே என்ற விஞ்ஞானி யின் வாழ்விலிருந்து ஒரு கதை, பிள்ளையார் பழம் பெற்ற கதை, அர்ஜுனன் – கர்ணன் ஒப்பீடு, டென்னிஸ் ஆட்டக் காரர் இவானிசெவிக்கின் உதாரணம், கலீலியோவின் உதார ணம் ஆகிய அனைத்தும் விளக்கமாகத் தரப்பட்டுள்ளன. போதாக் குறைக்கு முழுசாக இரண்டு கணிதப் புதிர்கள், விடைகள் . . . இத்தனையும் கிட்டத்தட்ட ஒரே விஷயத்தை விளக்க. இதையெல்லாம் தாண்டி அல்லது இதற்கெல்லாம் நடுவே கதையைத் தேடினால் அது ஒரு எளிய பழைய கதை. களமும் பிரச்சினையும் தான் புதிது. இவ்வளவு நீண்ட பிரவ சனத்தைக் கேட்டபின் வாசகனுக்குக் கிடைப்பது என்ன

என்று பார்க்கும்போது வெறுமையே மிஞ்சுகிறது. அனுபவங் களைத் தீவிரமாக எதிர்கொண்டு மறுசிருஷ்டி செய்தவற்குப் பதில் அவற்றைச் சுவையாக திருப்பிச் சொல்வதில் முத்து லிங்கத்திற்கு இருக்கும் ஆவலே இதற்கும் காரணம் என்றுதான் சொல்ல வேண்டும்.

தொகுப்பில் 'ஃபீனிக்ஸ் பறவை' என்ற கதை மட்டும் மற்றக் கதைகளைவிட சிறப்பாக இருக்கிறது. அடுத்த நூற்றாண் டில் நிகழ்வதாகக் கூறப்படும் இந்தக் கதை விஞ்ஞானத்தின் அபரிமிதமான முன்னேற்றத்தின் இருண்ட மறுபக்கத்தை இயல்பாகச் சித்தரிக்கிறது.

முத்துலிங்கம், புராணக்கதைகளைப்போட்டு கதையை வளவள என்று இழுத்துக்கொண்டு போவது, 4 பக்கங்களில் முடியக்கூடிய கதையை 25 பக்கங்களுக்கு வளர்த்துக்கொண்டு போவது, கடைசியில் 'உயிர் நேயம், பிரபஞ்ச நேயம்' ஆகியவை தவறாமல் எட்டிப் பார்த்துவிடுவது ஆகியவையெல்லாம் 'முன்னீடு' எழுதியிருக்கும் எஸ். பொன்னுத்துரைக்கு 21ஆம் நூற்றாண்டுக் கதைகளுக்குக் கட்டியம் கூறும் முன்னுதாரண மான புதிய வடிவத்தின் அடையாளங்களாகத் தோன்றுகின் றன. உண்மையில் இவை, சிறுகதை காலத்துக்கு முந்திய கதை சொல்லும் காலகட்ட வடிவங்களின் அடையாளங்கள். கழிந்துபோன நூற்றாண்டின் கதை வடிவங்களை அடுத்த நூற்றாண்டுக்கான முன்னுதாரணமான வடிவமாகக் கருதி பொனுத்துரை பரவசப்படுவது ஏன் என்று புரிந்துகொள்ள முடியவில்லை.

முத்துலிங்கத்தின் கதைகளின் சர்வதேசத்தன்மை, உலக ளாவிய களம் ஆகியவை பற்றி அதிகம் பேசப்படுகிறது. சர்வ தேசத்தன்மை என்பது பௌதீகமான விஷயம் அல்ல. மொழி, இனம், கலாச்சாரம், நாடு, தேசியம் ஆகிய எல்லைகளைத் தாண்டி மானுடப் பொதுமை கொண்ட எழுத்தே சர்வதேசத் தன்மை கொண்ட எழுத்து. அது எந்த மொழியிலும் இருக்க லாம்; எந்த மொழி பேசுபவர்களைப் பற்றியும் இருக்கலாம். மாறாக, அமெரிக்காவிலும் ஆப்பிரிக்காவிலும் இருக்கும் தமிழனைப் பாத்திரமாக வைத்துக் கதை எழுதிவிட்டால் அது சர்வதேசக் கதை ஆகிவிடாது.

சிறுகதையைப் பொறுத்தவரை தமிழில் அபாரமான சாதனை கள் செய்யப்பட்டிருக்கின்றன. சிறுகதையின் எண்ணற்ற சாத்திப்பாடுகள் பரிசோதித்துப் பார்க்கப்பட்ட, பார்க்கப் பட்டு வரும் களம் இது. இந்தக் களத்தில் ஒரு புதிய தொகுதி வரும்போது அதை இந்தப் பின்னணியில் வைத்துப் பார்ப்பதே

இயற்கையானது. அப்படிப் பாக்கும்போது பார்வை கறாராக அமைவது தவிர்க்க முடியாதது. ஆனால் முத்துலிங்கத்தின் தொகுதியை எஸ்.பொ.வும் மாலனும் மிகையாகப் பாராட்டு கிறார்கள். (முத்துலிங்கத்தின் நடையைப் புதுமைப்பித்தனின் நடைக்கு இணையாகப் பார்க்கும் அளவுக்கு மாலன் போய் விடுகிறார்.) இது வளமான தமிழ்ச் சிறுகதை மரபுக்கு நியாயம் செய்யும் பார்வை அல்ல. வித்தியாசமான களங்கள், மனிதர் கள் ஆகியவற்றைப் பார்த்ததும் உணர்ச்சிவசப்பட்டு நெகிழ்ந்து விடும் போக்கு தமிழுக்கு வளம் சேர்க்கக்கூடியது அல்ல. ஆனால் நல்ல வேளையாக முத்துலிங்கத்திற்குத் தன் படைப்பு கள் பற்றிய மயக்கம் அவ்வளவாக இல்லை என்று அவரது முன்னுரை உணர்த்துகிறது. இந்தத் தொகுப்பின் சாதகமான அம்சங்களில் ஒன்றாக இதையும் சேர்த்துக்கொள்ளலாம்.

'காலச்சுவடு' 20, ஜன. – மார்ச் 1998

●

எட்டுத் திக்கும் மதயானை

சுவையான கதையும் சாரமற்ற நாவலும்

தன்னுடைய விருப்பத்திற்கோ தேர்வுக்கோ அதிக இடமின்றி வாழ்க்கையின் நெருக்கடிகளால் ஓடஓட விரட்டப்படும் ஒரு இளைஞனின் ஊசலாட்டம் எட்டுத் திக்கும் மதயானை என்ற கதையாக விரிகிறது. கிராமிய வாழ்வில் வலுவாகத் தன் ஆட்சியைச் செலுத்திக்கொண் டிருக்கும் ஜாதி சார்ந்த அதிகார அமைப்பின் குரூரம் பூலிங்கத்தைக் கடுமையாக தண்டிக்கிறது. அதனால் உசுப்பப்பட்டு ஒரு குற்றத்தைச் செய்துவிட்டு ஊரை விட்டு ஓடிப்போகிறான் பூலிங்கம். அதிலிருந்து துவங்கும் அவனது ஓட்டம் அவனை ஊர் ஊராக விரட்டுகிறது. ரயில்வே நிலையங்களும் நடைபாதை ஓரங்களும் அவ்வப் போது கருணை காட்டும் சிலரது வீடுகளின் மூலைகளும் மும்பையின் நிழல் உலகமும் அவனுக்கு அடைக்கலம் தருகின்றன. பல விதமான மனிதர்களோடு பலவிதமான தொழில்களோடும் உணவு முறைகளோடும் பெண்க ளோடும் சபலங்களோடும் குற்றங்களோடும் அவனுக்கு உறவு ஏற்படுகிறது. இலக்கற்று அர்த்தமற்று நீளும் இந்த ஓட்டம் ஒரு மாபெரும் வெறுமையை நோக்கிச் செல் லும் விளிம்புக்குத் தள்ளப்படும்போது அவன் வாழ்வில் ஏற்படும் ஒரு திடீர்த் திருப்பம் இந்த இலக்கற்ற ஓட்டத் திற்கு முற்றுப்புள்ளி வைக்கிறது. நாவலுக்கும்தான்.

படிக்க ஆரம்பித்துவிட்டால் நடுவில் நிறுத்த முடியாத அளவுக்கு விறுவிறுப்புடன் கதையை நகர்த்திச் செல்கிறார் நாஞ்சில் நாடன். மையப் பாத்திரமான பூலிங்கத்தின் ஆளுமையை வழக்கமான தமிழ்க் கதைகளின் நாயகன் அந்தஸ்துக்கு உயர்த் தாமல் அவனுடைய பலவீனங்களுடன் இயல்பாக நடமாட விட்டிருக்கிறார். இந்த ஓட்டத்தின்போது அவனுக்கு வாழ் வின் மதிப்பீடுகள், நெறிமுறைகள், சட்டதிட்டங்கள் ஆகியவை கூடச் சில சமயம் சுமக்க முடியாத பளுவாகிவிடுவதையும் பூசி மெழுகாமல் அப்பட்டமாகவே சொல்கிறார். பூலிங்கம் செல்ல நேரும் இடங்களையெல்லாம் திரைப்படத்திற்கே உரிய காட்சித் தன்மையுடன் துல்லியமாகச் சித்தரித்திருக்கிறார். பூலிங்கத்தை மையமாக வைத்துச் சுழலும் மனிதர்கள், இடங்கள், தொழில்கள், மதிப்பீடுகள் ஆகியவற்றை நமது அனுபவ உலகத் திற்குள் இடம்பெறச் செய்வதற்குத் தேவையான அளவு விவரங் களுடனும் அலுப்பூட்டாத அளவுக்குச் சிக்கனமாகவும் சொல்லும் கச்சிதமான மொழி இவருக்குக் கைவந்திருக்கிறது. குறிப்பாக சேட்ஜியின் குடும்பம் (அவரது வைப்பாட்டி உள்பட), ரயில் நிலையங்களின் இருண்ட மூலைகள், மும்பையின் நிழல் உலகச் சந்துகள் ஆகியவை மிக நேர்த்தியாகவும் யதார்த்த மாகவும் சொல்லப்படுகின்றன. பிழைத்திருப்பதற்கான பூலிங்கத் தின் போராட்டம், அவனுக்கும் மற்றவர்களுக்கும் இடையே ஆழமாக வேர்கொள்ள மறுக்கும் உறவு, கதாப்பாத்திரங்களின் பாலுறவுச் சிக்கல்கள் ஆகியவை வலுவாகவும் மிகையற்ற உணர்ச்சியுடனும் சித்தரிக்கப்பட்டிருக்கின்றன. பிரச்சினைகள் மதிப்பீடுகளின் தளத்தில் அல்லாமல் அனுபவ தளத்தில் முன்வைக்கப்படுகின்றன.

இவை அனைத்தும் நாவலின் சாதகமான அம்சங்கள். தமிழில் நவீன எழுத்தாளர்கள் பலரிடத்திலும் ஓரளவு சகஜ மாகவும் அழுத்தமாகவும் காணக் கிடைக்கும் அம்சங்கள். நாஞ்சில் நாடனும் எந்தக் குறையும் வைக்கவில்லை. ஆனால் பன்முகம் கொண்ட விரிவையும் ஆழத்தையும் கேட்டு நிற்கும் நாவல் என்ற பிரத்யேகக் கலை வடிவத்தின் வெற்றிக்கு இவை மட்டும் போதாது. வாழ்வின் பிரச்சினைகள், பல விதமான பாத்திரங்கள், வித்தியாசமான களங்கள், விதவிதமான சூழல் கள் ஆகியவை குறித்த சித்தரிப்புகள் எவ்வளவுதான் அற்புதமாக இருந்தாலும் அவை ஒரு நாவலின் மேற்பரப்பைத்தான் உருவாக்குகின்றன. இந்த வாழ்வு இப்படி இருக்கிறது என்று காட்டுவது சித்தரிப்பு. இந்த வாழ்வு ஏன் இப்படி இருக்கிறது என்ற கேள்வியை எழுப்பிக் கொள்வது தேடல். சித்தரிப்பில் வெற்றிபெறும் நாஞ்சில் நாடன் தேடல் என்ற அம்சத்தில் தோல்வி அடைகிறார். பிரச்சினைகளின் ஆணிவேரைக்

காணும் தேடல் ஒரு சிறந்த கலைப்படைப்புக்கு இருந்தாக வேண்டிய குணம். அத்தகைய தேடலையும் வாழ்வின் அடிப் படை குறித்த விரிவான விவாதங்களையும் வாசகனிடத்தில் தூண்டுவதற்கான சாத்தியங்களையும் பெரிய நாவல்களில் காண முடியும். எட்டுத் திக்கும் மதயானையில் அதற்கான பிரயத்னம்கூட இல்லலாதது ஏமாற்றம் தருகிறது. ஏற்கனவே தேர்ச்சி பெற்ற வித்தைகளைத் தனக்குப் பழக்கப்பட்ட தளங்களில் மறுபடியும் நிகழ்த்திக் காட்டும் நாஞ்சில் நாடனின் இந்த முயற்சி ஏமாற்றமளிக்கிறது. இந்தப் பின்னணியில் பார்க் கும் போது தமிழ் எழுத்தாளனுக்குள்ள சுதந்திரம் பற்றி முன்னுரையில் அவர் ஆதங்கப்பட்டுக் கொள்வது எரிச்சல் வரவழைக்கிறது. ஏற்கனவே வசப்பட்டுள்ள சுதந்திரத்தை வைத்துக்கொண்டு என்ன சாதித்திருக்கிறோம் என்ற கேள்வியை நாஞ்சில் நாடன் போன்றவர்கள் தங்களுக்குள் கேட்டுக்கொள் வது நல்லது. படைப்பில் எடுத்துக்கொள்ளும் சுதந்திரம் இது வரையில் சொல்லப்படாத விஷயங்களைச் சொல்வதற்காக மட்டுமா அல்லது ஆழமான தளங்களில் வைத்து அவற்றின் அடிப்படைகளைக் காலம், இடம் இவற்றின் பின்னணியிலும் இவற்றைத் தாண்டிய நிலையிலும் வைத்து ஆராய்வதற்கான முயற்சிக்கும் சேர்த்தா என்பதே இந்தக் கேள்வியின் விரிவான வடிவம்.

நாவலின் ஆழம் குறித்த அதிருப்தி ஒரு புறம் இருக்க, கதைப்போக்கில் காணப்படும் சினிமாத்ததனம் மிகவும் எரிச்சலடைய வைக்கிறது. நாவலின் சம்பவங்கள் அடுக்கப்படும் விதத்தில் வெற்றிக்கான சூத்திரத்தைத் தனக்குள் அடக்கிய சராசரி வெகுஜன இந்திய சினிமாவுக்குண்டான எல்லா அம்சங்களும் இருக்கின்றன. திடுக்கிடும் திருப்பங்களும் திடீர் சம்பவங்களும் நாவல் பூராவும் கொட்டிக் கிடக்கின்றன. பூலிங்கத் தின் பலவந்தமான ஓட்டம் நாவலின் ஆரம்பப் பக்கங்களில் இயல்பாக விரியும் விதம் நம் ஆர்வத்தை எழுப்புகிறது. ஆனால் போகப்போக நாவலின் போக்கு வெகுஜன தமிழ் சினிமாவின் அடுத்த காட்சியை ஒரு சராசரி ரசிகன் யூகித்துவிடுவது போலவே சுலபமாக யூகித்துவிடக்கூடியதாக இருக்கிறது. கதையின் சுவாரஸ்யத்தில் ஆசிரியருக்கு இருக்கும் ஆர்வம் பல திருப்பங்களைக் கதையில் திணிக்கவைக்கிறது. பூலிங்கம் காலூன்றியிருக்கும் மும்பைக்கே செண்பகம் வந்து சேர்வதும் அதன் பிறகு நடக்கும் சம்பவங்களும் இதன் உச்சக்கட்டம். செண்பகம் மும்பைக்கு வந்ததும் கதை எப்படிப் போகும் என்பதை மிக சாதாரண வாசகனால்கூட யூகித்துவிட முடியும். நாஞ்சில் நாடனிடம் செறிவான நாவலை எதிர்பார்த்து நாம் சென்றால் அவர் வெகுஜன தமிழ் சினிமாவுக்குத் தோதான

(தொலைக்காட்சித் தொடருக்கும்தான்) ஒரு கதையைத் தன் இலக்கியத் திறமைகளின் உதவியுடன் ஜோடித்து நம்மைச் சக்கையாக ஏமாற்றுகிறார். நேர்த்தியான மொழி, பூசி மெழுகாத அப்பட்டமான சித்தரிப்பு போனற பல நல்ல அம்சங்கள் இருந்தாலும் நாவலைப் படித்து முடித்த பிறகு இந்த ஏமாற்றம் தான் எஞ்சி நிற்கிறது.

நாஞ்சில் நாடன் போன்ற நேர்மையான, தேர்ந்த எழுத்தாளர்களிடமிருந்து இத்தகைய ஏமாற்றம் அளிக்காத படைப்பு உருவாவது எப்போது சாத்தியப்படும்?

(எட்டுத் திக்கும் மதயானை (நாவல்). நாஞ்சில் நாடன்; விஜயா பதிப்பகம், 20, ராஜவீதி, கோவை – 1; விலை ரூ 100/–)

•

விழி.பா. இதயவேந்தன் கதைகள்

பதைக்க வைக்கும் பதிவுகள்

தலித் இலக்கியத்தைப் பற்றிய பலவித விவாதங்கள் ஒரு பக்கம் பொறி பறக்க நடந்து கொண்டிருககையில், தலித் இலக்கியம் படைப்பு ரீதியாகத் தன் இருப்பை ஸ்தாபித்துக்கொண்டுவிட்ட காலகட்டம் இது. இந்தப் பின்னணியில் தலித் இலக்கியப் படைப்பாளிகளில் முக்கியமானவர்களில் ஒருவராகக் கருதப்படும் விழி. பா. இதயவேந்தனின் சிறுகதைத் தொகுப்பு கவனத்திற்குரி யது. இதயவேந்தனின் கதைகள் தலித்துகளின் வாழவை மட்டுமல்லாமல் தலித் இலக்கியப் படைப்புகளின் பொது வான நிறை குறைகளையும் பெருமளவு பிரதிபலிக்கின்றன.

சமுதாயத்தின் அடிமட்டத்தில் கிடந்து உழலும் மக்களின் வாழ்க்கை இதற்கு முன்பும் தமிழ்ப் படைப்பு களில் பதிவாகியிருக்கிறது என்றாலும் தலித் படைப் பாளிகளிடத்தில் அதிக வீரியத்துடனும் அசலான தன்மையுடனும் அது வெளிப்படுவதைக் காண முடிகிறது. இதயவேந்தனும் இதற்கு விதிவிலக்கல்ல. தாழ்த்தப்பட்ட மக்களின் அவலத்தைப் படிப்பவர் மனம் பதறும் வகையில் இவரால் சொல்ல முடிகிறது. மலம் சுமப்பவர்கள், மாட்டுக்கு லாடம் அடிப்பவர்கள், மனைவி ஒழுங்காகப் பிரசவிக்க ஏற்பாடு செய்ய முடியாத ஏழைகள் என்று பல விதங்களில் துயருறும் மனிதர்கள் ரத்தமும் சதையு மாக இவரது கதைகளில் காணப்படுகிறார்கள். தாழ்த்தப்

பட்டவர்களின் அவலம் மட்டுமின்றி அவர்கள் வாழும் சூழல், அவர்களது பணியிடம், அவர்களது பேச்சு ஆகியவையும் தத்ரூபமாகச் சித்தரிக்கப்பட்டிருக்கின்றன. ஜாதி, அரசியல், நிர்வாகம் ஆகிய எல்லா அமைப்புகளும் தாழ்த்தப்பட்ட மக்களை ஒடுக்கவே பயன்படுவதையும் இவரது கதைகள் காட்டுகின்றன.

இத்தகைய அம்சங்கள் பொதுவாக தலித் இலக்கியப் படைப்புகளில் காணப்படுபவைதான். அது மட்டுமல்ல; நேற்றைய முற்போக்குக் கதைகளிலும் இவற்றின் பல அம்சங்கள் இருக்கத் தான் செய்கின்றன. ஆனால் ஒடுக்கப்பட்ட மக்களின் அவலங் களை முற்போக்கு எழுத்தாளர்கள் வர்க்கப் பிரச்சனையாகப் பார்த்தார்கள் என்றால், தலித் எழுத்தாள்ர்கள் அதை அடிப் படையில் ஜாதிப் பிரச்சனையாகப் பார்க்கிறார்கள். மேலும் கேள்வி ஞானத்திலிருந்தோ புத்தக அறிவிலிருந்தோ கதைக்கான கருவைப் பெறாமல் தங்கள் சொந்த அனுபவத்திலிருந்து பெற்று அதைப் படைப்பாக மாற்றுவது பெரும்பாலான தலித் எழுத்தாளர்களின் சிறப்பம்சம் என்று சொல்லலாம். இதயவேந்தன் கதைகளிலும் இந்த அம்சத்தின் வலு சேர்ந்திருப் பதை உணர முடிகிறது.

ஆனால் வாசகனிடத்தில் ஏற்படுத்தும் தாக்கம் என்ற அடிப்படையில் இக்கதைகள் எந்த அளவுக்கு வெற்றிகர மானவை என்ற கேள்வி தவிர்க்க முடியாமல் எழுகிறது. பத்திரிகைச் செய்திகள், பிரசுரங்கள் போன்றவற்றுக்கும், படைப்பிலக்கியத்திற்கும் இடையே உள்ள வித்தியாசம் சில சமயம் மறைந்துவிடுகிறது.

உதாரணமாக, தலைப்புக் கதையை (வதைபடும் வாழ்வு) வித்தியாசமான முறையில் எழுதப்பட்ட துண்டுப் பிரசுரம் என்றுதான் சொல்ல முடியும். அது போலவே 'ஆதிக்கம்' என்ற கதையும் இந்த விபத்துக்கு ஓரளவு பலியாகி இருக்கிறது. உரையாடல்களில் பதிவு செய்திருப்பதை இவரது பலம் என்று கொண்டால் கதைகளில் ஆசிரியர் கூற்றாக வரும் பகுதிகள் பாரதி, புதுமைப்பித்தன் காலத்துக்கு முந்தைய கதை சொல்லும் பாணியில் அமைந்து அலுப்பூட்டுவதையும் பலவீனம் என்று கொள்ள வேண்டும்.

இந்தக் குறைகளைக் களைந்த சில கதைகளையும் (வலி, பீவாரி) எழுதியிருயிப்பது தான் இதயவேந்தன் மீது நம்பிக்கை கொள்ளக் காரணமாக அமைகிறது.

கால ஓட்டத்தைத் தாண்டி நிற்கும் படைப்புகள் அவற்றின் தனித்த அடையாளங்களை மீறி இலக்கியமாகத்தான் தங்களது

இருப்பைத் தக்க வைத்துக் கொள்கின்றன. இதயவேந்தனின் படைப்புகளும் காலத்தைத் தாண்டித் தரமான இலக்கியமாக நிற்க முடியும் என்ற நம்பிக்கையை இத்தொகுப்பிலுள்ள சில கதைகள் அளிக்கின்றன.

●

ஜெயமோகனின் இரு நாவல்கள்
ஒரு மதிப்பீடு

தமிழின் சிறந்த நாவல்கள் எவை என்ற கேள்விக்குக் குறைந்தது பத்து விதமான பட்டியல்களைப் போட்டு விட முடியும் என்பது ஆச்சரியமல்ல. மாறுபட்ட இந்தப் பட்டியல்கள் அனைத்துமே பொருட்படுத்தத்தக்கவை யாக இருக்கும் என்பதுதான் ஆச்சரியம். உலக மற்றும் இந்திய அளவிலான நாவல் சாதனைகளை ஒப்பிடும் போது தமிழில் மகத்தான நாவல் எதுவும் இல்லை என்று சொல்பவர்களிடமும் பொருட்படுத்தத்தக்க தமிழ் நாவல்களின் பட்டியல் ஒன்று இருக்கும். இத்தகைய பட்டியல்களில் எவ்வளவு ஒற்றுமை வேற்றுமைகள் இருந்தாலும் தமிழ்ச் சூழலில் அழுத்தமான சலனங்களை ஏற்படுத்திய நாவல்களை யார் பட்டியலிட்டாலும் மோகமுள், ஜே.ஜே. சில குறிப்புகள், தலைமுறைகள் போன்ற சில நாவல்கள் அந்தப் பட்டியலில் இடம் பெற்று விடும். இந்த வரிசையில் தவிர்க்க முடியாமல் இடம்பெறக்கூடிய 'விஷ்ணுபுரம்' நாவலை எழுதிய ஜெயமோகனின் சமீபத்திய இரு நாவல்கள் சுமார் ஆறு மாத கால இடைவெளியில் வெளிவந்திருக்கின்றன. சிறந்த இளம் படைப்பாளிகளில் ஒருவராகத் தொண்ணூறு களில் தெளிவாக அடையாளம் காணப்பட்ட ஜெய மோகன் எழுதத் தொடங்கிக் கிட்டத்தட்ட 15 ஆண்டு களுக்குப் பிறகு வந்திருக்கும் இந்நாவல்கள் பல விதங் களில் முக்கியத்துவம் வாய்ந்தவை.

தொண்ணூறுகளில் இளம் படைப் பாளிகளாக அறியப் பட்ட கோணங்கி, ஜெயமோகன், எஸ். ராமகிருஷ்ணன், ரமேஷ் – பிரேம், எம். யுவன் போன்ற ஒரு சிலர் நீங்கலாக பலர் இன்று தீவிரமான படைப்பு முயற்சிகளில் கணிசமான அளவிற்கு ஈடுபடுவதில்லை. புதிய எழுத்தாளர்களின் கன்னி முயற்சிகளுக்குக் கிடைக்கும் இயல்பான வரவேற்பும் குறைந்த பட்ச சலுகைகளும் நேற்றைய இளம் எழுத்தாளர்களின் இன்றைய படைப்புகளுக்குக் கிடைக்காது. அதிலும் படைப் புக்கு அப்பாற்பட்ட செயல்களால் தன்னை ஓர் அதிகார மையமாகக் கட்டமைத்துக்கொண்டிருக்கும் ஜெயமோகனின் நாவல்கள் தீவிரமான எதிர்ப்பையும் ஆதரவையும் வெகு எளிதாகப் பெற்றுவிடுகின்றன. தமிழ் நாவல்கள் பற்றியும் தமிழின் முக்கியமான எழுத்தாளர்கள் பற்றியும் கறாரான விமர்சனங்களை முன்வைத்திருக்கும் ஜெயமோகனின் படைப் புகள் ஒரு தரப்பினரால் கடுமையாக விமர்சனத்திற்கு உட்படுத் தப்படுவதும், இன்னொரு தரப்பினரால் கண்மூடித் தனமாக விதந்தோதப்படுவதும் நடந்துவருகின்றன. இந்நிலையில் இவை இரண்டையும் தவிர்த்துவிட்டு ஜெயமோகனின் சமீபத்திய படைப்புகளை அணுகுவதற்கான முயற்சியே இந்தக் கட்டுரை.

○

ஜெயமோகனின் நாவல்களும் சூழலின் எதிர்வினையும் எப்போதுமே ஒரு புதிரான சமன்பாட்டிற்குட்பட்டவையாகவே உள்ளன. பல்வேறு பலவீனங்களைத் தாண்டி, இயல்பும் நேர்த்தியும் கூடிய கட்டமைப்பைக் கொண்ட 'ரப்பர்' உரிய முறையில் கவனிக்கப்பட்டு அங்கீகரிக்கப்பட்டது. 'விஷ்ணு புரம்' பலரால் மிகவும் புகழப்பட்டாலும் சமூக – அரசியல் பார்வை சார்ந்த வாசிப்புகளின் அடிப்படையில் அது கடும் கண்டனத்திற்கும் உள்ளானது. 'பின்தொடரும் நிழலின் குரல்' அரசியல் காரணங்களுக்காக மட்டுமின்றி அழகியல் காரணங் களுக்காகவும் பலரால் சத்தமில்லாமல் நிராகரிக்கப்பட்டது. அது பற்றிப் பொருட்படுத்தத்தக்க கட்டுரை ஒன்றுகூட வந்த தாகத் தெரியவில்லை. 'கன்னியாகுமரி' நாவல் வந்ததாகவே யாரும் காட்டிக்கொள்ளவில்லை. 'காடு' வெளிவந்து எட்டு மாதங்களுக்கு மேல் ஆகியும் பொருட்படுத்தத்தக்க விமர் சனம் எதுவும் வரவில்லை. அதன் பிறகு வந்த 'ஏழாம் உலக'த் தின் நிலையும் அதுதான். இதற்குக் காரணம் உதாசீனமா அல்லது தயக்கமா அல்லது உறவுச் சிக்கல்களா என்ற கேள்வியைப் பொதுவாக முன்வைத்துவிட்டு மேலே செல் கிறேன்.

○

ஜெயமோகனின் நூல்களுக்குள் நுழைபவர்களைப் பெரிதும் சங்கடப்படுத்துவது அவற்றின் முன்னுரை. ஒன்று அவரே எழுதியிருப்பார்; அல்லது அவரது மனசாட்சியின் குரலாய் யாராவது எழுதியிருப்பார்கள். சுயதம்பட்டம் அல்லது சஹஸ்ர நாமாவளியை முன்னுரையாகப் பிரசுரிக்கும் போக்கு இந்த நாவல்களிலும் காணப்படுகிறது. முன் அனுபவம் விடுத்த எச்சரிக்கையை மதித்து நாவல்களைப் படித்து முடித்த பிறகு முன்னுரைகளைப் படித்தபோது எடுத்த முடிவின் விவேகம் குறித்த நிறைவு ஏற்பட்டது. முன்னுரைகளை முதலில் படித்திருந்தால் பிரதிக்கு எதிரான மோசமான தாக்கத்தை அவை ஏற்படுத்தியிருக்கக்கூடும் என்று தோன்றியது. சு. வேணு கோபாலாவது (ஏழாம் உலகம்) வியந்து போற்றுவதோடு நிறுத்திக்கொள்கிறார். வேதசகாய குமாரரோ (காடு) நாவலை எப்படிப் படிக்க வேண்டும் என்று பாடம் எடுக்கும் அளவுக்குப் போய்விடுகிறார். விஷ்ணுபுரத்தில் இந்தக் காரியத்தை ஜெய மோகனே செய்திருந்தார். அடுத்த பதிப்புகளில் இந்த முன்னுரை களை நீக்குவது அல்லது பின்னுரைகளாகப் பிரசுரிப்பது குறித்து ஜெயமோகன் யோசிப்பது நல்லது.

○

அதிகம் பழக்கப்படாத தடத்தில் காலடி வைத்து வேகமாக முன்னகரும் 'காடு' நாவலைச் சற்றே பிரயாசை எடுத்துக் கொண்டு பின்தொடர்ந்து சென்றால் உண்மையிலேயே ஒரு காடு நம் கண்முன் விரிகிறது. அயனி மரங்கள், மிளாக்கள், கரடிகள், யானைகள், சிற்றோடைகள், காட்டாறுகள், மரங்கள், மலைகள், காட்டில் வேலை செய்பவர்கள், அவர்களது பிரத்யேக மான உரையாடல்கள், உணவுப் பழக்கங்கள், பாலுறவுகள், இவற்றோடு ஒட்டாத அய்யர் போன்ற சில மனிதர்கள், அவர்களது உரையாடல்கள், கதைசொல்லியும் அவரும் திளைக்கும் சங்கப் பாடல் சார்ந்த அழகியல் உணர்வுகள் என எல்லாவற்றையும் உள்ளடக்கிய அடர்த்தியுடன் விரிகின் றன காடும் காடு சார்ந்த வாழ்வும்.

ஜெயமோகனின் சித்தரிப்பு, துல்லியமும் நுட்பமும் கொண்டது. சொற்கள் என்ற புள்ளிகளைப் பல திசைகளிலும் வாரி இறைத்து, புள்ளிகளைப் புனைவுத் தருக்கத்தின் இழை களால் இணைத்து, மாபெரும் கோலமாகப் பரிமளிக்கச் செய்யும் திறன் ஜெயமோகனுக்கு சாத்தியப்பட்டிருக்கிறது. காடு பற்றியும் காட்டில் புழங்கும் மாந்தர்கள் பற்றியும் அவர் எழுப்பும் சித்திரம் பெருமளவில் புனைவுலகிற்குரிய நம்பகத் தன்மையுடன் உருப்பெறுகிறது. பரிதாபத்திற்குரிய தேவாங்கு முதல் மதம்கொண்ட யானைவரை பல்வேறு விதமான

விலங்குகள், மரங்கள், ஓடைகள், ஆறுகள் முதலானவை அடங்கிய காடு உயிர்த் துடிப்புடன் இயல்பாய் விகசிக்கிறது. எதிர்பாராத ஒரு கணத்தில் ஒரு தேவாங்கின் வடிவில் தனது மனிதத் தன்மையின் பரிபூரண வெளிப்பாட்டைக் காணும் ரெசாலம் மேஸ்திரி, சகலகலாவல்லவனாய் வளைய வரும் குட்டப்பன், கிட்டத்தட்டப் பித்தேறிய நிலையில் இயேசு காவியம் பாடிக்கொண்டிருக்கும் குரீசு, காட்டுக்கு வெளியே வாழும் மானுடர்களின் பொதுப்புத்தியில் உறைந்திருக்கும் பெண்மைப் பிம்பத்தின் கூறுகளை இயல்பாகக் கலைத்துப் போட்டுவிட்டுக் காட்டோடை போலச் சலசலத்து ஓடிக் கொண்டிருக்கும் சினேகம்மை போன்ற பெண்கள், காட்டையும் இவர்களையும் தீராத வியப்புடன் பார்த்துக்கொண்டிருக்கும் இளைஞன், ரபி – ஆபேலின் விசித்திர உறவு, இவர்களை அணைத்தபடி காட்டுக்குள் சுழலும் வாழ்வு ஆகியவை ஜெயமோகனின் மொழியில் பெரும் வீச்சுடன் வெளிப்படுகின்றன. கதை சொல்லும் இளைஞன் காட்டிற்குள் வழி தவறிச் சென்று மீளும் தருணத்திலும் கீரக்காதன் (யானை), மிளா போன்ற மிருகங்களைக் காணும்போதும் காட்டின் வெவ்வேறு பரிமாணங்கள் புத்தம் புதியதாய் வெளிப்பட்டு வியப்பில் ஆழ்த்துகின்றன. காட்டின் இயல்பான இயக்கம் படக்காட்சி போல சலனம் கொள்கிறது. காடு இளைஞனுக்குள் காமத்தையும் கவித்துவ ரசனையையும் தூண்டிவிடும் தருணங்களும் இயல்பாகவே உள்ளன.

ஆனால் காட்டிற்குப் பதில் ஆசிரியரின் அறிவும் சொற்காமமும் புலமைப் பீற்றல்களும் கதை சொல்லியை ஆக்கிரமிக்க ஆரம்பிக்கும்போது காடு தன் பன்முகப் பரிமாணங்களையும் ஆழம் கூடிய அடர்த்தியையும் இழந்து வெறும் சொற்களால் உருவாக்கப்பட்ட தட்டையான சித்திரமாக மாறிவிடுகிறது. குறிஞ்சித் திணை சார்ந்தும் சங்க இலக்கியம் தரும் காமம் பற்றிய சித்திரங்கள் சார்ந்தும் வாசகர்களுடன் பகிர்ந்துகொள்ள வேண்டும் என்றால் அதற்கு ‘சங்கச் சித்திரங்கள்’ போன்ற இன்னொரு நூலை ஜெயமோகன் எழுதியிருக்கலாம். காட்டின் பின்னணியில் காமப் பெருங்காட்டின் அடர்த்தியையும் ஆழத்தையும் சங்கக் கவிதை உணர்வின் வெளிச்சத்தில் சொல்ல முனைந்திருக்கும் அவரது முயற்சி புனைவு வடிவத்தில் ஒட்டாமல், நாவலின் பலவீனமாகவே வெளிப்படுகிறது.

இந்தப் பலவீனம் நாவலை நீர்த்துப்போக வைக்கும் சோகத்தின் சாட்சியாய் நீள்கிறது நாவல். மலையன் மகளுக்கும் கதைசொல்லிக்கும் இடையே நிகழும் காதலின் சித்தரிப்பு வெகுஜன மிகு உணர்ச்சிக் கதைகளுக்கே உரிய சித்தரிப்பை

நினைவுபடுத்துகிறது. இந்தச் சரிவின் நீட்சியாக வெளிப்படும் அய்யரின் பாத்திரப் படைப்பும் அவரது சொற்பொழிவுகளும் கரையான் புற்றுக்குள் நுழைந்த நாகம்போல நாவலை ஆக்கிரமிக்கின்றன. குட்டப்பனின் இயல்பான பேச்சில் அதிரும் உயிர்ப்பினூடே அப்பாத்திரத்தின் நம்பகத்தன்மை தன்னை நிறுவிக்கொள்கிறது. அய்யரின் அறிவுஜீவித்தனம் கொண்ட ரசனை வெளிப்பாடோ உயிரற்ற சொற்பொழிவுகளினூடே புனைவின் தோல்வியைப் பறைசாற்றுகிறது. நாகரிக மெருகூட்டப்படாத இயற்கையின் பேரழகின் தூய நிர்வாணத்தின் மேல் போர்த்தப்பட்ட மலினமான ஜிகினா துணி போன்ற அய்யர் முதலான சில பாத்திரங்கள், மூளைக் குதறல்களாய் இழியும் ரசனை வெளிப்பாடுகள் ஆகியவை நாவல் பெறக் கூடிய வீச்சையும் தரக்கூடிய மன எழுச்சியையும் தலையில் தட்டி முடக்கிப்போடுகின்றன. தனது மொழியின் வீச்சு, வாசிப்பின் விசாலம், கருத்தியலின் செறிவு, ரசனையின் நுட்பம் ஆகியவற்றின் மீதான ஆசிரியரின் மிகையான சுய மதிப்பீடும் இம்மதிப்பீட்டின் அடிப்படையில் எழும் சுய பிம்பங்களும் கலைத் திறனின் இயல்பான வெளிப்பாட்டை ஆக்கிரமிக்கும் அவலத்தின் சாட்சியாகத் துலங்குகிறது நாவலின் சரிவு.

○

காட்டிற்கு இணையாய், காட்டின் மறுபக்கமாய் விரிகிறது ஊருக்குள் அசையும் வாழ்வியக்கம். இது வேறு உலகம். இங்கு கனவுகள் இல்லை. மன எழுச்சி இல்லை. சிறகடிக்கும் துடிப்பு இல்லை. சுயநலம், காமம், வன்முறை, வஞ்சகம், துரோகம், இடையிடையே மின்னி மறையும் மனிதநேயம் ஆகியவை உண்டு. குடும்பம் – உறவினர் – சமூகம் என்று விரியும் கட்டமைப்பின் ஆதாரமான கூறுகளின் வலிமையும் பலவீனமும் இங்குக் காணப்படுகின்றன. பலவீனத்தின் நிர்ப்பந்தங்களும் பிறர் மீதான அக்கறையை முற்றாகப் புறக்கணித்த சுயநலத்தின் வேட்கையுமே இங்கு எல்லா உறவுகளையும் முறிவுகளையும் தீர்மானிக்கின்றன. குடும்பத்திற்குள் கட்டுப்படுத்தப்பட்ட அளவில் பிரயோகிக்கப்படும் வன்முறையின் நீட்சியே சமூக வன்முறையாகப் பரிணமிக்கிறது. இந்த வன்முறைக்குப் பின் உள்ள ஆழ்ந்த வெறுப்பும் சுயநலமும் பலவீனங்களும் மனித இனம் பற்றிய நம்பிக்கைகளைச் சிதறடிக்கக்கூடியவை. இவற்றை யெல்லாம் மீறி வாழ்வைக் காப்பாற்றித்தரும் சில காரணிகளும் இதே கட்டமைப்பிற்குள் இயங்கி ஓரளவிற்கேனும் இவற்றைச் சமனப்படுத்தவும் செய்கின்றன. காட்டின் சித்திரம் பல்வேறு காரணிகளால் மெல்ல மெல்லத் தன் உயிர்ப்பை இழந்தாலும்

சமவெளி சார்ந்த வாழ்வின் சித்திரம் கடைசிவரையிலும் தன் உயிர்ப்பைத் தக்கவைத்துக்கொண்டிருக்கிறது.

○

நாவலின் பொதுவான போக்கு இப்படி இருக்க, பகுதிகள் தரும் அனுபவம் பற்றியும் சொல்ல வேண்டும். பல இடங்களில் ஜெயமோகன் புனைவின் ரசவாதத்தை நிகழ்த்திக் காட்டியிருக்கிறார். உதாரணமாக, வனநீலியின் கதையைச் சொல்லும் விதமும். கீரக்காதனின் சித்தரிப்பும். கிரிதரன் அந்த யானையைக் கடைசியாகப் பார்க்கும் இடம் கவித்துவமான சோகத்தை வாசகருக்குள் எழுப்பக்கூடியது. ரபி – ஆபேல் இரட்டையரின் பாத்திர வார்ப்பு, வற்றாத ஊற்றெனச் செயலூக்கம் பொங்கிய படி இருக்கும் குட்டப்பன், கிரிதரனின் வேதனை நிரம்பிய தாம்பத்திய வாழ்க்கை என்று பல பகுதிகள் தன்னளவில் முழுமையான, செறிவான வாசிப்பனுபவத்தைத் தரக்கூடிய புனைவுச் சித்திரங்களாய் உருப்பெற்றிருக்கின்றன. வட்டார வழக்கும் நாட்டார் கதையாடல்களை எடுத்தாளும் விதமும் நாவலின் வலுவான அம்சங்கள்.

சமூகத்தின் அடிமட்டத்தில் இருந்தவர்கள் கிறிஸ்தவ மிஷனரிகளின் உதவியால் கல்வியும் அந்தஸ்தும் பெற்று மேலெழும்பி வந்த சமூக மாற்றத்தின் பதிவு அழுத்தமாக இடம்பெற்றிருப்பதும் நாவலின் குறிப்பிடத்தக்க ஓர் அம்சம். இந்த மாற்றம் கலைத்துப்போடும் சமன்பாடுகளின் சித்திரமும் தீட்டிக்காட்டப்பட்டிருக்கிறது. அணைக்கட்டு முதலான 'வளர்ச்சிப் பணி'கள் சமூக – பண்பாட்டுத் தளங்களில் ஏற்படுத்தும் தாக்கங்களை அலசுவது தமிழ்ப் புனைகதை உலகிற்குப் புதிதல்ல என்றாலும் இழப்புகள் சார்ந்த புலம்பல்களின் தொகுப்பாக அவற்றைச் சுருக்காமல் ஆரவாரமற்ற நுட்பத்துடன் மாற்றத்தைச் சுட்டுவது நாவலின் நம்பகத்தன்மையைக் கூட்டுகிறது.

அலுப்பூட்டும் பகுதிகளும் நாவலில் ஏராளமாக உள்ளன. அய்யர் – கிரிதரன் உரையாடல்கள் ஏற்படுத்தும் அலுப்பு ஒருபுறம் இருக்க, நாவல் முழுவதும் கேட்டுக்கொண்டே இருக்கும் பேச்சுச் சத்தம் மிகுந்த அயர்ச்சியை ஏற்படுத்துகிறது. காடும் காடு சார்ந்த நிகழ்வுகளும் கிட்டத்தட்ட ஒரே மாதிரியாகத் திரும்பத் திரும்ப வருகின்றன. லௌகீக வாழ்வில் தோல்வியடைந்துமான அவமான உணர்ச்சிகளெல்லாம் மரத்துப்போய் ஒட்டுண்ணி வாழ்க்கையே சாஸ்வதமாகிவிட்ட கிரியின் அனுபவங்களைச் சொல்லும்போது கூடிவந்திருக்கும் சிக்கனமும் மௌனமும், கவித்துவ ரசனை, காமம் சார்ந்த

உணர்வுகளைச் சொல்லும்போது காணாமல்போய்விடுகின்றன. பல பாத்திரங்களின் முடிவுகள் மிகு உணர்ச்சிக் கதைகளின் வகைமாதிரிப் படிமங்களாக உள்ளன. அய்யர் சாமியாராவது, குட்டப்பன் யானையின் கையால் சாவது, உச்ச அழகைக் கண்ட உன்னத அனுபவத்தில் திளைப்பதாகக் காட்டப்படும் கிரிதரன் ஒரு குரூபியைத் திருமணம் செய்துகொள்ள நேருவது முதலான பல முடிவுகளை இதற்கு உதாரணமாகச் சொல்லலாம்.

நாவலில் தர்க்கரீதியான ஓட்டைகளும் உள்ளன. மாமா செத்துப்போன பிறகு திக்குத் தெரியாத காட்டில் விடப்பட்டதுபோல நின்ற கிரியிடம் "செரியாக்கிப்போடலாம் ஏமான்" என்று நம்பிக்கை தரும் குட்டப்பன், பிறகு என்ன ஆனான் என்றே தெரியவில்லை. கிரி நட்டாற்றில் விடப்பட்டுத் தோல்வியின் புதைசேற்றுக்குள் சிக்கிக்கொள்கிறான். கண்டன் புலையன் ஒரு மர்மப் பிறவி போலச் சித்தரிக்கப்படுகிறான். மாமிக்கும் அவனுக்கும் இடையே உள்ள கள்ள உறவு ஐயத்திற்கு இடமின்றிச் சொல்லப்படுகிறது. எந்தப் பாதகத்திற்கும் தயங்காத, சர்வ வல்லமை படைத்த மாமா, கண்டன் புலையனை வீட்டுக்குள்ளேயே எப்படி வைத்திருக்கிறார் என்பது புரியவில்லை. 18 வயதில் காட்டுக்குள் அடியெடுத்து வைக்கும் கிரி, அதற்குள் உள்ளூர் நூலகத்தின் துணையுடன் பண்டைய தமிழ் இலக்கியங்கள், சங்கம்புழா, பாரதி, பாரதிதாசன் ஆகியோரையெல்லாம் கரைத்துக் குடித்திருக்கிறான். "மொத்த சங்க இலக்கியப் பரப்பிலும் குறிஞ்சிப்பூ பற்றிய வர்ணனைகளே இல்லை" என்று நினைவுகூரும் அளவுக்குச் சங்க இலக்கியப் பரப்பில் திளைத்திருக்கும் கிரி உண்மையில் கருவில் திரு உதித்த இளம் மேதையாகத்தான் இருக்க வேண்டும்.

சில அத்தியாயங்கள் நுட்பமான அழகியலின் நேர்த்தியான மொழி வடிவமாக வெளிப்பட்டாலும் வேறு சில அத்தியாயங்கள் வெகுஜன ரசனைக்கான மலிவான வெளிப்பாடுகளாகவும் உள்ளன. உதாரணமாக, 23ஆம் அத்தியாயமும் கடைசி அத்தியாயமும். வேறு சில அத்தியாயங்களின் முடிவுகள் வெகுஜன இதழ்களின் தொடர்கதை அத்தியாயங்களின் முடிவை நினைவுபடுத்துகின்றன.

○

காடு, சமவெளி ஆகிய இரு இழைகள் இணை கோடுகளாக இயக்கம் கொள்ளும் நாவலின் மூலம் வாசகர் பெறக்கூடிய தரிசனம் என்ன? பாத்திரங்களின் மூலமாகவும் தனது குறுக்கீட்டினாலும் ஆசிரியர் முன்வைக்கும் கருத்துகளில் இதற்கான விடையைத் தேட முடியாது. வெளிப்படையாக

முன்வைக்கப்படும் கருத்துகள் எவ்வளவு செறிவானவையாக இருந்தாலும் நாவல் என்ற கலை வடிவத்தின் தரிசனமாக அவை ஒருபோதும் ஆக முடியாது. வெளிப்படையாக முன் வைக்கப்பட்ட கருத்துக்கள் கலையின் துணையின்றியே தம்மை வெளிப்படுத்திக்கொள்ளக்கூடியவை. அவற்றின் தாக்கம் கலையின் தாக்கமல்ல. கலையின் தாக்கம் – அதிலும் அகன்ற பரப்பைத் தன்னுள் அடக்கிய நாவல் கலையின் தாக்கம் – எழுதப்பட்ட வரிகளினூடே மேற்கொள்ளப்படும் பயணத்தின் விளைவாய் வாசக மனம் கண்டடையும் வெளிச்சம். கருத்துகள், நிகழ்வுகள், உரையாடல்கள், மன ஓட்டங்கள், உணர்வுப் பதிவுகள் ஆகிய அனைத்துடன் வாசக மனம் கொள்ளும் உயிர்ப்புள்ள உறவின் வெளிப்பாடு. நாவலின் பல்வேறு புள்ளிகளிலிருந்து அல்ல; புள்ளிகளின் கூட்டு இயக்கத்திலும் புள்ளிகளிடையே உள்ள இடைவெளிகளிலிருந்தும் வெளிப்படும் சாரமே நாவலின் தரிசனம்.

காடு நாவலின் பலவீனங்களில் ஒன்றாகவும் அதைத் தோல்வியின் பரப்பிற்குள் சரிய வைக்கும் முக்கியக் காரணியாகவும் அமைவது தரிசனம் என்ற அம்சத்தில் அது அடையும் வீழ்ச்சிதான். பல்வேறு கருத்துக்களையும் உணர்வு நிலைகளையும் வாழ்க்கை குறித்த பார்வைகளையும் ஆசிரியர் வெளிப்படையாக முன்வைப்பதால் காடளவு விரிய வேண்டிய நாவல் அடர்ந்த தோப்பாகச் சுருங்கிவிடுகிறது. எழுதப்பட்ட வரிகளுக்குள் முடங்கிவிடுகிறது நாவல். ஆசிரியர், கலை சார்ந்த வேட்கையை முன்னிறுத்தித் தன்முனைப்பைப் பின்னுக்குத் தள்ளியிருந்தால் நாவலின் பக்கங்கள் பெருமளவில் குறைந்து அதன் வீச்சு பெருமளவில் அதிகரித்திருக்கக்கூடும்.

ஒரு பிரதியை எந்த வகையில் வாசகர்களின் முன் வைக்க வேண்டும் என்பது ஆசிரியரின் கலைப்பார்வை, கலைநோக்கம், கலைத்திறன் மற்றும் கலைக்கு அப்பாற்பட்ட நோக்கங்கள் ஆகியவற்றைப் பொருத்ததாகவும், அவற்றைப் பிரதிபலிப்பதாகவுமே அமையும். எனவே ஜெயமோகனின் நோக்கையும் போக்கையும் பிரதிபலிக்கும் கண்ணாடியாகவே காடு நாவலைக் கருத வேண்டியிருக்கிறது. இந்நிலையில் கருத்தியல் மற்றும் புலமை சார்ந்த தன்முனைப்பு, ஒரு படைப்பாளியின் கலைத் திறனை எந்த அளவிற்குப் பாதிக்க முடியும் என்பதற்கான எடுத்துக்காட்டாகக் காடு நாவல் உள்ளது.

○

‘காடு’க்குப் பிறகு வந்த ‘ஏழாம் உலகம்’ தரும் மனப்பதிவு முற்றிலும் வேறானது. பூமிக்குக் கீழே உள்ளதாகப் புராணங்கள் கூறும் ஏழு உலகங்களில் கடைசி உலகமான பாதாள உலகத்தை

உருவகமாகக் கொண்ட இந்நாவல் காட்சிப்படுத்தும் உலகம் குரூரமானது. மனித வாழ்வின் கோரமுகத்தின் தரிசனத்தைக் காட்டும் இந்நாவல், அடிப்படை மனித உணர்வுகளையும் மனிதாபிமானம் என்று சொல்லப்படும் உணர்வையும் பார்த்து எழுப்பும் கேள்விகள் கூர்மையும் அழுத்தமும் கொண்டவை. நம்மால் கற்பனைகூடச் செய்ய முடியாத அருவருப்பான ஓர் உலகம் நமக்கு மிக அருகில் இயங்கிக்கொண்டிருக்கிறது. எளிமைப்படுத்தப்பட்ட அதன் புறத்தோற்றம் எழுப்பும் எளிய அனுதாப உணர்ச்சியை அவரவர் தத்தமது வழியில் எதிர் கொண்டு கடந்துசெல்கிறோம். புறத்தோற்றத்தின் திரையை விலக்கிப் பார்த்தால் எழக்கூடிய அதிர்ச்சி நமது சம்பிரதாய மான அனுதாபங்களைப் பெரிதும் சிறுமைப்படுத்தி நம்மைக் குற்ற உணர்வின் பாதாளத் திற்குள் தள்ளிவிடக் கூடியது. இந்தத் திரையை விலக்கிக் காட்டும் செயலை நாவலாக்க முயன்றிருக்கிறார் ஜெயமோகன்.

காடு, அடர்த்தியும் விரிவும் கொண்டு வாழ்வின் உருப்பெற யத்தனிக்கிறது என்றால் இருட்டும் குரூரமும் கொண்ட ஏழாம் உலகம், மனித வாழ்வின் இருண்ட மூலைகள் மீது ஒளியைப் பாய்ச்ச முயல்கிறது. கற்பனைக்கும் எட்டாத அளவு பலவித மான உடல் ஊனங்களைக் கொண்ட குறைப்பிறவிகளை உருப் படிகள்போல வியாபாரம் செய்து, அவர்களைப் பிச்சை எடுக்கவைத்துப் பிழைப்பு நடத்தும் முதலாளிகளின் கதையைக் கூறுகிறது ஏழாம் உலகம். உருப்படிகளை வாங்கி விற்பதோடு நில்லாமல் குறைப்பிறவிகளை உருவாக்குவதற்கான கொடூர மான உத்திகளையும் கையாளும் இவர்களுக்கு இவை எதுவுமே ஒரு சிறிதும் உறுத்துவதில்லை. சொந்த வாழ்வில் பலவிதமான ஆசாபாசங்களுக்கும் துக்கங்களுக்கும் இலக்காகும் முதலாளி களும்கூட இவர்கள்மீது எந்த அனுதாபமும் காட்டாத அளவுக்கு அவர்களது பார்வை ஊனமுற்றதாக இருக்கிறது.

நமக்குப் பார்க்கக் கிடைக்காத ஓர் உலகம் பற்றிய சித்திரத்தை விவரணைகளின் துணையின்றி உரையாடல்கள், காட்சிப்படுத்தல்கள் ஆகியவற்றின் வாயிலாக நம்பகத்தன்மை யுடன் முன்வைத்து நமது மன சாட்சியைத் தொந்தரவு செய்ய முனைகிறது ஏழாம் உலகம். தமிழ் நாவல் பரப்பில் இதுவரை காணப்படாத தமிழ் வாழ்வின் இருட்டு மூலைகளைப் பற்றிய இந்நாவல் அவ்வகையில் மிகவும் முக்கியமான முயற்சி என்பதில் ஐயமில்லை.

இவ்வளவு சாதகமான அம்சங்கள் இருந்தும் 'ஏழாம் உலக'த்தைக் கலை அமைதி கூடிய நாவலாகக் கருத முடிய வில்லை. நாவல் எழுப்பும் நம்பகத்தன்மை மிகுதியும் ஆவணப்

பதிவுகளுக்கே உரிய தட்டையான இயல்பையும் ஒற்றைப் பரிமாணத் தன்மையையும் கொண்டது என்பதே இதற்குக் காரணம். குறைப்பிறவிகளை வைத்துப் பிழைக்கும் போத்தி வேலுப் பண்டாரத்தின் வாழ்வும் குறைப்பிறவிகளின் வாழ்வு மாக மாறி மாறிக் காட்டப்படும் இப்பிரதியில் இரு உலகங் களுமே வாசக அனுபவத்தின் பகுதிகளாக மாறத் தவறிவிடு கின்றன. பிச்சைக்காரர்களின் வாழ்வு கண்காட்சியில் பார் வைக்கு வைக்கப்படும் பாங்கில் – அதற்குரிய திறமைகளுடன் – முன்வைக்கப்படுவதால் வாசகருக்கு அதிர்ச்சியைத் தவிர எந்தச் சலனத்தையும் ஏற்படுத்துவதில்லை. முதல் சில அத்தியா யங்களில் காட்சிப்படுத்தப்படும் அவலம் பிறகு வெவ்வேறு பின்னணிகளில் வெவ்வேறு முகாந்திரங்களை முன்னிட்டு வெவ்வேறு விதங்களில் சொல்லப்படும்போது அதன் தாக்கம் நீர்த்துப்போவதுடன் வாசக அதிர்ச்சியும் சமனப்படுத்தப்படு கிறது. பண்டாரத்தின் வாழ்வின் சோகச் சித்திரங்கள் அழுத்த மாக வெளிப்பட்டாலும் தமிழ்ப் புனைகதை உலகிற்கு அவை புதியவை அல்ல. பண்டாரம் தனது சொந்த வாழ்க்கையைப் பார்க்கும் விதத்திற்கும் தனது 'உருப்படி'களைப் பார்க்கும் விதத்திற்கும் இடையே உள்ள முரண் முன்வைக்கப்படும் மொழியின் மௌனம் மட்டுமே நாவலில் கலையம்சம் கூடியதாக நிற்கிறது.

இந்நாவலிலும் 'வகைமாதிரி'ப் பாத்திரங்கள், நிகழ்வுகள், வெகுஜன ரசனைக் குத் தீனிபோடும் திருப்பங்கள் ஆகியவை நிறைய இருக்கின்றன. அகமது, மாங்காண்டி சாமி ஆகியோர் பெரிதும் யூகிக்கக்கூடிய வகைமாதிரிகளாகவே காணப்படு கிறார்கள். பண்டாரத்தின் இரண்டாவது பெண் பண்டாரத்தை 'திடீரென்று' ஏமாற்றுவது, சன்னிதிக்குள் அர்ச்சகர் காட்டும் 'திறமை', 'சாமி'யாகவே மாற்றப்பட்ட நிலையில் மாங்காண்டி சாமியின் வாய் மூடிக்கொள்வதும் ஆகிவந்த இடத்தில் அவர் மீண்டும் தத்துவப் பாடல்களைப் பாடுவதும் ஆகிய திருப்பங ்கள் போன்றவை வெகுஜன ரசனைக்கு ஏற்ற சுவாரஸ்யத்துட னும் கண்ணாமூச்சித் தன்மையுடனும் வெளிப்படுகின்றன. சொல்லாமல் குறிப்புணர்த்தும் நுட்பம் வேறு, ஒளித்துவைத்து எடுத்துக்காட்டும் கண்ணாமூச்சி ஆட்டம் வேறு. காவல் நிலையத்தில் பண்டாரம் அடிபடும் காட்சி உள்ளிட்ட பல இடங்களில் இந்தக் கண்ணாமூச்சி ஆட்டத்தைக் காணமுடி கிறது. இவற்றுக்கிடையே பண்டாரத்தின் மன அவசம், குறைப் பிறவிகளை மனித ஜென்மங்களாக அவரால் பார்க்கவே முடியாதபடி மரத்துப்போன அவரது கண்ணோட்டம், முத்தம் மைக்குள் ஒளிரும் தாய்ப்பாசம் ஆகியவை செறிவுடனும் வலுவுடனும் வெளிப்பட்டிருக்கின்றன.

மிகுதியும் ஆவணத்தன்மை கொண்ட இந்த நாவலில் நம்பகத்தன்மை சார்ந்த சில ஓட்டைகளும் உள்ளன. நாவல் நிகழும் காலம் பற்றிய தகவல்கள் குழப்பத்தைத் தருகின்றன. ஓரிடத்தில் ராஜீவ் காந்தியின் ஆட்சி நடப்பதாக ஒரு குறிப்பு இருக்கிறது. அடுத்த பக்கத்திலேயே எம். ஜி. ஆர். இறந்து நான்கு வருடம் ஆகிறது என்ற குறிப்பு வருகிறது. 1987இல் எம். ஜி. ஆர். இறந்தார். பிறகு நடந்த நாடாளுமன்றத் தேர்தலில் தேசிய அளவில் காங்கிரஸ் தோல்வி அடைந்து ராஜீவ் பதவி இழந் தார். அதன் பிறகு அவர் ஆட்சியைப் பிடிக்கவே இல்லை. எம். ஜி. ஆர் இறந்து நான்கு ஆண்டுகள் முடிவதற்குள் 1991 மே மாதத்தில் ராஜீவ் கொலை செய்யப்பட்டார். நாவல் நடக்கும் காலம் எண்பதுகளின் இறுதி அல்லது தொண்ணூறு களின் தொடக்கம் என்று வைத்துக் கொண்டால், பிச்சைக் காரர்கள் கையில் சர்வ சாதாரணமாகப் புழங்கும் ஐந்து ரூபாய் நாணயங்கள் மிகவும் உறுத்துகின்றன. ஐந்து ரூபாய் நாணயங்கள் தொண்ணூறுகளின் இறுதியில்தான் அதிகம் புழங்குகின்றன. தவிர இன்றைக்குக்கூடப் பிச்சைக்காரர்களுக்கு ஐந்து ரூபாய் போடுபவர்கள் வெகு அபூர்வம். கதையில் முன்வைக்கப்படும் புற உலகம் சார்ந்த தகவல்கள் கதையின் ஆதாரம் சார்ந்து முக்கியத்துவமற்றவை தாம். ஆனால் அத்த கவல்களின் உள் முரண்பாடுகள் நாவலின் நம்பகத் தன்மையைப் பாதிக்கக்கூடியவை.

கூட்டிக் கழித்துப் பார்க்கும்போது இந்த இரண்டு நாவல் களையும் பற்றி இப்படித்தான் சொல்லத் தோன்றுகிறது: காடு தோல்வி பெற்ற நாவல் முயற்சி. ஏழாம் உலகம் வெற்றி பெற்ற ஆவணப்பதிவு.

●

வெக்கையைத் தணிக்கும் மழைத்துளிகள்

இளம் படைப்பாளிகள் பற்றிய குறிப்புகள்

கோடையின் வெக்கையினூடே தயக்கத்துடன் எட்டிப் பார்க்கும் சிறுமழையெனத் தோற்றம்கொள்ளும் இளம் படைப்பாளிகளின் வருகை அதன் எண்ணிக்கை சார்ந்து அதிக நம்பிக்கை அளிக்கவில்லை என்றாலும் அதன் படைப்பு சார்ந்த சலனங்கள் சூழலில் கனத்த அதிர்வுகளை ஏற்படுத்தத் தவறவில்லை. எண்பதுகளின் பிற்பாதியும் தொண்ணூறுகளின் முற்பாதியும் அடங்கிய பத்தாண்டுகள் நவீனத் தமிழ் இலக்கியத்தின் வளமான காலகட்டங்களில் ஒன்று எனச் சொல்ல வேண்டும். கோணங்கி, ஜெயமோகன், எஸ். ராமகிருஷ்ணன் முதலான பல இளைஞர்கள் தனித்த அடையாளங்களுடனும் வலிமையுடனும் தங்கள் படைப்புத்திறனின் வெளிப்பாட்டை நிகழ்த்திய காலகட்டம் இது, கருத்தியல் ரீதியாகப் புதிய வாசல்களைத் திறந்துவைப்பதன் மூலம் ராஜ்கௌதமன், தமிழவன், நாகார்ஜுனன் போன்றவர்களும், புறக்கணிக்கப்பட்டவர்களின் குரலைப் படைப்புக்கத்துடன் கவனப்படுத்துவதன் மூலம் இமையம், பாமா முதலானோரும் படைப்பு ரீதியான சலனங்களையும் ஆரோக்கியமான தொந்தரவுகளையும் ஏற்படுத்தினார்கள். எம். யுவன், மனுஷ்ய புத்திரன் போன்ற கவிஞர்கள்

தங்களுக்கான புதிய கவிமொழியைக் கண்டடைவதற்கான தீவிரமான உத்வேகங்களை வெளிப்படுத்தினார்கள். மூத்த படைப்பாளிகளும் இளம் படைப்பாளிகளும் உத்வேகத்துடன் இயங்கி, கிட்டத்தட்ட நூறாண்டு வயதுகொண்ட நவீனத் தமிழ் இலக்கியம் புதிய சிகரங்களை எட்டுவதை இயல்வ தாக்கிய காலகட்டம் அது.

இந்தப் பன்முக வீச்சு மேலும் வலிமைபெற்று முன்னோக்கி நகர்வதற்குப் பதிலாக, நவீனத் தமிழ் இலக்கியத்தின் பயணம் திசை மாற்றம் பெறத் தொடங்கியது. மூத்த படைப்பாளிகள் பலர் விருப்ப மற்றும் கட்டாய ஓய்வு பெற்றுக்கொண்டு ஒதுங்கிவிட்டார்கள். படைப்பு வீரியம் கொண்ட புதிய எழுத்தாளர்களின் வருகை ஒப்பீட்டளவில் குறைந்திருக்கிறது. கிட்டத்தட்ட எல்லாத் தலைமுறைப் படைப்பாளிகளும் சிறுகதையைக் காட்டிலும் நாவல், கவிதை ஆகியவற்றிலேயே அதிக கவனம் செலுத்திவருகிறார்கள். ஜே. பி. சாணக்யா, என். ஸ்ரீராம் போன்ற மிகச் சில இளம் படைப்பாளிகள் மட்டுமே சிறுகதை வடிவத்தைத் தமது பிரதான வெளிப்பாட்டு முறையாகக் கொண்டிருக்கிறார்கள். மூத்த தலைமுறைப் படைப்பாளிகளில் சுந்தர ராமசாமி மட்டுமே – கடந்த ஓரிரு ஆண்டுகளில் – மிகுந்த உத்வேகத்துடன் சிறுகதைகளை எழுதிக் கொண்டிருக்கிறார். நூறாண்டுக் காலத்தில் சிறுதையின் வடிவ வகைமைகளிலும் வீச்சிலும் பெரும் சாதனைகள் புரிந்த ஒரு மொழியில் சிறுகதை வடிவம் மீதான ஆர்வம் படைப்பாளிகள் மத்தியில் குறைந்துவருவது வியப்பூட்டக்கூடிய பரிணாமம் என்றே சொல்ல வேண்டும். ஆனால் இதே காலகட்டத்தில் கவிதைப் பரப்பில் முனைப்புடன் செயல்படும் இளம் படைப் பாளிகளின் வீச்சு புதுவெள்ளமெனப் பெருக்கெடுப்பதையும் பார்க்க முடிகிறது.

கதா அமைப்பும் காலச்சுவடு இதழும் இணைந்து 2003இல் நடத்திய இளம் படைப்பாளிகளுக்கான சிறுகதைப் போட்டிக்கு வந்த 157 கதைகளில் சிறந்தவையாகத் தேர்ந்தெடுக்கப்பட்ட 11 கதைகளைக் கொண்டுள்ள இந்தத் தொகுப்பு, சமகால இளம்படைப்பாளிகளின் போக்கையும் வீச்சையும் பெருமளவில் பிரதிபலிக்கிறது. இன்றைக்கு இளம் படைப்பாளிகள் எழுதி வரும் கதைகளின் வகைமாதிரிகள் எனச் சொல்லத்தக்க இக்கதைகள் இன்றைய படைப்புச் சூழலின் பொதுவான சாதக பாதகங்களைச் சுட்டுகின்றன.

○

எண்ணிக்கையில் குறைவாக இருந்தாலும் இளம் படைப் பாளிகள் படைப்பு சார்ந்த புதிய சலனங்களை உருவாக்கத்

தவறவில்லை என்பதைக் கூர்ந்து கவனிக்கையில் உணர முடிகிறது. செழுமையான மரபு கொண்ட இலக்கியப் பரப்பில் புதிதாய் முளைவிடும் இவர்கள் தங்கள் முன்னோடிகளின் சாதனைகளையும் பாணிகளையும் போலிசெய்வதைக் கவனமாகத் தவிர்த்துவிடுகிறார்கள். பல விதமான பரிசோதனைகள் நிகழ்த்தப்பட்ட ஒரு களத்தில் புதிய வேகத்தோடு அழுத்தமான பாய்ச்சலை நிகழ்த்தும் வேட்கையை வெளிப்படுத்துகிறார்கள். ஜே.பி. சாணக்யா, ஆதவன் தீட்சண்யா, சல்மா, அழகிய பெரியவன், அஜயன் பாலா, என். ஸ்ரீராம், உமா மகேஸ்வரி, புகழ் முதலான இளம் படைப்பாளிகள் அனைவரும் தமக்கெனப் பிரத்யேகமான கதைப்பொருள்களையும் மொழியையும் கொண்டுள்ளார்கள். முன்னோடிகளில் இருந்து வித்தியாசப்படும் அதே சமயம் தொப்புள் கொடி உறவின் அடையாளங்களையும் தவிர்க்க முடியாமல் கொண்டிருக்கிறார்கள். நூறாண்டு அனுபவத்தையும் பல்வேறு பரிசோதனைகளின் விளைவையும் பின்பலமாகக் கொண்ட நவீனத் தமிழ் இலக்கியப் பரப்பின் சாதகமான அம்சங்களை உள்வாங்கிக்கொண்டுள்ள இவர்கள் அதிக சிரமமின்றிப் பல தடைகளை உடைத்து முன்னோக்கி நகருகிறார்கள். பாலுறவுச் சிக்கல்கள் பற்றியோ உறவுமுறைப் பிறழ்வுகள் குறித்தோ புறக்கணிப்பின் அரசியலைப் பற்றியோ பரபரப்பின்றி இயல்பாக இவர்களால் எழுத முடிகிறது. 'விலக்கப்பட்ட கனி'களைப் புன்சிரிப்போடு சுவைக்க முடிகிறது. கோஷங்களின் துணையின்றிப் புறக்கணிக்கப்பட்டவர்களின் வாழ்வைப் பிரதிபலிக்க முடிகிறது.

கதைப்பொருள் சார்ந்த வீச்சும் அணுகுமுறையும் ஒரு புறம் இருக்க, வெளிப்பாட்டு முறை சார்ந்து இவர்களிடம் காணப்படும் துல்லியமும் தன்னம்பிக்கையும் நிறைவளிக்கின்றன. சிக்கலான மன உணர்வுகளும் வட்டார வழக்கும் மிகுந்த தன்னம்பிக்கையுடனும் நம்பகத்தன்மையுடனும் இவர்களது புனைவுகளில் வெளிப்பாடு கொள்கின்றன.

இவை அனைத்தும் முக்கியமான கூறுகள் என்றாலும் இவை கூறுகள் மட்டுமே என்பதையும் சாரமல்ல என்பதையும் மறந்துவிடக் கூடாது. இந்தக் கூறுகளின் துணையுடன் கட்டி எழுப்பப்படும் புனைவு ஆழம் கூடியதாகவும் புதிய சிகரங்களை நோக்கி மேலெழும் துடிப்புக் கொண்டதாகவும் இருப்பதே படைப்பு ரீதியான வெற்றியின் முழுமை எனக் கொண்டால் பெரும்பாலான இளம் படைப்பாளிகளின் படைப்புகள் சற்றுப் பின்தங்கியிருப்பதைக் காண முடியும். அனுபவம், பார்வை, மொழி ஆகியவற்றின் துணையோடு உருவாகும் புனைவுலகம் ஆழமும் அடர்த்தியும் கூடிய படைப்பாவேசத்தோடு முயங்கும் போது நிகழும் வெடிப்பின் பரவசக் கணங்களைத் தரிசிப்பது

அரிதாகிவருகிறது. இதற்கான வேட்கை போதிய வலுவுடன் வேரூன்றவில்லையோ என்ற கவலையூட்டும் ஐயம் தவிர்க்க முடியாமல் எழுகிறது. சமகால இளம் படைப்பாளிகளின் முக்கியமான பலவீனமாக இதைச் சொல்ல வேண்டும்.

○

இத்தொகுப்பிலுள்ள கதைகள் பற்றிக் கூறுவதற்கு நிறைய இருந்தாலும் சில விஷயங்களை மட்டும் இங்குக் கோடிகாட்டலாம். தனது படிமம், சமூக மதிப்பீடுகளின் தராசில் தனக்குக் கிடைக்கும் இடம் ஆகியவற்றைக் காட்டிலும் படைப்பு சார்ந்த சுதந்திரமும் வெளிப்பாட்டு நேர்மையும் முக்கியம் எனக் கருதி இயங்கும் சமரசமற்ற தீவிரத்தைப் பிரதிபலிக்கிறது சாணக்யாவின் 'ஆண்களின் படித்துறை'. மனித உறவுகளின் வெளித் தோற்றங்களுக்கும் உண்மைக்குமிடையிலான அச்ச மூட்டும் இடைவெளியையும் உண்மையின் தரிசனம் தரும் தொந்தரவுகளையும் 'இழப்பு', 'வெளிவாங்கும் காலம்' ஆகிய கதைகள் துல்லியமாக உணர்த்துகின்றன. பிரமிப்பூட்டும் தன்னம்பிக்கையுடன் முஜீப் ரஹ்மானும் இராகவனும் நிகழ்த்தும் பரிசோதனைகள் பன்முக வாசிப்பை வற்புறுத்துகின்றன. இராகவனின் மொழி ஆளுமை விசேஷ கவனத்திற்குரியது. புகழும் முத்துக்குமாரும் வட்டார வழக்கைக் கையாளும் துல்லியம் வியப்பூட்டுகிறது. வெற்றுக் கோஷங்களின் துணையின்றி அரசியல் – சமூகப் பிரச்சினைகளைப் படைப்பில் கையாள முடியும் என்பதைக் காட்டுகிறது ஆதவன் தீட்சண்யாவின் கதை. முன்பே குறிப்பிட்டுள்ளபடி, ஆழமும் அடர்த்தியும் கூடிய படைப்பாவேசத்தின் விளைவுகளை ஏற்படுத்தவல்ல தருணங்கள் கூடிவராதது இக்கதைகளின் முக்கியமான பலவீனம்.

இப்படியாக, இளம் படைப்பாளிகளின் பலம், பலவீனம் ஆகியவற்றின் பெரும்பாலான அடையாளங்களையும் இத்தொகுப்பில் காண முடிகிறது. அந்த வகையில் சமகால இளம் படைப்பாளிகள் குறித்த பொதுவானதொரு சித்திரத்தை உருவாக்கிக்கொள்ள இத்தொகுப்பு உதவுகிறது. இதுவே இதன் முக்கியத்துவத்தை உணர்த்தும் அம்சம்.

●

புதுமைப்பித்தன் சிறுகதைகள்
முன்னோடியின் சுவடுகள்

புதுமைப்பித்தனின் சிறுகதைகளைப் பற்றிச் சுருக்கமாகப் பேசுவது என்பது இயலாத காரியம். மொத்தம் 97 கதைகள். ஏகப்பட்ட கதைக் களன்கள். பல தரப்பட்ட கதை மாந்தர்கள். வியப்பூட்டுமளவுக்கு விதவிதமான கதைப் பொருள்கள். இவை அனைத்தையும் இணைக்கும் சரடாக அமைந்த கலை நோக்கு. அந்தக் கலை நோக்கின் முக்கியமான அம்சங்களான மொழி நடை, கதை கூறும் முறை, கறாரான விமர்சனப் பார்வை, கூர்மையான அங்கதம் ஆகியவை. இவற்றையெல்லாம் மேலோட்டமாகத் தொட்டுச் சென்றாலே குறைந்தது அரை மணிநேரமாவது பேச வேண்டியிருக்கும். விரிவாக விவாதிக்க வேண்டுமென்றால் மணிக்கணக்கில் பேச வேண்டியிருக்கும். எனவே புதுமைப்பித்தனின் சிறுகதைகள் என்று மொத்தமாக எடுத்துக்கொள்ளாமல் அவரது சிறுகதைகளின் உத்திகள் / பரிசோதனைகள் என்பதாக என் கவனத்தைக் குவித்துக்கொள்கிறேன்.

இலக்கிய ரீதியான உத்தி என்பது வியாபார உத்தி, விளம்பர உத்தி, அரசியல் உத்தி ஆகியனவற்றைப்

தாமரை இலைமீது ததும்பும் சொற்கள் ✤ 137

போல அலாதியான அம்சமாக இல்லாமல் படைப்பாளியின் கலைப் பார்வையுடனும் அவர் தேர்ந்துகொள்ளும் கதைப் பொருளுடனும் மிக நெருக்கமான தொடர்புகொண்ட ஓர் அம்சமாக இருப்பதால் உத்தியைப் பற்றிய பேச்சில் வேறு பரிமாணங்களும் இயல்பாகவே இணைந்துகொள்ளும். சிறு கதைகளைப் பொறுத்தவரை பாரதி, வ.வே.சு. ஐயர் ஆகியோரிடம் தன் தொடக்கப் புள்ளிகளைக் கண்ட நவீனத்துவம், புதுமைப்பித்தனிடத்தில் தனது தெளிவான அடையாளத்தையும் வளர்ச்சியையும் கண்டது. புதுமைப்பித்தன் காலத்திலேயே கு.ப. ராஜகோபாலன், ந. சிதம்பர சுப்பிரமணியன் போன்ற பலர் சிறுகதைகளில் இயங்கிவந்தாலும் புதுமைப்பித்தன் பரீட்சித்துப் பார்த்த வகைமைகளையும், தடுமாற்றங்கள், சறுக்கல்களைத் தாண்டி சிறுகதை வடிவத்தை அவர் கையாண்டு செழுமைப்படுத்தித் தந்த விதத்தையும் பார்க்கையில் தமிழில் சிறுகதைக் கலைக்கு முன்னோடி என்ற அடைமொழிக்கு வேறு எவரையும்விட அவரே பொருத்தமானவர் என்று துணிந்து சொல்ல முடியும்.

ஒற்றைக் குவிமையம், அதைச் சுற்றிப் படரும் இழையின் வீச்சு, அந்த இழையுடன் முரண்படும் இன்னொரு இழையுடனான சந்திப்பில் நிகழும் வெடிப்பில் உருவாகும் ஒரு புதிய திறப்பு. இது நவீனத்துவச் சிறுகதை வடிவத்தின் ஒரு முக்கிய அடையாளம். முரண்படும் மற்றொரு இழை இல்லாமல் அந்த ஒற்றை இழையே முறுக்கேறி ஓர் உச்சத்தை அடைந்தும் வெடிப்பு நிகழலாம். எப்படியும் முடிவில் நிகழ்வது ஒரு முரணியக்கம். அதனின்று பிறப்பது ஒரு புதிய திறப்பு, பார்வை, கேள்வி, தேடல். இவை நவீனத்துவச் சிறுகதையின் புறவடிவம் சார்ந்த சில கூறுகள்.

அகம் சார்ந்த கூறுகள் நவீனக் கருத்தியலுடன் தொடர்பு கொண்டவை. அறிவியல் ரீதியான அணுகுமுறை, யதார்த்த நோக்கு, சமூக அமைப்பை, அதன் இயக்கத்தை, அறிவுபூர்வமான அணுகுமுறையோடு முன்னெடுத்துச் செல்லும் பார்வை முதலியவையாக அக்கூறுகளை அடையாளம் காணலாம். இவை எல்லாவற்றுக்கும் மேலாக, பழையனவற்றை மறு உற்பத்தி செய்யும் போக்கை முற்றாகத் துறந்து எல்லாவற்றிலும் புதியவற்றைப் படைக்கும் உத்வேகம்.

எந்த இலக்கியக் கோட்பாட்டையும் போலவே நவீனத்துவத்துவத்தையும் முழுமையாக வரையறுத்துவிட முடியாது என்பதால் இங்கே சுட்டப்பட்டுள்ள அம்சங்களை ஒரு கோடிகாட்டலாகக் கொண்டு இந்தப் பின்னணியில் புதுமைப் பித்தனின் சிறுகதை உலகை ஆராய்வோம்.

எடுத்த எடுப்பில் ஒரு விஷயத்தைத் தெளிவாகக் குறிப்பிட வேண்டும். மேலே சொல்லப்பட்ட கூறுகள் அனைத்தும் புதுமைப்பித்தனில் இருப்பது மட்டுமல்ல; இவற்றில் பெரும் பாலானவை அவரிடத்திலேயே தொடங்குகின்றன. அழகியல், வடிவம், கருத்தியல் ஆகிய அம்சங்களில் தமிழின் நவீனச் சிறுகதைகள் பெற்ற வளர்ச்சிக்கு வித்திட்டதும் பெரும் பங்களித்ததும் புதுமைப்பித்தனின் சிறுகதைகள்தாம்.

நவீனத்துவச் சிறுகதைகள் என்று பேசும்போது மரபு வழிப்பட்ட பழைய கதைகளினின்றும் பின்நவீனத்துவக் கூறுகள் கொண்ட கதைகளினின்றும் வேறுபட்ட ஓர் வகைமை என்பதை நாம் மனத்தில் இருத்திக்கொள்ள வேண்டும். 'ஒரு ஊரில் ஒரு குடியானவன்' அல்லது 'மதுரையை ஆண்டு வந்த பாண்டியன்' என்பன போன்ற சம்பிரதாயமான தொடக்கங்கள் நவீனத்துவச் சிறுகதைகளில் காணக் கிடைக் காது. கதை தொடங்குமிடத்திலிருந்து தொடங்காமல் இடை யிலிருந்து தொடங்கி, முன்பின்னாக நகர்ந்து தன்னை வெளிப் படுத்திக்கொள்கிறது. கடைசி வரிகள் கதையின் போக்கைத் திசைதிருப்புகின்றன. அந்தத் திசைதிருப்பலிருந்து பிறக்கிறது ஒரு புதிய கோணம். அச்சடித்த தாளில் கதை முடிந்த இடத் திலிருந்து நம் மனத்தில் கதை தொடங்குகிறது. கடைசியில் திருப்பம் ஏதும் இன்றிக் கவித்துவ உச்சத்துடன் முடியும் கதைகளும் முடிவினின்று கிளை விரியும் தன்மையைக் கொண்டிருக்கின்றன.

இந்தத் தன்மைகளுடன் நவீனத்துவக் கருத்தியல் சார்ந்த கூறுகளும் படைப்பாளியின் கலைத்திறனும் இணையும்போது கச்சிதமான சிறுகதை பிறக்கிறது. சிறுகதையின் வீச்சு ஒற்றைக் குவிமையம் என்பதால் மையத்துடன் நேரடியாகத் தொடர் பற்ற வரிகள் சிறுகதை அமைதிக்குக் குந்தகமாகவே அமைந்து விடுகின்றன. அந்த வரிகள் எவ்வளவு சிறப்பாக இருந்தபோதிலும்.

கச்சிதமான பல சிறுகதைகளை எழுதியிருக்கும் புதுமைப் பித்தன் இதுபோன்ற குறைகளுக்கு அப்பாற்பட்டவரல்ல என்பதை முதலில் குறிப்பிட விரும்புகிறேன். சிறுகதைகளின் முன்னோடிகளில் ஒருவர் என்ற நிலையில் இந்தக் குறைபாடு கள் இயல்பானவை என்பதையும் நாம் உணர வேண்டும். தொடக்க காலத்தில் – 1934, 1935இல் – அவர் எழுதிய பல கதைகள் தொடங்க வேண்டிய இடத்திற்கு முன்பு தொடங்கி முடிய வேண்டிய இடத்தைத் தாண்டி முடிகின்றன. ஊரைப் பற்றி நான்கு வரிகள், சமூக அமைப்பைப் பற்றி நான்கு வரிகள் என்றெல்லாம் சுவாரஸ்யமாகப் பிரசங்கம் செய்து விட்டுத்தான் கதைக்கு வருகிறார் புதுமைப்பித்தன். அதே

போல், கதை முடிந்த பிறகும் விளக்கமாகவோ, அறிவுறுத்தலாகவோ நான்கு வரிகள் வந்து விழுகின்றன. இவை படிக்கச் சுவையாக இருந்தாலும் கதைக்கு வெளியே இருக்கின்றன.

முடிவிலும் தொடக்கத்திலும் மட்டுமின்றி இடையிலும் கதையின் மையத்திற்குத் தொடர்பற்ற வர்ணிப்புகள், இடித்துரைப்புகள், எக்காளங்கள் இடம்பெற்றுக் கதையின் உருவ அமைதியின் சமநிலையைக் குலைக்கின்றன. டிராம் வண்டிகளின் தொந்தரவுகளையும் மின்சார நாகரிகத்தின் அடையாளங்களையும் அர்ச்சகர்களின் தொந்திகளையும் சொல்லித் தீரவில்லை புதுமைப்பித்தனுக்கு. கற்பு, கற்பு என்று கதைக்கிறீர்களே, இதுதான் ஐயா பொன்னகரம் என்று இடிக்காமல் கதையை முடிக்க முடியவில்லை. வாணிதாஸபுரம் ஒரு பூலோக சொர்க்கம் என்று தொடங்கும் சித்திரத்தை விரிவாகத் தீட்டிக்கொண்டுபோய் இரண்டாம் பக்கம் முடியும்போது சாவகாசமாகக் கதைக்கு வருவதில் அவருக்கு எந்தப் பிரச்சினையும் இல்லை. ஆலாபனையின் நீட்சியை இப்படி ஆங்காங்கே மீட்டிக்கொண்டே போனாலும் இந்த வரிகள் தம்மளவில் ஒளி பொருந்தியவையாகவும் படைப்பூக்கம் மிகுந்தவையாகவும் விளங்குகின்றன. புதுமைப்பித்தனின் ஆதார சுருதியான விமர்சன நோக்கும் – கூரிய அங்கதமும் விமர்சனமும்தான் – இந்த வரிகளில் வெளிப்பட்டு வாசக அனுபவத்தைச் செழுமைப்படுத்துகின்றன. என்றாலும் சிறுகதை வடிவம் என்று பார்க்கும்போது கலை அமைதிக்குக் குந்தகம் ஏற்படுத்துவதாகவே இந்த வரிகள் உள்ளன என்பதையும் சொல்ல வேண்டியிருக்கிறது.

விமர்சிக்க வேண்டிய அம்சங்களைக் காரமாகவும் கூர்மையாகவும் விமர்சிப்பதில் புதுமைப்பித்தனுக்கு உள்ள அளவு கடந்த ஆர்வமே இதுபோன்ற குறைகளுக்குக் காரணமாக அமைந்திருக்கும் என்று தோன்றுகிறது. அதுபோலவே, சித்திரங்களைத் தீட்டுவதில் உள்ள ஆவல். கதைக்குள் வரும் சித்திரங்கள் ஒருபுறம் இருக்க, மொத்தக் கதையே சிறுகதை உருவம் பெறாமல் ஒரு சித்திரமாக நின்றுவிடும் தன்மையையும் புதுமைப்பித்தனிடத்தில் பார்க்க முடிகிறது.

சிறுகதை வடிவம் குறித்த பிரச்னையோடு பார்க்கையில் இவை உறுத்துகின்றன. சுமார் 75 ஆண்டுக் காலச் சிறுகதை வளர்ச்சியின் பின்னணியில் பார்க்கும்போது அதிகமாகவே உறுத்துகின்றன. ஆனால் முன்னோடிகள் அற்ற ஒரு துறையில் பல்வேறு பரிசோதனைகளின் வழியே தனது கலை வெளிப்பாட்டினைக் கண்டடைந்த ஒரு கலைஞனின் காலடித் தடங்

களில் இதுபோன்ற சறுக்கல்களின் அடையாளங்கள் தென்படு வது இயல்பே. சொல்லப்போனால் இத்தகைய சறுக்கல்களி லிருந்து பாடம் கற்றே தமிழ்ச் சிறுகதை வளர்ந்திருக்கிறது.

இந்த வளர்ச்சியின் அடையாளத்தைக் காண நாம் வேறெங்கும் போக வேண்டியதில்லை. புதுமைப்பித்தனிடமே காணலாம். அவரது பிற்காலக் கதைகள் பெரும்பாலான வற்றில் இதுபோன்ற குறைகள் நீங்கிக் கச்சிதமான கதைகள் உருப்பெற்றிருக்கின்றன. 'ஒருநாள் கழிந்தது', 'மனித யந்திரம்', 'கடவுளும் கந்தசாமிப் பிள்ளையும்', 'கயிற்றரவு', 'காஞ்சனை', 'மகா மசானம்' முதலான பல கதைகளில் சிறுகதை அமைதிக்குப் பொருந்தாத உபரி வாக்கியங்கள் அனேகமாக இல்லை. வாசக அனுபவத்தினூடே கதையின் தன்னிலைக்குப் புறத்திலிருந்து எழும் ஆசிரியக் குறுக்கீடுகள் இல்லை. சித்தரிப் பும் மொழியும் கதைப்போக்கும் கதையின் அடிச்சரடான பார்வையும் இசைவு கூடி, கலைத் தன்மையுடன் பரிமளிக் கின்றன. நவீனத்துவச் சிறுகதைக் கலை அடையக்கூடிய வெற்றியை எய்தும் இதுபோன்ற கதைகளின் உச்சமாக 'சாப விமோசனம்', 'செல்லம்மாள்' ஆகிய இரு கதைகளையும் சொல்ல முடியும்.

○

புதுமைப்பித்தனுக்குப் பின் வந்த நவீனத்துவக் கலைஞர் களின் சிறுகதைகள் கலை நோக்கினாலும் பார்வை அழுத்தங் களாலும் மாறுபட்டிருக்கலாம். ஆனால் இவற்றில் பெரும் பாலனவை வடிவ ரீதியில் பார்க்கும்போது புதுமைப்பித்தன் கதைகளின் எல்லைக்குள்ளேயே புழங்குகின்றன. சட்டென்று தொடங்குவது, குவிமையம் சிதறாமல் உச்சத்தை நோக்கி நகர்வது, புதிய திறப்பை இயல்வதாக்கும் திருப்பத்துடன் அல்லது முரணியக்கத்துடன் முடிவடைவது என்னும் போக்கைக் கொண்ட கச்சிதமான சிறுகதைகளைத் தமிழில் பலர் எழுதியிருக்கிறார்கள். கு.ப.ரா., கு. அழகிரிசாமி, ஜி. நாகராஜன், சுந்தர ராமசாமி, அசோகமித்திரன், ஆதவன், வண்ணநிலவன், கோணங்கி, ஜெயமோகன், எஸ். ராமகிருஷ்ணன், ஜே.பி. சாணக்யா என்று பலர் கச்சிதமான வடிவ அமைதி கொண்ட சிறுகதைகளை எழுதியிருக்கிறார்கள். இத்தகைய கதைகளில் எதைப் படித்தாலும் புதுமைப்பித்தனின் கச்சிதமான கதை களில் ஏதேனும் ஒன்ற நினைவுக்கு வராமல் போகாது. அந்த அளவுக்கு, சிறுகதைக்கு இலக்கணமாகச் சொல்லக் கூடிய கதைகளைப் புதுமைப்பித்தன் எழுதியிருக்கிறார்.

பல்வேறு பரிசோதனைகள், ஆர்வங்கள், சமன் குலைந்த எழுத்துக்கள் ஆகியவற்றினூடே பயணம் செய்து புதுமைப் பித்தன் இந்த இடத்தை வந்து அடைந்திருக்கிறார். முன்னோடி களுக்கே உரிய இந்தப் பயணத்தை மிகுந்த வீரியத்துடனும் படைப்பூக்கத்துடனும் நிகழ்த்தியிருக்கிறார். 'ஒருநாள் கழிந்தது' முதல் 'சாப விமோசனம்' வரையிலான பல கதைகள் இதற்கான சாட்சியங்களாக நம்முன் நிற்கின்றன.

புதுமைப்பித்தனின் சில கதைகளில் வடிவ ரீதியில் உள்ள சில பிரச்சினைகளைப் பற்றிப் பேசும்போது நவீனத்துவ நோக்கில் பார்க்கும்போது மட்டுமே அந்தக் குறைகள் அழுத்தம் பெறுகின்றன என்பதையும் குறிப்பிட வேண்டும். நவீனத்துவக் கருத்தியல் மற்றும் அழகியல் எல்லைகளைத் தாண்டிய பார்வையுடன் பார்க்கையில் அக்கதைகளின் தன்மையும் மாறிவிடக்கூடும் என்பதையும் குறிப்பிட வேண்டும். குறிப்பாகப் பன்முக வாசிப்பும் 'மறுவாசிப்பு'ம் நிகழ்த்தப்பட்டு வரும் சமீபத்திய ஆண்டுகளில் புதுமைப்பித்தனின் 'ஒழுங்கற்ற' கதைகளும் பல விதமான அர்த்தங்களைத் தருவதுடன் அலாதியான வாசிப்பு அனுபவத்தையும் தருகின்றன. மிகக் கச்சிதமான கதைகள் எழுதத் தொடங்கிய பிறகும் அவர் வடிவ ரீதியில் நெகிழ்வான கதைகளை எழுதியிருப்பதைப் பார்க்கும்போது மீறல் குறித்த பிரக்ஞையுடனேயே அதைச் செய்திருப்பார் என்ற முடிவுக்கே நாம் வர வேண்டியிருக்கிறது.

வடிவம், உத்தி, ஆகியவை குறித்த பார்வைகளும் மதிப் பீடுகளும் எப்படி இருந்தாலும் புதுமைப்பித்தனின் படைப்பு வீரியம் கிட்டத்தட்ட அவரது அனைத்துக் கதைகளிலும் அழுத்தமாக இருப்பதைக் காண முடிகிறது. இதுவே அவரது படைப்பின் ஆதார வலிமையாக அமைந்து அவரது கதை களைக் காலம் கடந்து உயிர்ப்புடன் வைத்திருக்கிறது. இந்தப் பின்னணியில் உத்திகள், நவீனத்துவ அழகியல் கூறுகள் முதலானவை இயல்பாகவே இரண்டாம் பட்சமாகிவிடுகின்றன.

○

நவீனத்துவத்தின் எல்லைக்குள்ளும் அதன் எல்லைக்கு வெளியிலும் பல பரிசோதனைகளையும் புதுமைப்பித்தன் செய்து பார்த்திருக்கிறார். பரமன் பிட்டுக்கு மண் சுமந்து பிரம்படி பட்ட கதையைத் தனது போக்கில் எழுதிய 'அன்று இரவு', மாணவர்களின் பரீட்சை முஸ்தீபுகளை இந்திரஜித்தின் நிகும்பலை யாகத்திற்கு இணையாகக் காட்டிப் பரிகசிக்கும் 'நிகும்பலை', காலங்கள் மாறினாலும் மாறாமல் தொடரும்

மனித சுபாவத்தை மிகச் சுருக்கமாகக் காட்டும் 'உணர்ச்சியின் அடிமைகள்', புலனாய்வுத் தன்மை கொண்ட 'நானே கொன்றேன்', கேள்விக்குறியைத் தலைப்பாகக் கொண்ட ஒரு சின்னஞ்சிறு கதை எனப் பல கதைகளை உதாரணமாகச் சொல்லலாம். 'சுப்பையா பிள்ளையின் காதல்'கள், ஒரு ஆளுமைச் சித்திரத்தைச் சிறுகதை அனுபவமாக மாற்றிய சாதனை. 'விநாயக சதுர்த்தி' போன்றவை கதையில்லாத கதைகளின் வெற்றிகரமான உதாரணங்கள்.

புனித பிம்பங்களையும் தொன்மங்களையும் கட்டுடைத்தல் பற்றித் தொண்ணூறுகளில் அதிகமாகப் பேசப்பட்டன. பெரும் பிரகடனங்களுடன் முன்வைக்கப்பட்ட இந்தக் கூறுகளை, 'காலனும் கிழவியும்', 'வேதாளம் சொன்ன கதை', போன்ற கதைகளில் புதுமைப்பித்தன் அனாயாசமாகச் செய்திருக்கிறார். தொன்மங்களையும் புனிதப் பீடங்களையும் கட்டுடைக்கும் 'ஆற்றங்கரைப் பிள்ளையார்', 'கடவுளும் கந்தசாமிப் பிள்ளையும்' போன்ற கதைகளையும் எழுதியிருக்கிறார். பிள்ளையார் என்னும் தெய்வத் திரு உருவின் பிம்பத்தைக் கலைத்துப்போடும் 'ஆற்றங்கரைப் பிள்ளையார்', இந்திய வரலாற்றை மறுவாசிப்பும் செய்கிறது. இந்த வரலாற்றில் சமூகம் அரசியல், தத்துவம் ஆகிய எல்லாக் கூறுகளும் ஊடாடுகின்றன. இது அவரது முதல் கதை என்பது இங்குக் குறிப்பிடத்தக்கது. ஆகிவந்த நம்பிக்கைகளையும் மரபுகளையும் கேள்விக்குட்படுத்தும் காரியத்தைச் 'சிற்பியின் நரகம்', 'அகலிகை', 'மனக்குகை ஓவியங்கள்' முதலிய கதைகளில் செய்திருக்கிறார். யதார்த்தத்தின் எல்லைகளை அர்த்தபூர்வமாக நெகிழ்த்தும் அல்லது மீறும் 'பிரம்ம ராக்ஷஸ்', 'காஞ்சனை', 'கபாடபுரம்' போன்ற மிகு புனைவுக் கதைகளையும் அபாரமான நேர்த்தியுடன் எழுதியிருக்கிறார். அவருக்குப் பிறகு இதுபோன்ற கதைகளை எழுதிய பலரும் உள்ளூரத் தாழ்வு மனப்பான்மை கொள்ளுமளவுக்குச் சிறப்பாக இவற்றைச் செய்திருக்கிறார். மேற்பரப்பில் குதூகலமான பரிகாசத்தையும் ஆழத்தில் தீவிரமான விமர்சனத்தையும் தன்னுள் கொண்டுள்ள 'எப்போதும் முடிவிலே இன்பம்' போன்ற கதைகளைத் தமிழில் இன்றுவரையிலும் அரிதாகவே காண முடிகிறது. பழைய கதைகளின் பாணியில் கதைசொல்லப் பலர் முயன்றிருக்கிறார்கள். ஆனால் 'கட்டிலை விட்டிறங்காக் கதை'யின் தரத்தில் எழுதப்பட்ட கதைகளை மிக மிக அரிதாகவே காண முடிகிறது. சமூகப் பார்வை, யதார்த்த நோக்கு, கலையம்சம் ஆகிய மூன்றும் இசைவு கூடிய 'நாசகாரக் கும்பல்' என்னும் கதை இவ்விதமான கதைகளில் சாதனை என்று சொல்லத்தக்க ஒரு கதை.

ஆக, இன்றளவிலும் தமிழில் எழுதப்பட்டுவரும் பெரும்பாலான கதைகளின் உத்திகள், கூறல்முறைகள், தத்துவ விசாரங்கள், சித்தரிப்புகள், ஆகியவற்றின் தொடக்கப் புள்ளிகளையும் வளச்சிப் போக்கையும் புதுமைப்பித்தனின் கதைகளில் பார்க்க முடிகிறது என்பதால் புதுமைப்பித்தனைத் தமிழ்ச் சிறுகதைகளின் முன்னோடி எனத் தயங்காமல் சொல்லிவிடலாம். பல்வேறு பரிசோதனைகள், படைப்பு மொழியைப் பட்டை தீட்ட எடுத்துக்கொண்ட முயற்சிகள், அவற்றின் வெற்றி தோல்விகள் தரும் பாடங்கள், நவீனத்துவப் பார்வையின் சாரமான பல அம்சங்களைத் தமிழ் எழுத்தின் அம்சங்களாக மாற்றிய பங்களிப்பு, நவீனத்துவத்தின் எல்லைகளை நெகிழ்த்தி விரிவுபடுத்திய பரிசோதனை, வாழ்வின் பல்வேறு வகைமைகளையும் தான் வாழ்ந்த காலத்தின் பன்முக அடையாளங்களையும் புனைவுப் பரப்பிற்குள் கொண்டுவந்த வீச்சு, புதுமையில் பித்துக் கொண்டிருந்தபோதும் மரபின் வளமான பகுதிகளைக் கவனத்துடன் உள்வாங்கி மெருகேற்றித் தந்த பொறுப்புணர்வு முதலான பலவிதங்களிலும் முன்னோடிகளுக்கான வீரியத்துடனும் வீச்சுடனும் புதுமைப்பித்தன் செயல்பட்டிருக்கிறார்.

மேதைகளுக்கே உரிய மிதமிஞ்சிய தன்னம்பிக்கையும் சுதந்திர உணர்வும் அஜாக்கிரதையும் புதுமைப்பித்தனின் பல கதைகளைப் பலவீனப்படுத்தி சாதாரணக் கதைகளாக்கியிருக்கினறன. ஆனால் இதுபோன்ற கதைகள் அவரது பரிசோதனைகளின் ஒரு பகுதியாக மாறி, கலைத் தேடலுக்கு உரம் சேர்த்து, மிகச் சிறந்த படைப்புகளை உருவாக்கத் துணைபுரிந்திருக்கின்றன. பல்வேறு விதங்களில் தன் பரிசோதனைகளையும் முயற்சிகளையும் மேற்கொண்டுவந்த புதுமைப்பித்தனின் கலைத் திறன் இந்த முயற்சிகளினூடாகத் தன்னைச் செழுமைப்படுத்திக்கொண்டுவந்திருக்கிறது. செழுமையும் பக்குவமும் கூடக்கூட உத்திகள் பிசிறு நீங்கிச் செம்மையடைந்து உச்சமான கலை வெளிப்பாடு சாத்தியப்பட்டிருக்கிறது. புதுமைப்பித்தன் கதைகளின் படிப்படியான மாற்றத்திலிருந்து துலங்கும் வளர்ச்சிப் போக்கில் இதனை உணர முடிகிறது. கால வரிசைப்படி அமைந்திருக்கும் புதுமைப்பித்தன் கதைகளின் தொகுப்பைப் படிக்கையில் இந்தப் பரிணாம வளர்ச்சியைக் காணலாம். இந்தப் பரிசோதனைகள் தமிழ்ச் சிறுகதை தன்னை வலுப்படுத்திக்கொள்வதற்கான பரிசோதனைகளாகவும் அமைந்திருக்கின்றன.

கலைப் பிரக்ஞையுடன் இயங்கும் ஒரு முன்னோடியின் பயணத்தின் அழுத்தமான சுவடுகளாக நம் முன் இருக்கின்

றன புதுமைப்பித்தனின் கதைகள். அந்தச் சுவடுகளிலிருந்து நாம் கற்றுக்கொள்ளவும் அனுபவம் பெறவும் எவ்வளவோ இருக்கின்றன.

○

கோவையில் 2006 டிசம்பர் 18,19,20 தேதிகளில் காலச்சுவடு அறக்கட்டளையும் ஸ்ரீ கிருஷ்ணா ஸ்வீட்சும் இணைந்து நடத்திய 'பாரதி 125, புதுமைப்பித்தன் 100, சுந்தர ராமசாமி 75' கருத்தரங்கில் வாசிக்கப்பட்ட உரை, சில மாற்றங்களுடன் இங்குப் பிரசுரிக்கப்படுகிறது.

அமர்வில் இந்த உரையின் மீது கருத்துத் தெரிவித்த திரு. க. மோகனரங்கன் முன்வைத்த ஒரு கருத்தின் அடிப்படையிலும் சில அம்சங்கள் சேர்க்கப்பட்டுள்ளன. கட்டுரையைச் செம்மைப்படுத்த உதவிய மோகனரங்கனுக்கு நன்றி.

●

இளம் படைப்பாளிகள்:

சலனங்களும் சவால்களும்

இளம் எழுத்தாளர்களை எப்படி வரையறுப்பது? வயதைப் பொறுத்தா, அனுபவத்தைப் பொறுத்தா? தன் முப்பதெட்டாம் வயதில் முதல் சிறுகதைத் தொகுப்பைக் கொண்டுவரும் எழுத்தாளரும் புதிய எழுத்தாளர்தான். பதினெட்டாம் வயதில் முதல் தொகுப்பை வெளியிட்ட எழுத்தாளரும் புதிய எழுத்தாளர்தான். கிட்டத்தட்ட நாற்பது வயதுக்குள் ஆயிரக் கணக்கான பக்கங்களை எழுதிக் குவித்துவிட்டு இறந்து போன பாரதியையும், புதுமைப்பித்தனையும் மூத்த எழுத்தாளர்கள் என்று சொல்லிவிட முடியுமா?

கலை – இலக்கிய – அறிவுத்துறைகளில் இளமை என்பதை வயதையோ அனுபவத்தையோ வைத்துத் திட்டவட்டமாக வரையறுத்துவிட முடியாது என்பதைப் போலவே வயதையோ அனுபவத்தையோ ஒப்பீட்டிற் கான அளவுகோலாகக் கொண்டுவிட முடியாது என்ப தும் வெளிப்படை. ஒரு குறிப்பிட்ட சூழலில், ஒரு குறிப் பிட்ட காலகட்டத்தில், ஒரு குறிப்பிட்ட துறையில் முக்கிய மான நபர்கள் சராசரியாக எந்த வயதில் அங்கீகாரம் பெறுகிறார்கள் என்பதை வைத்து இதை ஒருவாறு வரையறுக்கலாம், கல்வித் துறையில் சுமார் 25–27 வயது என்றால் இசை மற்றும நாட்டியத் துறையில் 20–22 வயது. தொழில் முனைவோர் மற்றும் அறிவியலா

ளர்கள் விஷயத்தில் 30–35. இந்த வயதுகளுக்கு அருகில் இருப்பவர்களை அந்தந்தத் துறைகளில் 'இளம்' என்ற அடைமொழிக்குப் பொருத்தமானவர்களாகக் கொள்ளலாம். எழுத்துத் துறையில் கடந்த 75 ஆண்டுக்கால அனுபவத்தை வைத்துப் பார்க்கும்போது 25–27ஐ இந்த அடைமொழிக்குப் பொருத்தமான வயதாக அடையாளப்படுத்தலாம். இதைச் சற்றே நெகிழ்த்தி 30 வதுக்குள் என்றும் வைத்துக்கொள்ளலாம்.

சென்ற நூற்றாண்டின் முதல் பாதியில் எழுத ஆரம்பித்த இளம் தமிழ் எழுத்தாளர்களுக்கு அவர்கள் முனைப்புடன் ஈடுபட்ட உரைநடை / புதுக்கவிதைத் துறைகளில் முன்னோடிகள் அதிகம் இல்லை. முன்னோடிகளுக்குள்ள சுதந்திரமும் சிரமங்களும் அவர்களுக்கு இருந்தன. படைப்பூக்கத்துடன் பல்வேறு சோதனைகளில் ஈடுபட்ட அவர்களது வெற்றிகளும் தோல்விகளும் இவற்றுக்கு இடைப்பட்ட நிகழ்வுகளும்தாம் நவீன தமிழ் இலக்கியத்தின் வரையறையாகவும், வரலாறாகவும் நம் முன்னே உள்ளன. அவர்களது காலடித் தடங்களே நவீன தமிழ் இலக்கியத்தின் சுவடுகள் என்றும் இதை விளக்கலாம்.

கடந்த 20–25 ஆண்டுகளில் எழுதத் தொடங்கிய இளம் படைப்பாளிகளின் பலமாகவும் பலவீனமாகவும விளங்குபவை இந்தச் சுவடுகள்தாம். இவற்றோடு, தமிழுக்கு அறிமுகமாயிருக்கும் பிறமொழிப் படைப்புகளும் சேர்ந்துகொள்ளும்போது ஓர் இளம் படைப்பாளிக்கான முன்னுதாரணங்கள் அதிகரிக்கின்றன. சவாலும் கூடுகிறது. இவற்றிலிருந்து உத்வேகம் பெறவும் பாடம் கற்கவும் இயலும் என்பது அனுகூலம். இவற்றைத் தாண்டி எதையாவது படைக்க வேண்டும் என்பது சவால்.

சமகால இளம் எழுத்தாளர்களில் பலர் இந்த அனுகூலத்தையும் சவாலையும் எதிர்கொண்டு ஆரோக்கியமாகச் செயல்புரிந்து வருகிறர்கள் என்பது என் மதிப்பீடு. முன்னோடிகளின் ஆக்கங்களை உள்வாங்கி வலுப்பெற்ற அடித்தளம், முன்னோடிகளைப் பிரதி எடுக்காமல் புதிதாகப் படைப்பதற்கான உத்வேகம், இந்த உத்வேகத்தின் ஜீவாதாரமான புதிய பார்வை கொண்ட படைப்புத் திறன் ஆகியவை இவர்களது ஆக்கங்களில் உள்ளார்ந்து நிற்பதை உணர முடிகிறது. ஜே.பி. சாணக்யா, பழநிவேள், சுகிர்தராணி, சங்கர ராமசுப்பிரமணியன், ராணி திலக், காலபைரவன், முகுந்த் நாகராஜன், கு. உமாதேவி முதலான சிலரை இந்த முடிவுக்கு ஆதாரமான படைப்பாளிகளாக அடையாளம் காட்டலாம். முன்னோடிகளின் வலுவை உட்கொண்டு செரித்துக்கொண்ட புதிய குரலாக இவர்களது வெளிப்பாடுகளை வகைப்படுத்தலாம்,

முன்னோடிகள் என்று சொல்லும்போது, படைப்பாக்கங்கள் என்பதோடு அவர்களது வீச்சைக் குறுக்கிவிட முடியாது.

மிகுந்த முனைப்புடனும் உற்சாகத்துடனும் அவர்கள் திறந்து வைத்த பல்வேறு சாளரங்களையும் அதன் வழியே தமிழுக்கு வந்த பல்வேறு படைப்புப் பார்வைகளையும் போக்குகளையும் சேர்த்தே பார்க்க வேண்டும். அர்ப்பணிப்பு உணர்வுடனும் கடும் உழைப்புடனும் அவர்கள் நடத்திவந்த இதழ்கள், அவை சாத்தியப்படுத்திய விசாலங்கள் ஆகியவற்றையும் சேர்க்க வேண்டும். அவர்கள் நிகழ்த்திய விவாதங்கள், போட்டுக் கொண்ட சண்டைகள், பரிமாறிக்கொண்ட அவதூறுகள், பகிர்ந்துகொண்ட அன்பு, அகியவற்றுக்கும் இந்த வீச்சில் பங்குண்டு. இன்றைய இளம் எழுத்தாளர்கள் பலரும் இதழ்கள் மூலமாகவும் மூத்த எழுத்தாளர்களுடனான தொடர்புகள் மூலமாகவும் தமது அனுபத்திற்கு வரும் இந்த வீச்சினை ஓரளவேனும் அறிந்து உள்வாங்கியிருக்கிறர்கள் என்பதே என் கணிப்பு. இதன் சாதக – பாதக அம்சங்களை அவர்கள் செயல்பாட்டிலும் அவர்களுடனான உரையாடலிலும் அடை யாளம் காண முடிகிறது என்பதே என் அனுபவம்.

சமகால இளம் எழுத்தாளர்களில் ஓரளவேனும் பொருட் படுத்தத் தக்கவர்களிடமிருந்து மிக முக்கியமானவர்கள்வரை பல்வேறு படித்தரங்களில் படைப்பாளிகள் செயல்பட்டுவரு கிறார்கள். அதீத அடக்கம் கொண்டவர்களையும் மிதமிஞ்சிய தன்னம்பிக்கையுடன் செயல்படுபவர்களையும் இவை இரண் டுக்கும் இடைப்பட்ட புள்ளிகளில் தொழிற்படுபவர்களையும் பார்க்க முடிகிறது. முன்னோடிகளின் பரிசோதனைகள், சாதனைகள் ஆகியவற்றை அப்படியே நகல் செய்யாமல் அவற்றை உள்வாங்கிக்கொண்ட வலுவை உள்ளார்ந்த இயல் பாகக் கொண்ட இளம் படைப்பாளிகள் ஒரு சிலரேனும் இருக்கிறார்கள். புதிய விஷயங்களை, தனதேயான விஷயங் களைக் கலை உணர்வுடன் வெளிப்படுத்தும் முனைப்புக்கொண்ட படைப்பாளிகள் இருக்கிறார்கள். தனக்கான மொழியைக் கண்டடையும் தீவிர முனைப்பும் இவர்களிடம் காணப்படு கிறது. மிகுந்த நம்பிக்கை அளிக்கும் இத்தகைய படைப்பாளி கள் எண்ணிக்கையில் குறைவாக இருப்பது இயல்பானதே.

அதே சமயம், இவர்களது படைப்பியல்புக் கூறுகளின் சாயல்களை மட்டுமே கொண்ட இளம் எழுத்தாளர்கள் பலரும் சூழலில் புழங்கிவருகிறார்கள். உள்ளார்ந்து நின்று தூண்டும் கலை வேட்கை குறைவாக இருப்பதோ, சூழலில் கவனம் பெறுவதற்கான முனைப்பு அதிகம் இருப்பதோ இவர்கள் காத்திரமாக வெளிப்படவோ பரிமளிக்கவோ முடியாத தற்குக் காரணமாக இருக்கிறது.

○

படைப்புத் தரத்திலும் தன்மையிலும் காணப்படும் இயல்பான வேறுபாடுகளைத் தாண்டி முக்கியமான ஒரு பொதுத் தன்மையை இந்தக் காலகட்டத்து இளம் எழுத்தாளர்கள் மத்தியில் பார்க்க முடிகிறது. நூறாண்டுக் கால இலக்கிய வளர்ச்சியைச் சமூகத்தின் பன்முக வளர்ச்சியோடு இணைத்துப் பார்த்தோம் என்றால் சமூகத்தில் நிகழ்ந்துவரும் பல்வேறு மாற்றங்களின் பிரதிபலிப்புகளை இலக்கியத் தளத்தில் காண முடியும். மையப்படுத்தப்பட்ட அமைப்பு, இடதுசாரி, வலதுசாரி, முற்போக்கு – பிற்போக்கு, பகுத்தறிவு, மூட நம்பிக்கை ஆகியவை சார்ந்த திட்டவட்டமான வரையறைகள், வருணாசிரம ஏற்பாட்டினைப் பிரதிபலிக்கும் சமூகப் படிநிலைகள் ஆகியவற்றில் கடந்த நூறு ஆண்டுகளாகப் பல மாற்றங்கள் ஏற்பட்டுவருகின்றன. சமூகத்தில் இந்த மாற்றங்கள் ஏற்படுவதற்கு இலக்கியவாதிகளும் தமது பங்களிப்பைச் செய்திருக்கிறார்கள். இந்த மாற்றங்கள் இலக்கியத்திலும் தமது தாக்கத்தைச் செலுத்தியிருக்கின்றன. இவற்றின் விளைவாக, அர்த்தபூர்வமான அதிகாரப்பரவலும் ஜனநாயகமயமாதலும் இலக்கியத்திலும் நடந்திருக்கின்றன. பிறப்பு, பொருளாதாரம், கல்வி என எந்த அம்சத்தை வைத்தும் அதிகாரப் படிநிலைகள் உருப்பெறவோ உருப்பெற்றாலும் நிலைபெறவோ முடியாது என்ற நிலை இன்று உருவாகிவருகிறது. ஒற்றை மையம் உடைந்து, விளிம்புகள் நெகிழ்ந்து, பல்வேறு மையங்கள் உருவாகும் போக்கு உருப்பெற்றுவருகிறது, சூழலில் செயல்படும் நபர்கள், அவர்கள் பேசும் விஷயங்கள் ஆகியவை இந்த மாற்றங்களைப் பிரதிபலிக்கின்றன. மொழிவழி கட்டமைக்கப்பட்ட அதிகாரங்கள் நெகிழ்ந்து மாற்றுருவங்கள் கொள்ளத் தொடங்கியிருக்கின்றன. விலக்கப்பட்ட கனிகள் புதிய அங்கீகாரங்களைப் பெற்றுவருகின்றன.

இத்தகைய மாற்றங்கள் பலவற்றையும் சமகால இளம் எழுத்தாளர்களிடத்தில் காண முடிகிறது. என்பதை நூறாண்டுக் கால இலக்கியப் போக்கின் குறிப்பிடத்தகுந்த வளர்ச்சியின் முக்கியமான அம்சங்களில் ஒன்றாகக் கொள்ள வேண்டும். பேசாப் பொருளைப் பேசத் துணிய வேண்டிய சவால் எதுவும் இன்று இல்லை. எதைப் பற்றி வேண்டுமானாலும் பேசும் சுதந்திரம் இன்று பெருமளவிற்கு உருவாகியிருக்கிறது, ஒரு பெண் தன் யோனியை விரிக்கும் செயலுக்குப் பின் இருக்கக் கூடிய பிரக்ஞையைப் பற்றி இன்று ஒரு பெண் கவிஞர் தைரியமாக எழுத முடிகிறது. சுய இன்பம் தரும் சுதந்திர உணர்வு பற்றி இயல்பாகப் பேச முடிகிறது. சாதி சார்ந்த தடைகளைத் தன் படைப்பு மொழியின் வழியே உடைத்துத் தன் சுயத்தை ஒருவர் வெளிப்படுத்திக்கொள்ள முடிகிறது. தனக்கும்

இரண்டாயிரமாண்டுத் தமிழிலக்கிய மரபுக்கும் இடையே உள்ள உறவையும் விலகலையும் சுதந்திரமாக அலச முடிகிறது,

ஒற்றை மையம் தகர்ந்து பல்வேறு மையங்கள் உருவாகும் இந்தக் காலகட்டத்தின் மிக முக்கியமான பரிமாணம் பெண்களுக்கும் தலித்துகளுக்கும் சாத்தியப்பட்டுவரும் புழங்கு வெளியின் விஸ்தீரணம். கடந்த பத்தாண்டுகளில் முக்கியமான சலனங்களை ஏற்படுத்திவரும் இளம் படைப்பாளிகளில் பெரும்லானவர்கள் பெண்கள் மற்றும் தலித்துக்கள் என்பது இதன் கண்கூடான நிரூபணம். இதுவே இன்றைய படைப்புச் சூழலின் முக்கியமான பரிமாணம்.

○

இந்தக் காலகட்டத்தின் பலவீனங்களும் நேற்றைய இலக்கியப் போக்குகளின் கசடுகளும் இன்றைய இளம் எழுத்தாளர்களைப் பாதிப்பதையும் இங்கு குறிப்பிட்டாக வேண்டும். எத்தகைய முன்னுதாரணங்களை ஒருவர் பின்பற்ற விரும்புகிறார் என்பது அவர் எத்தகைய இயல்புள்ளவர் என்பதையும் எந்த இடத்திற்கு, எவ்வளவு நேரத்தில் செல்ல விரும்புகிறார் என்பதையும் பொறுத்தது. படைப்பைப் பிரதானமாகக் கொண்டவர்களுக்கும், படைப்பை ஒரு ஏணியாகப் பயன்படுத்திக்கொண்டு பொருள் சார்ந்த பலன்களையும், புகழையும் அடைய விரும்புகிறவர்களுக்கும் அவரவர்களுக்கான முன்னுதாரணங்கள் கிடைக்கின்றன. அர்ப்பணிப்புடன் படைப்பில் ஈடுபடுபவர்களுக்கும் கலக முகமூடிகளுடன் திரிபவர்களுக்கும் அவரவர்க்கான முன்னோடிகள் இருக்கிறார்கள்.

ஆழமான ஈடுபாட்டுடன் கூடிய உழைப்பை நம்பாமல், பிரகடனத் திறமைகளின் மூலம் தன் இடத்தை நிலை நிறுத்திக்கொள்ள முயல்வது, இலக்கிய உலகில் கிடைக்கும் அங்கீகாரத்தை அடையாள அட்டையாக மாற்றி வெகுஜன ஊடகங்களில் வலுவான இடத்தைப் பிடித்து வாழ்க்கையில் முன்னேற முனைவது, சுய தம்பட்டத்தையும் சக எழுத்தாளர்களின்பால் அலட்சியத்தையும் தூண்டிவிடும் அகந்தையைச் சுமந்துகொண்டிருப்பது, கலகம் என்பதன் ஆழமான பொருளை உள்வாங்கிச் செயல்படுத்தாமல் சல்லித்தனத்தையும் ரவுடித்தனத்தையும் கலகம் என்ற பெயரால் கடைபரப்பும் போலித்தனம், அதிகார பீடத்தில் இருப்பவர்களிடம் நல்லுறவு பேணும் முனைப்பு, விமர்சனமாக வெளிப்படும் பொறாமை முதலானவையாக இன்றைய காலகட்டத்தின் எதிர்மறையான குணாம்சங்களை அடையாளப்படுத்தலாம். இவற்றைத் தமது முன்னோடிகள் சிலரிடமிருந்தும் தாம் வாழும் காலத்தின் தவிர்க்க இயலாத தர்மங்களிடமிருந்தும் இளம் எழுத்தாளர்கள் பலர்

சிறப்பாகவே கற்றுக்கொண்டிருக்கிறார்கள். இந்தப் பாடங்கள் தமது படைப்புத் திறனைக் காயடிக்கும் திறன் கொண்டவை என்பதை அவர்கள் உணர்வார்களா என்பதையும், உணரும் போது அவர்கள் துறப்பது பாடங்களையா படைப்பூக்கத்தையா என்பதையும் பொறுத்தே அவர்களது இடம் இலக்கியத்தில் நிர்ணயிக்கப்படும்.

O

முன்னெப்போதும் இல்லாத அளவில் தீவிர இதழ்களும் தீவிர நூல்களை வெளியிடும் பதிப்பகங்களும் எண்ணிக்கை யிலும் வலுவிலும் பெரிதாக வளர்ந்திருக்கும் நிலை இளம் எழுத்தாளர்களுக்குச் சாதகமானதாக இருப்பதைப் போலவே பாதகமானதாகவும் இருக்கிறது. இன்றைக்கு யாரும் தான் பதிப்பித்த நூல்களையோ வெளியிடும் இதழ்களையோ சுமந்து கொண்டு ஊர் ஊராகத் திரிய வேண்டியதில்லை. தனது எழுத்துக்களை அச்சில் காணவும் பரிசோதனைகளை மேற் கொள்ளவும் தானே ஒரு இதழைத் தொடங்கினால்தான் உண்டு என்ற நிலையும் இன்று இல்லை. மொத்தம் முப்பத்தி நான்கு கவிதைகளை எழுதியிருக்கும் ஒரு இளம் கவிஞர் அக்கவிதைகளைத் தாராளமாக இடைவெளி விட்டு ஒளியச்சுச் செய்து 64 பக்கங்களைத் தேற்றிவிட்டார் என்றால் அவருக்கு ஒரு பதிப்பாளர் கிடைப்பது அவ்வளவு கடினமான காரியம் அல்ல. ஏழெட்டுச் சிறுகதைகள் எழுதியிருக்கும் இளைஞரும் விரைவில் அவற்றை ஒரு நூலாகப் பார்த்துவிட முடியும்.

படைப்பு உங்களைப் பார்த்து ஓட்டமெடுக்கிறது என்றா லும் கவலையில்லை. உங்களுக்குக் கொஞ்சமாவது ஆங்கிலம் தெரிந்திருந்தால் போதும். உலக இலக்கியத்தை இறக்குமதி செய்து கடைபரப்பித் தமிழுக்குப் பங்களிப்புச் செய்யலாம். எல்லாவற்றுக்கும் ஒரு பதிப்பாளர் கிடைப்பார். சில சமயம் அவரது செலவுகளை நீங்கள் சற்றேனும் பகிர்ந்துகொள்ள வேண்டியிருக்கும் என்பது தவிர வேறு பிரச்சினை ஏதும் இல்லை. நீங்கள் தீவிர இலக்கியத்தைப் படைக்க வேண்டும் என்பதில்லை. தீவிர இலக்கியம் போன்ற மொழியில் எழுதி னாலும் போதும். பிரசுரிக்கப் பல தமிழ் இதழ்கள் காத்திருக் கின்றன. தொடக்கம்தான் கொஞ்சம் கஷ்டம். ஒரு இதழில் உங்கள் படைப்பு இடம்பெற்றுவிட்டால் பிற இதழ்களின் ஆசிரியர்கள் உங்களைத் தொடர்புகொண்டு தொடர்ந்து எழுதும்படி ஊக்கப்படுத்துவார்கள். மதுபான அமர்வுகளின் போது இலக்கிய அபிப்ராயங்களை உதிர்த்தீர்கள் என்றால் விரைவில் நீங்கள் மதிப்புரை எழுத்தாளராக ஆக்கப்பட்டுவிடு வீர்கள். கொஞ்சம் காரமாக எழுதிவிட்டால் நீங்கள்தான் நம்பிக்கை தரும் இளம் விமர்சகர்.

தனது வாசகர் யார் என்றே தெரியாமல் எழுதிக் குவித்த போன நூற்றாண்டு எழுத்தாளரின் ஆற்றாமை எதுவும் இன்றைய இளம் எழுத்தாளருக்கு இல்லை. படைப்பு பிரசுரமாகி இதழ் வெளியே வருவதற்குள் செல்பேசியின் வழியே எதிர்வினைகள் எதிரொலிக்கும். குறுஞ்செய்திகள் பரவசப்படுத்தும்.

வாய்ப்பு, அங்கீகாரம் அகியவை மலிந்து கிடக்கும் இன்றைய சூழல், இளம் படைப்பாளியின் படைப்பூக்கத்திற்கு உரம் சேர்ப்பதைவிடப் போலித் திருப்திகளைப் பரிசளித்துப் படைப்பூக்கம் என்னும் கங்கின் மீது நீர் தெளிக்கவே அதிகம் பயன்படக்கூடும். அனைத்தும் வணிமயமாக்கப்பட்டதன் ஆபாசமான வெளிப்பாடு இது. இந்த ஆபாசத்தின் ஸ்பரிசத்திலிருந்து விலகி நிற்கும் வழியை மெய்யான ஒரு படைப்பாளியால் கண்டுபிடித்துக்கொள்ள முடியும். எந்தக் காலகட்டமும் தனக்கே உரிய சவால்களை முன்வைக்கும். படைப்பைப் பிரதானமாகக்கொண்டு இயங்கும் கலைஞர்கள் அந்தச் சவால்களை நேர்மையுடன் எதிர்கொண்டு தன் படைப்புகளினூடே காலத்தில் முன்னகர்ந்து செல்வார்கள். அவர்கள் காலடித் தடங்களில் பிறக்கும், புதிய பாதை. வரலாற்றின் ஒரு பகுதியாக மாறும் இந்தப் பாதை, நாளைய படைப்பாளிகளுக்கான முன்னோடித் தடமாக விரிந்திருக்கும். இத்தகைய பாதையில் தங்கள் சுவடுகளையும் பதித்துவிட்டுச் செல்லும் உத்வேகமும் ஆற்றலும்கொண்ட இளம் படைப்பாளிகள் இருக்கிறார்கள் என்பதே என் அனுபவம் தரும் நம்பிக்கை.

ஒரு படைப்பாளி புறத்திலிருந்து அகத்தையோ, அகத்திலிருந்து புறத்தையோ அணுகுவதன் மூலம் சிறந்த படைப்புகளை உருவாக்க முடியும். ஆனால் புற உலகின் கவர்ச்சிகளில், பளபளப்பான மேடைகளில், படிமத் தேடல்களில், அதிகார மையங்களில் லயித்து நிற்பவர்களால் தனது கலைத் தேடலை வலுப்படுத்தி முன்னெடுத்துச் செல்ல இயலாது. முன்னெப் போதையும்விட இதுபோன்ற மின்மினிகள் பளிச்சிடும் ஒரு சூழலில் இளம் படைப்பாளிகளுக்கான சவால் கடுமையானதாக இருக்கிறது. இந்த வசீகரத்திற்கு இரையாகித் தமது படைப்பு வீரியத்தைத் தொலைத்த நேற்றைய சாதனையாளர்களின் உதாரணங்கள் இளம் எழுத்தாளர்களின் முன் நிறைய இருக்கின்றன. என்னுடைய தேவை என்ன என்ற கேள்வியுடன் உள்முகமாகத் திரும்புவதே இந்தச் சவாலை எதிர்கொள்வதற்கான ஒரே வழி என்பதே இளம் படைப்பாளிகள் நினைவில் இருத்திக்கொள்ள வேண்டிய முக்கியமான விஷயம்.

(ஆழி பதிப்பகம் வெளியிட்ட 'தமிழ்க்கொடி 2006' ஆண்டுத் தொகுப்பு நூலில் பிரசுரமான கட்டுரை)

•